डालांग

दिलीपराज प्रकाशनाची सर्व पुस्तके आता आपण online खरेदी करू शकता. आमच्या website ला कृपया अवश्य भेट द्या.
www.diliprajprakashan.in

डालांग

(कथासंग्रह)

योगिनी वेंगुर्लेकर

दिलीपराज प्रकाशन प्रा. लि.
२५१ क, शनिवार पेठ, पुणे - ४११ ०३०

डलांग / Dalaang

प्रकाशक
राजीव दत्तात्रय बर्वे,
मॅनेजिंग डायरेक्टर,
दिलीपराज प्रकाशन प्रा. लि.,
२५१ क, शनिवार पेठ,
पुणे - ४११ ०३०

प्रथमावृत्ती : १५ नोव्हेंबर २०१२

प्रकाशन क्रमांक : १९६१

ISBN : 978 - 81 - 7294 - 946 - 4

मुद्रक :
Repro India Ltd, Mumbai.

टाईपसेटिंग
पितृछाया मुद्रणालय,
९०९, रविवार पेठ,
पुणे - ४११ ००२

मुद्रितशोधन
मिलिंद बोरकर, पुणे

मुखपृष्ठ
अनिल उपळेकर

आदित्य,
तुझ्यासारख्या मुक्त आणि उत्साही मुलाला
सांगण्यासाठी, किती गोष्टी नि कथा वेचून आणल्या
त्याला गणती नाही, म्हणून 'डालांग' हा कथासंग्रहही
तुलाच !

मनोगत

जागतिकीकरणामुळे जगण्याचा पैस बदलला तशी माणसांची स्वप्न... इच्छा.... आकांक्षाही बदलल्या. या भोवतालच्या बदलाचा अपरिहार्य परिणाम म्हणून नात्यागोत्यांना, माणसांच्या साद-प्रतिसादाला एक वेगळेच परिमाण जाणवू लागले. काही मूलभूत गोष्टी मात्र ठाम राहिल्या. या सगळ्याचा वेध घेता-घेता वेगवेगळ्या परिघात जगणारी आणि एका विशिष्ट परिस्थितीत गुंतून पडलेली माणसं भेटली. डालांग हा कथासंग्रह त्यातूनच उभा राहिला.

या कथासंग्रहाला परिश्रम घेऊन, डॉक्टर अनघा केसकर यांनी प्रस्तावना लिहिली तसंच दिलीपराज प्रकाशनाचे डायरेक्टर श्रीयुत राजीव बर्वे यांनी हा कथासंग्रह प्रकाशित केला. या दोघांचीही मी ऋणी आहे.

योगिनी वेंगुर्लेकर

प्रस्तावना

'डालांग' हा योगिनी वेंगुर्लेकर यांचा तिसरा कथासंग्रह. याआधीच्या 'वास्तव' आणि 'कवडसे' या दोन्ही कथासंग्रहातल्या कथांमुळे वाचकांच्या त्याविषयीच्या अपेक्षा बऱ्याच उंचावलेल्या आहेत. 'डालांग' या कथासंग्रहातल्या कथा, त्या अपेक्षांना पुरुन उरणाऱ्या आहेत. 'डालांग' मधे एकूण चौदा कथा आहेत. साधना, अंतर्नाद, साप्ताहिक सकाळ, कथाश्री, बायजा, साहित्यप्रेमी, विपुलश्री, तारका अशा वेगवेगळ्या नियतकालिकांमधून त्यांना पूर्वप्रसिद्धी मिळालेली आहे.

'डालांग' या शीर्षकाच्या नाविन्यामुळे, वाचकांच्या मनातले कुतूहल स्वाभाविकपणे जागृत होते. 'काय असेल बरं 'डालांग' या शब्दाचा अर्थ?' असे म्हणत वाचक पुस्तक उचलून घेणार हे नक्की. शीर्षकाच्या नावाची एकही कथा संग्रहात नाही, असे पाहून त्याचे कुतूहल वाढणार. एकदा पुस्तकहाती घेतले की कथानकांच्या वैविध्यामुळे त्याची उत्सुकता आणखी ताणली जाणार.

पडछायांचा खेळ दाखवताना आपल्या शब्दात ओघवत्या धावत्या वर्णनातून कथा सांगायची केरळमधली पारंपरिक कला आहे. अशी कथा सांगणारा कलाकार म्हणजे 'डालांग', हे मराठी माणसांना ठाऊक असण्याचे कारण नाही. वाचकांना समजावे म्हणून लेखिकेनेच पुस्तकाच्या मलपृष्ठावरील ब्लर्बमध्ये हे स्पष्टीकरण दिलेले आहे. शब्दांच्या माध्यमातून वाचकांपुढे घटनापट उघडणाऱ्या लेखिकेला बहुदा या डालांगशी स्वतःचे साधर्म्य वाटत असावे. आणि म्हणूनच या कथासंग्रहाला ते नाव त्यांनी दिले असावे.

वेंगुर्लेकर यांच्या कथांचा बाज इतर कथालेखकांपेक्षा निराळा आहे. त्यांची स्वतःची अशी खास शैली आहे. त्यांच्या कथांच्या कथानकांचे ढोबळपणे वर्गीकरण करता येईल. 'लांडग्याची शीळ', 'सहप्रवासी' यासारख्या कथा

सामाजिक प्रश्नांची विदारकता दाखवणाऱ्या आहेत. आर्थिक घडामोडींच्या पार्श्वभूमीवरील 'ऑन युवर मार्च', 'चोरी', 'वेग' इत्यादी कथांमधून खासगीकरण, उदारीकरण आणि खुल्या अर्थव्यवस्थेत अनुस्यूत असणारी जीवघेणी स्पर्धा यांचा मानवी जीवनावर होणारा परिणाम फारच प्रभावीपणे मांडला आहे. बदलती अर्थव्यवस्था आणि त्या अनुषंगाने मानवी जीवनात आणि नातेसंबंधात नव्याने निर्माण होणारे तणाव आणि गुंतागुंत हा या कथांचा विषय आहे.

राजकारण, अर्थकारण आणि सामाजिक बदल यांच्यातील अन्योन्यसंबंध 'बुद्ध हसतो आहे' आणि 'चिमुटभर' यासारख्या कथांतून लेखिकेने नीट टिपले आहेत. 'निर्वासित' कथेत राजकीय-सामाजिक वातावरणामुळे निर्माण होणाऱ्या समस्या मांडल्या आहेत. निर्वासितांची आश्रयदात्या राष्ट्राकडून असलेली अपेक्षा कदाचित वाचकाला अवास्तव वाटेल पण ती तशी असू शकते याचे भान ही कथा देते.

'जिंदगीनामा' ही कथा विज्ञानकथा असली, तरी कथेचा गाभा विज्ञानापेक्षा विज्ञानाच्या प्रगतीमुळे मानवी आयुष्यावर होणारे परिणाम हा आहे. ते करताना स्त्रीमुक्तीच्या विचारांचा पाठपुरावा केलेला आहे. 'दुर्गम ही वाट' आणि 'आईची मैत्रिण' या कथा स्त्री मुक्ती आणि स्त्री-शक्तीचा पुरस्कार करतात. 'संदर्भ' ही नायिकेच्या मानसशास्त्रीय गुंत्याविषयी काही सांगू बघते. पण त्यालाही आतंकवादाला बळी पडलेल्या कुटुंबाची पार्श्वभूमी आहे.

'चिरंतन' 'निर्वासित' 'शुक्रवारचा अड्डा' या कथांमधून आंतरराष्ट्रीय संदर्भ येत असले, तरी त्यांच्यात मूलतः फरक आहे. 'शुक्रवारचा अड्डा' कथेत अनिवासी भारतीयांनी आत्मसात केलेल्या सामाजिक रितीरिवाजांविषयी, बदलत्या नीतिमूल्यांविषयी सांगत असतानाच, पुरुष जातीबद्दल काही विचार ठामपणे येतात. तर 'चिरंतन' मध्ये स्त्रीमुक्तीचा उद्घोष आहे. जगभरच्या पुरुषांनी स्त्रियांना शतकानुशतके पुरुषी अहंकाराला साजेलसे स्वामित्वभावनेने वागवले आहे आणि त्यात फारसा फरक आजही नाही असा दावा केला आहे. हा स्वामित्वभावही आत्मविश्वासातून नव्हे तर असुरक्षितपणाच्या भितीतून येतो असे ही कथा सांगते. 'निर्वासित' कथेत दिल्ली शहराची पार्श्वभूमी असली तरी त्यातील नायिका तिबेटहून जीव वाचवून आलेली निर्वासिताचे जीणे जगणारी स्त्री आहे.

विषयांचा आवाका पाहतानाच काही गोष्टी स्पष्ट होत जातात. आसपासच्या परिसरात होणाऱ्या बदलांकडे लेखिका अतिशय जागरूकपणे

पाहते. सामाजिक, राजकीय आणि आर्थिक घटना आणि त्यामुळे सामान्य माणसांच्या आयुष्यात होणारी आंदोलने टिपण्यासाठी जगण्याचे चौफेर भान असावे लागते. ते लेखिकेपाशी आहे. अशा तऱ्हेची कथाबीजे दिसण्यासाठी आणि ती मिळवण्यासाठी लागणारी डोळस संवेदनशीलताही तिच्यापाशी आहे. मानवी दुःखाकडे लेखिका सहानुभावाने बघते. सामाजिक अन्याय तिला बघवत नाही. त्याविरुद्ध मतं नोंदविल्याखेरीज राहवत नाही. काही वेळा ती अभिनिवेषा थाटात मांडल्यासारखी वाटतात.

त्यांच्या कथेतली पात्रे जागतिक किंवा हतबल नाहीत. तर आपापल्या परीने झगडणारी आहेत. लेखिकेने तिच्या परीने त्यावर काही उपाय शोधण्याचाही ती प्रयत्न करताना दिसते. पण सामाजिक जीवनातल्या सकारात्मक भावना कथेमध्ये तुलनेने कमी प्रमाणात आलेल्या दिसतात. 'चोरी' या कथेतही अपप्रवलींवर भर असला तरी शेवटी त्यांचा विजय झालेला दाखवला नाही. 'कुछ नही बदलनेवाला' असा हताश संदेश या कथांतून मिळत नाही.

लेखिकेला स्वतःला मूल्यांची अत्यंतिक चाड आहे, सर्व पातळीवरील अन्यायाचा आणि शोषणाचा राग आहे, ढासळत्या मूल्यधारणांचे भान आहे. किंबहुना ते हिरिरीने मांडणे हाच त्यांच्या कथेचा गाभा आहे. पण जगात नेहेमी सत्याचा विजय होतो असा भाबडा आशावाद त्यांच्या कथेत नाही. सुजन आणि दुर्जन, चांगले आणि वाईट यांचा झगडा आहे. सामान्य माणसे फक्त पोटार्थी असतात आणि ती या झगड्यात भरडून निघतात. पुष्कळ वेळा बलवान असलेल्या दुर्जनांचा जय होतो ही खंत त्यांच्या कथांतून दिसते.

त्यामुळेच काही वेळा अमूक एक संदेश देण्यासाठी कथा हा फॉर्म वापरला आहे, अशी जाणीव सुजाण वाचकाला होते. चांगल्या कथेतून वाचकांपर्यंत एखादा संदेश आपसूक जाऊन पोचावा पण तो कथेचा हेतू असू नये. 'चिमूटभर', 'चिरंतन' सारख्या लेखिकेच्या काही कथांवर प्रचारिकी भूमिकेचा आणि भाषणबाजीचा पगडा जाणवतो.

अशा कथानकांची निवड केल्यामुळे, ज्या विषयासंबंधी कथा लिहायची आहे, त्या विषयाची साद्यंत माहिती लेखिका स्वतः मिळवते. त्यासाठी तिने विशेष परिश्रम घेतले असावेत हेही जाणवते. शास्त्रीय माहिती मिळवण्याची आणि कथेत ती चपखलपणे वापरण्याची सुंदर प्रथा त्यांनी जपली आहे. त्यामुळे वाचकाला कित्येक गोष्टींची व्यवस्थित माहिती मिळते.

बरेच वेळा ही माहिती तपशीलवार असूनही त्यामुळे कथानकाच्या ओघाला बाधा पोचत नाही. उदाहरणार्थ, 'ऑन युवर मार्च' या कथेत आयटी क्षेत्रात काम करणारा कथानायक आहे. कथेत व्यवसायाशी संबंधित तपशील आले आहेत. पण ते वातावरण निर्माण करण्याइतकेच आले आहेत, त्यांचा अतिरेक नाही. त्या तपशीलांमुळे कथानकाचा वेग मंदावत नाही आणि कथावस्तू तपशीलांमध्ये हरवतही नाही. मात्र ज्या कथांमध्ये माहितीचा किंवा अभिनिवेषाचा कथानकाशी आणि पात्रयोजनेशी असलेला तोल बिघडतो, तिथे कथेला एखाद्या निबंधाचे स्वरुप येते.

कथाविषयाच्या निवडीमुळेच लेखिकेची कथा तर्कशास्त्राचे बोट धरुन पुढे सरकते. त्यात भावनांपेक्षा विचाराला आणि व्यक्तिरेखांपेक्षा परिसराला आणि वातावरणाला जास्त प्राधान्य दिले गेलेले दिसते. वेंगुर्लेकरांची कथा वाचकांच्या भावनेला हेलावून सोडणारी नाही. विचारांना प्रबळ करणारी आहे. ही स्वप्नरंजन करणारी कथा नाही. उलट, 'खोटी स्वपं पाहू नका, आजुबाजूच्या घटनांकडे जागरुकपणे पाहा' असं वाचकांना तळमळीने सांगणारी कथा आहे. 'जागते रहो' असे ओरडून सांगणारी, जागवण्याचं काम करणारी ही लेखिका आहे. काही गोष्टी आपल्या आसपास घडत असतात. त्या आपल्या कानावर येत असतात. पण त्यांच्यावर विचार करणे तापदायक असते. त्याऐवजी त्याकडे डोळेझाक करणे, त्यांचे अस्तित्वच नाकारणे, 'सगळं आलबेल आहे' असं स्वतःलाच फसवत राहणे आणि भाबड्या आशावादात मग्न होणे सामान्य माणसाला सोयीचे वाटते. अशा लोकांना योगिनीताईंची दाहक कथा बेचैन करून सोडेल यात शंका नाही.

या अर्थाने त्यांच्या कथेत वाचकानुनय नाही. वाचकाला गोडगोड वाटेल, पचेल, रुचेल ते आणि तेवढेच द्यायचे अशी लेखिकेची धारणा नाही. काही अंशी ती स्वप्नभंजन करणारी कथा आहे. म्हणूनच त्यांच्या कथा सलगपणे एकामागून एक वाचणे दमछाक करणारे असते. त्यातल्या कित्येक कथा मनात बराच काळ रेंगाळत राहतात. कथा वाचून संपवली की काही काळ त्यावर स्वतः चिंतन करावेच लागते. त्यातले वास्तव पचविण्यासाठी स्वतःला सवड द्यावी लागते. थोडा वेळ थांबून, तुमच्या मनात घुसलेल्या त्या कथेचा प्रभाव थोडा कमी झाला की नंतर पुढच्या कथेत तुम्हाला शिरता येते. अशा कथा लिहिल्या जाणे, वाचकांकडून त्या वाचल्या जाणे सामाजिक स्वास्थ्यासाठी आवश्यकच असते. ते काम वेंगुर्लेकरांच्या कथा निःसंशयपणे करतात.

लेखिकेची भाषा कथाविषयाशी आणि कथेतल्या वातावरणाशी सुसंगत असते. पण काही वेळा ग्रामीण किंवा प्रमाणभाषेखेरीजची इतरेजनांची भाषा वापरताना भाषेत सातत्य रहात नाही. कथा लिहिण्याच्या ओघात भाषेची घेतलेली उसनी 'पोज' कुठेतरी ढिली पडते. भाषा संमिश्र होते. 'बुद्ध हसतो आहे' या कथेत दादांच्या आणि अमोलच्या आईच्या तोंडची भाषा लक्षपूर्वक पाहिली तर हे जाणवते. 'लांडग्याची शीळ' आणि 'सहप्रवासी' यामध्येही काही प्रमाणात असे झाले आहे. पण 'सहप्रवासी' कथेतला प्रशांत काही वेळा शुद्ध तर काही वेळा अशुद्ध भाषेचा वापर का करतो याचे वाचकाला पटेलसे स्पष्टीकरण लेखिकेने दिले आहे.

वेंगुर्लेकर वापरून गुळगुळीत झालेल्या उपमांपेक्षा वेगळ्या आणि चपखल वाटणाऱ्या उपमा वापरतात. काही शब्दयोजना रूढ झालेल्या भाषेहून, वाक्यप्रचाराहून वेगळ्या आणि तरीही अर्थवाही असतात. संध्याकाळ झाली हे सांगताना 'दिवस पालथा पडायला आला होता', 'दिवस उलथल्यावर' असे वापरात नसलेले शब्द त्या वापरतात. अलिकडे कार्पोरेट उद्योगामुळे जागोजागी उभ्या राहिलेल्या ऑफिसबिल्डिंगचे वर्णन 'उंचउंच तावदानं असणाऱ्या देखण्या भिंती' असे केले आहे. 'बखोटीला धरून उचललं नि काखोटीला मारून तिथून नेलं' या वाक्यात नुसताच ठसका नाही तर, डोळ्यापुढे दृश्य उभं करण्याची ताकद आहे.

कथानकातल्या वातावरणाशी सुसंगत भाषा वापरणे ही वेंगुर्लेकरांच्या भाषेची आणखी एक खासीयत. ते त्यांच्या कथेचे बलस्थान आहे. पुन्हा एकदा 'ऑन युवर मार्च' मधील हे नमुने देण्याचा मोह होतो. आयटी ऑफिसमधल्या वर्क स्टेशनला त्या 'कामाचा अड्डा' म्हणतात. पलकच्या सर्वत्र असलेल्या लागेबंध्यांना 'तिचे टेन्टॅकल्स' असे म्हटले आहे. 'रिच्युअल असल्यासारखे अनय आणि पलक टपरीवर आले', 'फाइलमधला बग निघून सगळं सुरळीत व्हावं तशी रस्त्यावरनं वाहनं पळायला लागली' ही वाक्येही वातावरणाशी सुसंगत असल्याने मनात ठसतात.

'चिमुटभर' कथा जरी आज सांगितली जात असली, तर तिच्यात वर्णिलेला काळ उत्तरपेशवाईचा आहे. म्हणून ऐतिहासिक विषयाला साजेलशी भाषा त्या वापरतात. 'दौलत', 'टोपीकर', 'दरोबस्त', 'मुखंड' हे शब्द वापरल्याने भाषेची लज्जत वाढली आहे.

सामाजिक प्रश्नांविषयी बोलताना योगिनीताईंची भाषा निर्भीड, रोखठोक,

आक्रमक आणि उपरोधिक होते. 'चोरी' कथेत खुल्या अर्थव्यवस्थेतल्या व्यावसायिक स्पर्धेत नीतिमत्ता कशी बासनात गुंडाळून ठेवली जाते हे अधोरेखित करताना त्यांच्या भाषेला उपरोधाची धार येते. 'हॅबिट' आणि 'हॅबिट ज्युनिअर' ही टूथपेस्टची नावे आणि त्यांच्या जाहिरातीत कंपनीने आपल्या टूथपेस्टच्या गुणवत्तेविषयी केलेले बिनबुडाचे दावे, मिडियाने त्यात निभावलेली भूमिका सांगतानाही व्यंगात्मक भाषा वापरली आहे. त्याने वेगळाच परिणाम साधतो. 'त्यांनी आपल्या बुद्धीवर लावलेला कंडोम' हा शब्दप्रयोग धीट पण दाहक वाटतो. 'विटाळ गेलेल्या म्हाताऱ्यांना सुद्धा तरुण आणि सुंदर त्वचा सात दिवसात मिळू शकते असं काहीतरी विकण्याचं काम (काही लोक करत होते)' हे वाक्यही थोडक्या शब्दात पुष्कळ मोठा आशय सांगून जाते.

पण काही वेळा हीच भाषा जरुरीपेक्षा जास्तच धीट आणि वर्णने नको एवढी उघडी वाघडी झाली आहेत की काय, असे वाटते. जे सूचकतेने सांगितल्याने वाचकांपर्यंत पोचले असते ते इतक्या बटबटीतपणे मांडायची गरज होती का, असे मनात आल्यावाचून रहात नाही. लैंगिक व्यवहारांबाबत बोलताना तपशीलात जाणे ही एखाद्या कथानकाची गरज असू शकेल. जिथे ती कथानकांची गरज असेल, तिथे जरुर स्पष्टता हवी. पण एरवी अशा भाषेमुळे रसपरिपोष न होता रसहानी होते. 'आईची मैत्रिण' या कथेत स्त्रियांच्या ऋतूप्राप्तीविषयीचे वर्णन दोन वेळा तपशीलाने येते. त्यामुळे कथानकाला नेमका काय फायदा झाला असा विचार मनात येतो.

तसेच 'लांडग्याची शीळ' या कथेबाबतही म्हणावेसे वाटते. त्यातली काही वाक्ये आणि म्हणूनच कथाही वाचकाच्या अंगावर येण्याची शक्यता नाकारता येणार नाही. या बाबतीत वाचकाचा विचार न केल्याने वाचकानुनय केला असे म्हणता येणार नाही. उलट त्याच्या संवेदनशीलतेवर, आकलनशक्तीवर विश्वास ठेवून सूचकता दाखवली तर कथा अधिक सकस, सरस आणि परिणामकारक होईल असे सुचवावेसे वाटते.

अगोदरच म्हटल्याप्रमाणे वेंगुर्लेकरांच्या कथेमधे व्यक्तिरेखेला फारसे महत्त्व दिलेले जाणवत नाही. माणसांच्या नातेसंबंधांवर परिससचे होणारे परिणाम दाखवताना त्या व्यक्तिरेखा पटतील अशा खऱ्या खुऱ्या वाटल्या असत्या तर कदाचित कथा अधिक परिणामकारक झाल्या असत्या. वेंगुर्लेकरांच्या कथेतल्या व्यक्तिरेखा त्यांच्या कल्पनेतल्या असतात आणि कल्पनेतल्या वाटतात. त्या कथा माणसाच्या किंवा त्यातील अनेक पदरी

नातेसंबंधांच्या नव्हे तर समाजाच्या कथा वाटतात. मानवीस्वभावाच्या हळूवार, अमूर्त छटा त्यात उमटत नाहीत. माणसाच्या विचारात, आचारात, भावविश्वात काही परस्पर विसंगती अनुस्यूत असतात, त्याही दिसत नाहीत. कदाचित मनुष्य स्वभावाच्या छटा दाखवणे हा त्यांच्या कथालेखनाचा हेतूच नसावा. सामाजिक वास्तवाकडे पाहण्यासाठी लेखकाकडे जी संवेदनशीलता लागते ती लेखिकेकडे जरी असली तरी भावनांचा हळूवारपणा जपण्याची संवेदनशीलता कथावस्तूच्या हाताळणीत कमी वाटते.

कथेच्या घाटाबाबत त्यांनी काही प्रयोग केले आहेत. 'चिमुटभर' ही कथा रुपक कथेच्या अंगाने जाते. त्यात लेखिकेच्या कल्पनेची भरारी दिसते. त्या कथेतच म्हटल्याप्रमाणे वास्तव आणि कल्पना यांचे मिश्रण त्यात आहे. इतिहासाचा सामाजिक अंगाने अर्थ लावणाऱ्या विचारवंतांच्या जमातीचा प्रतिनिधी 'शब्दविक्या'च्या पात्रातून त्यांनी साकारला आहे. जॉर्ज बर्नाड शॉ यांनी इतिहासाविषयी काही वर्षापूर्वी केलेले एक विधान त्यानिमित्ताने आठवले. ते म्हणाले होते 'माणूस इतिहासाकडून काहीसुद्धा बोध घेत नाही, हा एकच धडा माणसाने इतिहासाकडून घेतला आहे.' 'चिमूटभर' कथेतून 'शब्दविक्या' हीच गोष्ट उपस्थितांना रंजकपणे सांगत आहे.

काही वेळा भविष्याचा वेध घेऊन पुढे काय होऊ शकेल हे सांगण्याची कल्पनेची भरारी त्यांच्या कथेत जाणवते. विज्ञानकथेचा तो आत्मा असतो. 'जिंदगीनामा' या विज्ञानकथेत त्याचा प्रत्यय येतो. ज्या वेगाने निसर्गनियमांची आजवर गूढ वाटणारी तत्वे माणसाने शिकून घेतली, तो वेग पाहता आणखी काही वर्षांनी त्याच्या मानवी मनावर आणि कौटुंबिक-सामाजिक आयुष्यावर होणाऱ्या परिणामांचे भाकीत त्या करतात. इनव्हिट्रो फर्टिलिटी थेरपीमुळे भविष्यात स्त्रीला पुरुषसमागमाखेरीज आणि आपल्याला हव्या त्या गुणांनी संपन्न असे मूल कदाचित मिळवता येऊ शकेल, त्या दृष्टीने ती स्वतंत्र होईल. पण त्या मुलाचे मनोव्यापार सामान्य माणसांसारखेच राहणार असल्याने होऊ घातलेले भावनिक गोंधळ त्या कल्पनेने वाचकांसमोर मांडतात.

हे पुस्तक संग्रही ठेवावे आणि पुन्हा पुन्हा वाचावे असे आहे. इतक्या विविध प्रकारच्या कथानकांना न्याय देणाऱ्या उत्तम कथा लिहिल्याबद्दल लेखिकेचे आणि कथासंग्रहाच्या स्वरुपात प्रकाशित केल्याबद्दल 'दिलीपराज प्रकाशना'चे अभिनंदन केले पाहिजे.

डॉ. अनघा केसकर

अनुक्रमणिका

१. बुद्ध हसतो आहे

"आवो ऽ किती भराभरा चालताय तुमी? ह्ये बघीतलं का?" डोईवरचा पदर सारखा करत दादांना माई म्हणाल्या, तेव्हा त्यांच्या पुढे चार पावलं चालणारे दादा जरा थांबले. रुमालानं कपाळावरचा घाम पुसत त्यांनी मागे वळून माईंकडे पाहिलं आणि 'काय?' अशी खूण केली.

संपूर्ण पांढऱ्या शुभ्र काचेच्या सात मजली उंच इमारतीकडे मान वर करून पाहत माई म्हणत होत्या, "आग्गो बाई ह्ये हितं?... आनि हितली ती पिटुकली घरं आनि रस्त्याकडंला कांदे-बटाटे, भाजी, माश्ये विकनारी पोरं नि त्या हातगाड्या— कुठं ढकललं ह्ये समदं?"

दादांनी माईंच्या अज्ञानाची कीव करत म्हटलं, "तुमी येक घरात बसून ऱ्हायला, म्हनून जग बदलायचं थांबत नै. ग्येल्या फकस्त दोन म्हैन्यात ह्यो नखरा उबा ऱ्हायलाय, 'मिलेनियम शॉपिंग मॉल!' सात मजले भरून माल भरल्येला हाय. या, बघा, मजा करा. या धांदलीत आपलं जुनं विहार मात्र पार झाकून ग्येलं."

"खरंच की!" माई म्हणाल्या नि त्यांनी पुन्हा एकदा पदर सारखा केला. '... या शिंथेटिक साडीच्या ऽऽ' एक घसघशीत शिवी हासडून त्या दादांच्यामागे पुन्हा चालू लागल्या.

आज बौद्ध पौर्णिमा. विहारात खूप गर्दी. गर्दीत किती तरी ओळखीची माणसं भेटत होती. एकमेकांची खुशाली विचारत होती. सगळ्यांशी बोलता-बोलता वेळ मोडला. ती दोघं जेव्हा

भगवान बुद्धाच्या मूर्तीसमोर येऊन उभी राहिली, तेव्हा आचार्यांनी प्रवचनाला सुरुवात केलेली होती. त्या दोघांनी मूर्ती-समोर मेणबत्त्या पेटवल्या नि हात जोडून डोळे मिटले, तर त्यांच्या मिटल्या डोळ्यांसमोर बुद्धांची मूर्ती हसतेय, असं दिसलं. घाईनं दोघांनीही डोळे उघडले आणि मूर्तीकडे पाहिलं, तर त्यांना खरंच ती हसताना दिसत होती. माईंनी दादांकडे पाहिलं, तर दादा त्यांना म्हणाले, "काय तरी गडबडाय! मूर्ती न्हेमी-सारकी नै दिसत." माईदेखील बेचैन झाल्या होत्या. खरं तर घटकाभर तिथे टेकायला मिळालं असतं तर त्यांनी तिथे थोडा जप केला असता, पण आता एवढा उशीर झालेला. घाईनं ती दोघं तिथून बाहेर पडली, तेव्हा त्यांच्या कानावर आचार्यांचे शब्द आले "---म्हणून खरी शांती हवी असेल, तर भगवान बुद्धांना शरण जा. त्यांच्या वचनांचं पालन करा.... आणि म्हणून मुळात गरजाच कमीत कमी ठेवा---"

रस्त्याला लागता-लागता माईंनी दादांना विचारलं, "आहो, भदंते काय म्हनले, समजलं काई?"

"हं! त्यांना नै सौंसार, नै पोरंबाळं!" बोलता-बोलता त्यांनी हात उडवला आणि समोरून येणाऱ्या रिक्षाला थांबवलं. ऊन सणसणीत तापलं होतं. त्यांनी आपणहून रिक्षा थांबवली म्हणून माईंना खूप बरं वाटलं.

नागपूर चाळीसमोर रिक्षा थांबली, तेव्हा रिक्शावाल्याला वीस रुपये देताना दादा म्हणालेच, "हा खर्च तुमच्यासाठी बरं! नैतं लागलीच लेकाकडं चुगली कराल, उन्हात ताबडवत आनलं म्हनून."

"अमोलला तुमी घाबरताच जसं काई! तुमाला पन ऊन आताशा सोसत नै, ते कबूल करा." माई फणकाऱ्यानं म्हणाल्या आणि त्यांनी चाळीचे जिने चढायला सुरुवात केली.

तीन जिने चढून ती दोघं त्यांच्या खोलीपाशी आली, तेव्हा दार बंद होतं. दादांनी कुलूप उघडत म्हटलं, "राजे अजून उठलेले दिसत नैत. आता उठवा त्यांना नि म्हनावं---याऽ आरतीला."

अमोलला हाका मारत आत जाताना माईंची नजर बाबासाहेब आंबेडकरांच्या फोटोवर पडली. सकाळी घातलेला मोगरीच्या कळ्यांचा हार आता पूर्ण उमलला होता आणि भगवान बुद्धाच्या मूर्तीसमोर लावलेला तुपाचा दिवा अजून छान तेवत होता. त्यांनी अमोलला हाक मारली, पण तो अगदीच गडद झोपला होता.

माईंनी बाहेरच्या खोलीत येऊन आरतीच्या तबकातले दिवे सारखे करत म्हटलं, "तो नाई उठत, आपनच सुरू करू. पहिली भीमारती म्हनायची."

‘---जय भीमा---ऽऽ जय भीमाऽऽ---’ आरती सुरू असतानाच आतल्या खोलीतून चिडचिड करत अमोल आला नि ओरडून म्हणाला, “काय राव, घर म्हनायचं का काय ह्ये? ...सक्काळी-सक्काळीच काय गाणं सुरू क्येलंत! तुम्हा लोकांना काई म्यॅनर्स आहेत का नै? क्यवढ्या जोरात म्हनताय! तरी बरं तुम्हाला म्हैताय, रात्रभर काम करून दमून-भागून पहाटे घरी येतो मी. आत्ता कुठे निवांत झोप लागलीवती तं तुमचं आपलं सुरूच!”

माईंनी चट्‌कन दादांकडे पाहिलं. ते संतापानं निळे-जांभळे दिसायला लागले होते. आज काही झालं तरी माईंना घरात भांडण नको होतं. आरतीचं तबक बाबासाहेबांच्या फोटोसमोर ठेवत पट्‌कन त्यांनी हात जोडले नि अमोलचा हात पकडून त्याला आत घेऊन जात त्या म्हणाल्या, “शेजारच्या कांबळे-वैनीच्या घरातल्या रेडिओचा आवाज ऐकू येतोय ना?--- जुन्या गान्यांचा ‘आपली आवड’ कार्यक्रम सुरू झालाय. मंजे सकाळच्ये आकरा वाजून ग्येल्यात. आज बुद्ध पौर्णिमा--- बाबांची आरती वगैरे नीट येळच्या येळी नको व्हायला? किती झालं तरी इतकी रीतभात सोडू नै मानसानं. जा, पट्‌कन तोंड खंगाळून ये---च्या ठ्येवते तुज्यासाटी.”

माईंनी पट्‌कन चहा केला नि चहाचा कप अमोलसमोर ठेवून त्या घाईनं बाहेरच्या खोलीत जायला निघाल्या, तेव्हा चिडक्या आवाजात अमोलनं म्हटलं, “बिस्किटं?”

खरं तर आज पौर्णिमेचा उपास... त्यानं बिस्किटं मागायला नको होती. पण त्यानं मुद्दामच ती मागितली आहेत, हे माईंच्या लक्षात आलं; तेव्हा त्या चिडल्याच. जे-जे त्यानं करू नयेसं त्यांना वाटत असे, ते-ते हल्ली तो हट्टानं करतो, याबद्दल त्यांची खात्रीच होती. आत्तादेखील तीच गोष्ट त्यांना जाणवली, तेव्हा त्यांनी रागानं कपाटातून बिस्किटाचा मोठ्ठा पुडा काढून त्याच्या समोर आदळला नि त्या बाहेरच्या खोलीत आल्या.

दादांच्या कानी ते सगळं पडलं होतं त्यामुळे त्यांच्या रागात भरच पडली. खरं तर आरती अर्धवट सोडून लेकाच्या दिमतीला धावलेल्या माईंचाच त्यांना राग आला होता. त्याचवेळी त्यांच्या मनात हेही येऊन गेलं--- ही अशी धावली, कारण पोराच्या दाढीचे खुंट हिरवट दिसायला लागले असतील-नसतील तोवर तो चाकरमान्या झालासुद्धा. शिवाय आपल्यापेक्षा चार दिडक्या आत्ताच जास्त कमावतोय. घरात त्याची मिजास वाढनं साजिक है! त्या विचारानंतर त्यांना जीव घाबराघुबराच झाला.

पुन्हा एकदा हातात तबक घेऊन माई त्यांच्या शेजारी आरतीसाठी उभ्या राहिल्या, तेव्हा त्यांच्याकडे दुर्लक्ष करत ते जोरजोरात आरती म्हणू लागले. आरती संपल्यावर ते मांडी घालून बसले नि डोळे मिटून त्यांनी मनातल्या मनात जप सुरू केला. अमोलचं घरातलं वाढतं प्रस्थ आणि त्याच वेळी त्यांना मात्र ते काम करत असलेल्या कारखान्यातून केव्हाही काढून टाकलं जाण्याची निर्माण झालेली शक्यता— या बेचक्यात अडकलेल्या त्यांच्या मनाला जप करायला मुळीसुद्धा जमेना. नाइलाजानं त्यांनी मोठ्यांदा म्हणायला सुरुवात केली— 'बुद्धं शरणम गच्छाऽमि! धम्मं शरणं गच्छाऽमि---'

माईंचं या कशाकडेचं लक्ष नव्हतं. त्यांचे कान आतल्या खोलीत चहा पीत बसलेल्या अमोलच्या हालचालींकडे लागले होते. त्यांना अलीकडे माहीत झालं होतं— चहा पिऊन झाला की पोरगं घराबाहेर जातं नि शिगरेट फुकून परत येतं. पण त्याबद्दल बोलायचं म्हणजे, त्याच्याशी भांडण करण्याची भक्कम तयारी हवी. इतक्या दिवसांत त्यांना ते जमलं नव्हतं. त्या अशा कान लावून बसल्या असतानाच त्यानं दाण्कन चहाचा कप टेबलावर आपटल्याचा आवाज आला आणि त्यापाठोपाठ बाहेरच्या खोलीत येऊन घराबाहेर पडताना त्यानं केलेली बडबड त्यांनी ऐकली, ''यवढे सुंदर ओपालाचे 'मग' आणून दिल्येत— ते रोज चहा पिण्यासाठी वापरा म्हणून कानी-कपाळी ओरडून सांगितलं, तरीही त्या घाणेरड्या जाड हिरव्या कडा असलेल्या कपातूनच चहा प्यायचा! किती वेळा सांगितलं— ते मग फुटले तं नवे आणू; पण नै, बदल म्हणून करायचा नै.''

माईंना आजच्या दिवशी खरोखर भांडण करायचं नव्हतं; म्हणून त्या त्याचं बोलणं ऐकायलाच आलं नाही, असं दाखवत अदबशीरपणे पदर सावरून बाबासाहेबांच्या फोटोसमोर नमस्कारासाठी वाकल्या आणि मग डोळे मिटून त्यांनी जप सुरू केला.

''बुद्धम शरणं गच्छाऽमि! धम्मं शरणं गच्छाऽमि! संघं शरणं गच्छाऽमि....''

जप चालू असतानाही त्यांच्या मनात विचार येतच राहिले. इतके म्हागाईचे सुंदर 'मग' भाइरचे कुनी तालेवार पाव्हणे आले, तर पट्कन च्या द्यायला किती साजरे दिसत्यात!--- रोजच्या धबडग्यात फुटून नै जानार? म्हने, नवीन आनून दीन--- त्याला मिलत असतीन आत्ता छुन ऽऽ छुन ऽऽ पैश्ये, पन उद्या नोकरी ग्येली तं? किती चटके सोसल्यात; काय सांगायचं! पण अमोलला याची जानीव हवी. आजकाल पोरगा बरूबर वागत नै. त्यानं बापाचा मान राखायला पायज्ये.

काल निस्तं म्हटलं— उद्याच्या पूज्येला फुलं पायज्येत लई खर्च करून हार-फुलं समदं बैजवार आणलंन पन मग निदान आजच्यापुरतं तरी लौकर उठून आरतीला यायला काय हरकत हुती? आरतीला येक नै आला ते नै आनि वर आरतीच्या आवाजानं झोप मोडली म्हनून तनतन क्येलीन--- शोभलं का ह्ये त्याला?--- वर च्या हवाच होता लग्गीच. बाप-लेकाची जुंपायला नको म्हनून त्याला आरती थांबवून च्या करून दिला, तर आता अमोलचे वडील घुमडी घालून बसल्येत. तोंडानं त्यांचा जप चाललाय खरा; पन मला ठावं हाय, घरात मुलाची मिजास वाढत चाललीय--- ती जनू मीच वाढवतीय आसंच धरून ऱ्हायल्येत त्ये. मला समजतंय समदं.

आजकाल घरात काय तरी बिगडत चाललंय. माईंनी मोठ्या मुश्किलीनं डोळ्यांतली आसवं सावरली नि जोरात जप म्हणायला सुरुवात केली.

आयपॉडवर मस्त गाणं चालू होतं--- 'बिडी जलायलेऽऽ' तोंडात १२०/३२ पान झकास जमलेलं त्यामुळे गुंजन सिनेमाहॉलच्या कोपऱ्यावर उभ्या असलेल्या अमोलची उत्तम तंद्री लागलेली. हॉटेल 'सेव्हन लव्हज' मध्ये चापलेल्या बैदा पावची चव मनात रेंगाळत असतानाच दातातून अचानक कळ यावी तसा तो विचार त्याच्या मनात आला. माई आणि दादांना पैसे वाचवायचा रोगच लागलाय जणू. एक गोष्ट मान्य की पूर्वी परिस्थिती लुळीपांगळी होती पण आता कॉल सेंटरला नोकरी लागल्यापासून रेग्युलर पैश्ये देतोयना घरात! घरातली दैना संपून आता सगळं कसं धडधाकट झालंय. आता तरी ऱ्हावा की ऐटीत! पण नै, दळिंद्री जाड काचेच्ये कपच वापरतील चहाला नि पौर्णिमेच्या दिवशीसुद्धा भक्तिभावानं प्लॅस्टिकच्या फुलांचा अगदी स्वस्तातला हारच आणतील, बाबासाहेबांच्या फोटोला. मंजे मग वर्षभर बघायला नको. च्यायला ऽ घर का काय हे! बदल म्हणून नैच करायचा---

जोरजोरात हॉर्न वाजत होता म्हणून त्यानं दचकून मागे वळून पाहिलं. त्यांची अख्खी गँग त्याच्याजवळ येऊन थांबली होती. एकदम झट्यॅक मोटरसायकल्स एकेकाकडे. चैतन्य, शलाका, फैजल, नूपुर--- अरे वा! लिझीनं तर कमालच केलेली दिसत्ये... नवी पल्सार!--- लईच भन्नाट! मंडळी चिवचिवत होती, मधूनच खिदळत होती. त्यांनी अमोलच्या दिशेनं मोर्चा वळवला तशी त्याचं मन शहारलं, भर दुपारी ते आपलं 'गिऱ्हाईक' करतात की काय? त्यांची एन्जॉयमेंट-

-- आपला छळ!

क्षणात त्याला कंपनीतले सुरुवातीचे दिवस आठवले. त्याच्या घाटी इंग्लिश मीडियममधले त्याच्या जिभेवर घट्ट रुतून बसलेले अनेक इंग्रजी शब्दांचे उच्चार!--- आणि त्यांचं ते परंपरागत चालत आलेलं अशुद्ध मराठी.... त्याला तोंड उघडायलाच लाज वाटायची. त्या काळात ही मंडळी वाट्टेल तेव्हा त्याचं 'गिऱ्हाईक' करत. वाट्टेल ते शब्द उच्चारायला लावत आणि मग फिदी फिदी हसत बसत. कंपनीनं इंग्रजीच्या खास शिक्षणासाठी त्याला इझाबेलकडे पाठवलं नि परिस्थितीनं कूस बदलली. इसाबेलनं खूप घासलं--- पुसलं---खरवडून काढलं नि मग ते इंग्रजी शब्दांचे उच्चार खिळे ठोकून बसवावेत तसे सारले त्याच्या जिभेवर. आता तो त्यांच्या पंक्तीत बसण्याच्या लायकीचा झाला होता. त्या ग्रुपनं त्याला 'आपला' मानलं, तरीही ती भीती अशी कधी तरी उफाळून येईच त्याच्या मनात. इझाबेलनं आपला हा विद्यार्थी कंपनीच्या ताब्यात देताना एक वाक्य पेरलं होतं त्याच्या मनात— 'ऑल्वेज बी पॉझिटिव्ह!' अनेक वेळा मग कंपनीत तो या वाक्याला घट्ट धरून उभा राही. आत्ताही त्यानं पट्कन त्या वाक्याचाच आधार घेतला नि स्वत:ला सावरत तोंडातला घोळ पट्कन गिळून टाकत तो म्हणाला, "हॅलोऽ! आज कयामतका दिन है क्या? सबके सब इधरीच---!"

"गुंजनला 'फुल अॅन्ड फायनल'ची तिकिटं मिळतात का, ते बघायला आलो होतो... पण आता सगळ्यांचं मिलेनियम मॉलला शॉपिगला जायचं चाललंय." गाडीवरून उतरत शलाकानं त्याला माहिती पुरवली. आठवड्यातून मिळणारा सुटीचा दिवस हा फुल धमाल करायचा दिवस असतो, हे अमोलला आता माहीत झालं होतं. अशी धमाल करायला निघालेल्या या मंडळींनी आपल्याला बोलावलं नाही याची नोंद त्याच्या मनानं घेतली, तेव्हा त्याला थोडं ठेचकाळल्यासारखं झालं; पण जेव्हा नूपुर त्याला म्हणाली, "तुझा मोबाईल आम्ही सकाळपासून ट्राय करतोय---" तेव्हा त्याला बरं वाटलं. "इझाबेलनं आपल्या सगळ्यांना तिच्या बर्थडे पार्टीला बोलावलंय. तिच्यासाठी गिफ्ट आणयचं राहिलं होतं, म्हणून आता मिलेनियम मॉलमध्ये जायचय" नूपुर म्हणाली.

लिझीनं त्याला तिच्यामागे पिलियन सीटवर बसवून घेतलं नि तिच्या पल्सरनं वेग पकडला. चौकातला रेड सिग्नल तोडून गाड्या बुंगाट पळू लागल्या.

दुपार टळायच्या बेताला अमोल नागपूर चाळीच्या पायऱ्या चढू लागला,

तरीही त्याच्या डोक्यातून लिझी जात नव्हती. तिच्या अंगाला येणारा इंपोर्टेड सेंटचा तो जीवघेणा वास--- कसलं भन्नाट सेंट आहे हे--- असं वाटतं--- असं वाटतं... जसं काई दहा-पंधरा तरण्याबांड पोरींची झुंडच येत्ये आंगावर--- त्यातून त्या स्ट्रिप्टीज करणाऱ्या पोरी... जॉन आणि फझलसारख्या दोस्तांबरोबर 'रेड चिली', 'स्कॉर्पिओ'सारख्या पब्जमध्ये घालवलेल्या रात्रींमध्ये मिळालेलं हे ज्ञान. स्ट्रिप्टीजच्या नुसत्या विचारानं एकेक कपडा हळूहळू... त्याची कानशिलं लालेलाल झाली. हातात शॉपिंग केलेल्या सामानाचं एवढं ओझं होतं, तरी हाताच्या तळव्यांचा ओलसर दमटपणा त्याला जाणवलाच.

त्यानं दारावरची बेल वाजवली तशी पुढे होऊन माईंनी दार उघडलं, पण त्याच्याशी चकार शब्दही न बोलता त्या आतल्या खोलीत निघून गेल्या. तो आत आला, तेव्हा त्याच्या हातातल्या त्या शॉपिंग बॅग्जकडे दादांनी असं काही पाहिलं की जणू त्यांना म्हणायचं होतं, 'क्येला का पैशाचा चुराडा?' त्यांच्या त्या नजरेला भीक न घालता अमोलनं हातातल्या बॅग्ज भिंतीला टेकून ठेवल्या नि तो त्यांच्या अंगावर ओरडला, "दादा, तुम्हाला एवढा महागाईचा ब्लॅक बेरी मोबाईल घेऊन दिलाय, तो काय पूजा करायला? चार वेळा तुमच्या मोबाईलवर फोन केला, मला उशीर होईल हे सांगायला; पण तुम्ही एकदाही फोन उचलला नाहीत आणि मला उशीर होतोय म्हणताना तुम्हीसुद्धा मला माझ्या मोबाईलवर फोन केला नाहीत. तुम्ही माझ्या मोबाईलवर फुकट फोन करू शकता, किती वेळा सांगितलंय--- पण नै! नवं काही शिकायचंच नाऽही."

आपण पोरावर उगाच रागावलो, हे लक्षात येताच आता दादांवर माई डाफरल्या, "यांचं ह्ये न्हेमीचचं हाय— त्यांना मोबाईलची रिंग ऐकूच येत नै." एरवी दादा बरंच तणतणले असते; पण आत्ता मात्र त्यांनी मुकाट्यानं मोबाईल शोधायला सुरुवात केली नि ते स्वत:शीच पुटपुटले, "सवाष्णीच्या मंगळसूत्रासारखं आता त्ये डबडं गळ्यातच आडकवून टाकतो झालं!"

अमोल स्वयंपाकघरात गेला, तेव्हा माईंनी तिघांची पानं घेतलेली त्यानं बघितली; तेव्हा त्याला शॉपिंग केल्यावर गँगबरोबर सन अॅन्ड सँडला तुडवलेली कोंबडी आठवली आणि वाटलं, आता ती कोकलत येणार तोंडातून बाहेर. माईनं मुद्दाम खपून बनवलेले फराळाचे पदार्थ एव्हाना पानात वाढले होते. 'माझ्या पोटात आता असल्या वस्तूंना जागा नाही' हे सांगायचा धीर मात्र त्याला झाला नाही.

इझाबेल मॅडमची बर्थ-डे पार्टी तशी मिळमिळीत झाली. मॅडमनं गिफ्ट-

सुद्धा घेतलं नाही. पण त्यानंतरच्या वीकेंडला लिझीनं तिला मिळालेल्या प्रमोशनची पार्टी दिली तीच मुळी मुळशीच्या हॉट ॲन्ड स्वीट पबमध्ये. तिथे नुसती धमाल आली. लिझी एवढी सेक्सी दिसत होती! तिचं ते रेड कलर लेदर जॅकेट आणि कानातली अखंड चमचमणारी हिऱ्याची इअरींग्ज... नाकातली हिऱ्याची मोरणी... ओठांची डार्क कॉफी कलरची लिपस्टिक. तिच्यावरून त्याची नजरच हलायला तयार नव्हती. पबमधलं म्युझिक तर अंगात भिनून अंगभर नुसत्या झिणझिण्या पसरवणारं. खरं तर त्याला रीतसर डान्स येत नव्हता, पण त्यानंही इतरांची नक्कल करत थोडं फार अंग हलवलंच. बडा मजा आया... शॅंपेन, व्हिस्की, रम--- सिख कबाब, चिकन मसाला--- आणि खूप काही. तिनं सगळंच सढळ हातानं पुरवलं होतं. पार्टी रंगली ती त्यामुळे.

नकळत त्याला आठवण झाली त्यानं नोकरीला लागल्यावर पहिल्यांदा अटेंड केलेल्या पार्टीची. फझल होस्ट होता त्या पार्टीचा. त्या वेळी तिथलं ते म्युझिक... मुक्त वाहणारी व्हिस्की, रम... सगळंच त्याच्या एवढं अंगावर आलं होतं की त्याला तेव्हा तिथून चक्क पळून जावसं वाटलं होतं. तिथे जमलेली अन् नव्यानं ओळख झालेली माणसं त्याच्याकडे 'हा कोण पावटा' म्हणून निरखून बघतायत, असाही त्याला तेव्हा भास झाला होता. त्या वेळी त्याच्या अंगावर होती अगदीच शेपलेस अशी मळखाऊ रंगाची पॅंट नि पांढरा शर्ट. पायातले शूजसुद्धा एकदम सिंपल रेग्झिनचे होते. त्याच्याजवळ तेव्हा काहीच डिझायनर--- ब्रॅंडेड नव्हतं. एकदमच मिसफिट वाटत होता तो त्या ग्रुपमध्ये. आज काळ किती तरी पुढे सरकला होता---

कुणी तरी जोक सांगत होतं. मंडळी मोठ्यांदा हसली आणि तो भानावर आला. आज तो त्यांच्यात अगदी 'फिट्ट' होता. सगळ्यांनी आता त्याच्या नावानं गिल्ला करायला सुरुवात केली--- 'अमोल, तुझी पार्टी केव्हा?---अबे कंजूष सालेऽ तुझे हम छोडनेवाले नहीं!'

पहाटे-पहाटे पार्टी संपली, तेव्हा लिझीनं तिच्या लेदर वॅलेटमधून क्रेडिट कार्ड काढलं नि मोठ्या टेचात समोर आलेल्या बिलावर साईन केलं आणि मग थकली-भागली मंडळी आपापल्या दिशेनं पांगली.

काही मंडळी लग्न झाल्यापासून वर्षाच्या आत पहिलं मूल घेतात तसं कॉल सेंटरमध्ये नोकरीला लागलेले लोक वर्षाच्या आत चार चाकी घेतात.

अमोलनं तो पायंडा पाळत पांढऱ्या शुभ्र रंगाची ओपाला घेऊन टाकली. आपल्या दाराशी ही अशी कोरी करकरीत कार आल्यामुळे दादा आणि माई भलते खूश झाले. त्यांनी विहारात सगळ्यांना पेढे वाटले. आचार्य प्रवचन करत होते. ''भगवान बुद्धांची शिकवण सतत ध्यानात ठेवा. कशाचाही लोभ धरू नका. कशातही गुंतू नका. चिरंतन आनंदासाठी ते आवश्यक आहे---''

विहारातून बाहेर पडताना माईकडे बघून दादा हसले नि म्हणाले, ''सौंसारी माणूस नै तो, त्यामुळे---'' त्यांनी वाक्य पुरं केलंच नाही, कारण समोरून आलेल्या त्यांच्या जुन्या दोस्ताला पेढा द्यायची त्यांना भयंकर घाई झाली होती. त्या दिवशी अख्ख्या नागपूर चाळीला त्यांनी गोडी बुंदी खाऊ घातली.

आता अमोल स्वत:च्या कारनं ऑफिसला जात असे. ब्युटीपार्लरला रेग्युलर व्हिझीट करत असल्यामुळे एकूणच त्याचा रुबाब वाढला होता. आता तो एकदम कूऽ ल आणि जाम सेक्सी दिसतो, असं त्याच्या मैत्रिणींचं मत होतं. त्याच्यात झालेला हा बदल दादा नि माईसुद्धा टिपत होते. एवढं सगळं होतं तरी त्याच्या डोळ्यांभोवतीची वाढती काळी वर्तुळं नि अलीकडेच त्याच्या डोळ्यांवर चढलेला चष्मा माईंना खुपे. त्याच्याशी कुठलीच गोष्ट बोलण्याची हिंमत मात्र आता त्यांच्यात मुळीच उरली नव्हती. शिवाय तो हल्ली एखाद्या पाहुण्यासारखा काही वेळच फक्त त्यांना भेटत असे. त्यामुळे तेवढ्या थोड्या वेळात वेडं-वाकडं काही बोलणं त्यांच्या जिवावर येई.

अलीकडे आपली नोकरी जाऊ नये म्हणून दादा जमेल तेव्हा जप करीत, तरीही त्यांची नोकरी गेलीच. त्यामुळे नोकरी जाईल ही दादांच्या मनात असलेली भीती नष्ट झाली हे खरं; मिळवता मुलगा हाताशी होता, तरीही ते आजकाल पाठीत वाकून चालत नि फारसे कुणाशी बोलतही नसत. हे असं घडत असतानाच अमोलनं त्याची नोकरी सोडली. आता बाप-लेक दोघंही घरात. त्यामुळे ती दोघं आमने-सामने आली की, स्वयंपाकघरात काम करणाऱ्या माईंची छाती धडधडे. एकदा न राहवून तो समोर दिसताच दादा त्याला म्हणाले, ''माझ्ये अनुभवाचे बोल हायेत, वाटल्यास लिहून ठ्येव— हातची सोन्यासारखी नोकरी सोडलीस, हा महागाढावपना क्येलास. थोडी कळ सोसली आसतीस तं पगारवाढ हितंच मिळली आसती. शिक्षन आर्ध्यावर सोडल्यालं---सोन्यासारक्या नोकऱ्या काई वाटंवर नै पडल्याल्या.''

त्यांची कीव आल्यासारखा अमोल त्यांच्याकडे बघून हसला नि त्यांच्याकडे पाठ करून आयपॉडवर गाणं ऐकू लागला. पण दादा जेव्हा आणखीच बोलायला

बुद्ध हसतो आहे / २३

लागले, तेव्हा मात्र त्याचं टाळकं सटकलंच. न राहवून तीव्र आवाजात तो म्हणाला, "दादा, तुमचा अनुभव या जगात शून्य मोलाचा आहे, कारण जग धावत पुढे चाललंय; पण तुम्ही मात्र मागेच कुठे तरी जत्रेत रमलेल्या मुलासारखे रमला आहात. त्यामुळे जागच्या जागी खोळंबून उभे आहात. तुम्हाला काय माहिती आहे आमच्या फील्डची— आँ? इथे एकाच जागी चिकटून मरेपर्यंत किंवा तुमच्यासारखं नोकरीवरून हाकलून काढेपर्यंत राहायची पद्धत नाही. उलट मी या नोकरीत लोंबकाळून निगरगट्ट उभा राहिलो असतो तरंच प्रॉब्लेम्स झाले असते. तुम्हाला नै काही कळत---- म्हणे, यांच्ये मी लिहून ठेवावे अशे अनुभवाच्ये बोल! हं!--"

आणि मग पुढचं तो जे तोंडातल्या तोंडात बोलला, ते आतल्या खोलीत वावरणाऱ्या माईंना व्यवस्थित समजलं, 'गावंढळ लेकाचे!' हेच शब्द अमोलनं उच्चारले असणार, माईंची खात्री होती. त्यांची तशी खात्री होती, कारण एक दिवस सदान्‌कदा पार्ट्यांसाठीच बाहेर पळणाऱ्या अमोलला धीर करून त्या म्हणाल्या होत्या, "अमोल, तुझ्ये कुनी दोस्त-मैत्रिनी कदी घरी येत न्हाइत रे? आनकी येकदा सगल्यांना. मी छान करीन वेवस्ता. त्यांच्यासाटी सुकं मटन--- काजू-बिजू घालून पुलाव--- तुमाला हवी तशी मस्त पार्टी करू आपन."

त्या वेळची त्याची नजर त्यांना आत्ताही आठवली. अवघी तुच्छता त्या नजरेत दाटलेली नि त्याचा आवाजसुद्धा तसाच उर्मट. त्या वेळी तो म्हणाला होता, "पार्टी मंजे काय समजलीस? नुस्तं खाणं... गप्पा मारणं? हं! पार्टीत म्युझिक हवं... डान्स हवा... हराभरा कबाब... तंदुरी आणि... आणि जाऊ दे... तुला नाही समजायचं. शिवाय तुमच्या तोंडातली ही भाषा— कशाला कुणाला घरी आणायचं?" तेव्हा तो पुटपुटला होता ते त्यांनी स्पष्ट ऐकलं होतं, "गावंढळ नुसते!"

ते ऐकल्यावर त्यांचं रक्त नुसतं उकळायला लागलं होतं. आत्ताही तेच झालं. विलक्षण बेचैनी अन् संताप या दोन्हींनी त्यांचं मन पोळून निघालं, हातातलं कामही त्यांच्याच्यानं करवेना, म्हणून मग ते तसंच टाकून पदराला हात पुसत त्या जेव्हा बाहेरच्या खोलीत आल्या, तेव्हा अमोल तिथे नव्हता. तो जर तिथे असता, तर आज त्याची खैर नव्हती. कशा कोण जाणे, पण त्या एकदम थकल्यासारख्या जमिनीवर बसल्या. काही वेळ खोलीत भयाण शांतता नांदली नि मग त्या दादांना म्हणाल्या, "जिवाला अलीकडे गमतच नाई. लई थकायला झालंय. वाटतं, दूर कुठं तरी जावं..." दादांनी अंगात शर्ट अडकवला नि ते

त्यांना म्हणाले, "चला, आपण विहारात जाऊ."

आकाशात ढग केव्हाचे भरून आलेले. ती दोघं रिक्शात बसून रस्त्याला लागेपर्यंत पाऊस कोसळायला लागला. अवेळी आलेल्या पावसानं रस्त्यावरच्या माणसांची भलतीच तारांबळ उडवली होती. माईंचं या कशाकडेही लक्ष नव्हतं. एकसारखं त्यांच्या मनात यायला लागलं— पदराचा शेव कशात तरी अडकून त्याचा धांदोळा निघावा नि लुगडं बघता बघता वाया जावं, तसं झालंय आपल्या घराचं. गळणारे डोळे झाकण्यासाठी त्यांनी डोळ्यांना पदर लावला. दादा हलकेच त्यांच्याजवळ सरकले नि त्यांना हलके-हलके थोपटत म्हणत राहिले. "परतेक गोस्ट मनाला लावून घ्यायाची वाईट खोड हाय तुमाला. पुसा ते डोळं. अजून येवढं काई घडल्यालं नै."

विहारात फारशी गर्दी नव्हती. ती दोघं भगवान बुद्धाच्या मूर्तीसमोर येऊन उभी राहिली आणि त्यांनी डोळे मिटले. त्यांच्या मिटल्या डोळ्यांसमोर त्यांना बुद्ध हसताना दिसला. त्या दोघांनीही पट्कन डोळे उघडले नि समोर मूर्तीकडे पाहिलं, तर आजही त्यांना ती वेगळीच वाटली.

बाहेर पाऊस कोसळतच होता. लगेच ध्यानाला न बसता आज ती दोघं विहारात फिरू लागली. तिथे भिंतीवर भगवान बुद्धाच्या जीवनातले किती तरी प्रसंग चितारलेले. दुःखाचं मूळ शोधत फिरणारा भगवंत... बोधिवृक्षाखाली बसलेला भगवंत... आत्मज्ञान प्राप्त झालेला भगवंत... प्रवचनं करणारे भगवंत. भिंतींवर त्यांच्या प्रवचनातली किती तरी वचनं लिहिलेली आणि तिथेच बाबासाहेब आंबेडकरांचा फोटोही टांगलेला. त्यातलं काहीसुद्धा त्या दोघांनाही पचेना, उमगेना. सभामंडपात आचार्यांना आलेले पाहताच ती दोघं धावली त्यांच्यापाशी आणि न राहून त्यांनी जरा मोठ्या आवाजात त्यांना विचारलं, "भदंते, खरं सांगा, मानसाच्या दुःखाचं मूळ आजच्या जमान्यात न्येमकं काय हाय? आमच्या-सारक्या सौंसारी मानसाच्या आंगावं आजच्या जमान्यात किती नि काय काय कोसळायला लागलंय... कसं आवरायचं मन सांगा ना!"

आचार्यांनी किंचित रागवून त्यांच्याकडे बघितलं नि ते म्हणाले, "आत्मज्ञाना-सारखी दुसरी गोष्ट नाही." आणि मग वळून भगवान बुद्धांच्या मूर्तीला नमस्कार करत ते पुटपुटले, "काहीही झालं तरी सत्य बदलत नसतं."

त्या दोघांनी एकमेकांकडे पाहिलं, कारण आचार्य जे बोलले ते त्यांच्या प्रश्नाचं उत्तर नव्हतं. ते मनाच्या ज्या अवस्थेत तिथे आले होते, त्याच अवस्थेत ते तिथून बाहेर पडले. बाहेर अजूनही अवेळी आलेला पाऊस कोसळतच होता.

- - - -

माई आणि दादा पाहत होते, अमोल नव्या नोकरीतही पट्कन रुळून गेला होता. नव्या मित्र-मैत्रिणींनी जुन्या गोतावळ्याची जागा भरून घेतली होती. माई आणि दादांना आश्चर्य वाटे— त्याला त्याच्या जुन्या दोस्तांची सय कधीच कशी येत नाई? कशात कधी गुंतायचं नाई मंजे, ह्ये इतकं आसं आसतं? त्यांना आश्चर्य वाटायला लावणाऱ्या आणखीही काही गोष्टी होत्या. बौद्ध पौर्णिमेचा उपास...विहारात जाणं असलं काही अमोल करत नसला तरी अलीकडे त्यानं कडकडीत मंगळवार धरले होते. शिवाय कुठून कुठून आणून वेगवेगळ्या ग्रहांच्या अंगठ्या त्यानं हातात घातल्या होत्या. त्या घरातलं प्रत्येक जण आजकाल फार जपून वागे, बोले; कारण प्रत्येकाला वाटे— आपण नको कटकटीसाठी निमित्त व्हायला.

रविवारची सकाळ. माई आणि दादा निवांत चहा पीत बसलेले. एरवी सकाळची उन्हं कधीही न पाहणारा अमोल आज चक्क उठून त्यांच्यात चहा प्यायला येऊन बसला तेव्हा त्यांना आश्चर्यच वाटलं. त्यातून त्यानं माईशेजारी बसत पूर्वीसारखं त्यांच्या हातातल्या काचेच्या बांगड्यांशी खेळायला सुरुवात केली तेव्हा त्यांना काही सुचेचना. त्यांच्या कपातल्या चहाचा हक्कानं घोट घेत त्यानं म्हटलं, "माई, किती दिवस झाले— तुला नवं लुगडं नाई घ्येतलं आणि आज आपण बाहेर जेवायला जाऊ."

त्याचं हे असं चाललं असताना ती दोघं त्याच्याकडे बघतच राहिली. तो आज अचानक इतका गोडीत आलेला पाहून धास्तावलेल्या माई पट्कन म्हणाल्या, "का रं बाबा, आज यवढी लाडीगोडी? कोन त्या लिझी का काय त्या पोरीसंग लगीन-बिगीन काढलंस का काय?"

"काय माई! तुम्ही पण ना राव, कमाल करता अगदी! आणि आजकाल लग्न कोण करतं... गरज काय त्याची?" अमोल गडगडाटी हसत होता. त्याच्याकडे बघता-बघता माईंना वाटलं, त्याच्या नजरेत ती तीच तुच्छता दिसायला लागलीय. घाईनं दादांना हाका मारत त्या म्हणाल्या, "बगा वोऽ हा काय म्हनतोय त्ये--"

दादा चहा पिता-पिता सगळं ऐकत होते. करड्या आवाजात त्यांनी म्हटलं, "बाबा रे, तुला ज्ये सांगायचंय, त्ये झटक्यात सांगून टाक. उगा गोंधळ घालत बसू नकोस."

"दादा आणि माई तूसुद्धा, मी काही बोललो की तुम्ही नेहमीच काही तरी

गोंधळ घालता, म्हणून इतके दिवस बोललो नाही मी. पण आज सांगतो. कल्याणीनगरला 'पार्श्व गार्डन्स' या हाउसिंग सोसायटीत डबल बेडरूमचा फ्लॅट मी बुक केला होता. पुढच्या रविवारी त्याचा ताबा मिळेल. वाटलं तर आजच नेऊन आणतो तुम्हाला— मंजे समजेल, कशाला घर म्हणायचं असतं ते.''

अमोलचा फ्लॅट पाहून आल्यापासून माईंना आकाश जणू ठेंगणं वाटायला लागलं. इथे चाळीत वरच्या मजल्यावरच्या दहा बिऱ्हाडांना मिळून एकच संडास. पण तिकडे अमोलच्या घरात झोपायच्या प्रत्येक खोलीला स्वतंत्र संडास आणि मोरीसुद्धा! हे सगळं आठवून एकदा तर त्यांचं ऊर अमोलविषयीच्या अभिमानानं एवढं भरून आलं होतं की, त्या आयुष्यात पहिल्यांदा दादांशी आवाज चढवून म्हणाल्या त्यांना, ''तुमाला जल्मात जमलं नाई, त्ये माज्या ल्येकानं करून दाखीवलं. आता उगाच मागचं काई उकरून काढून त्याचा बीमोड करू नका.''

मग माईंनी पक्का निश्चयच करून टाकला, आता आसं अप टू डेट का काय— त्ये व्हायचं की, अमोलला ओरडा करायला जागाच सापडू नये. अमोलच्या नव्या घराचं चित्र डोळ्यांसमोर आणता-आणता एक गोष्ट त्यांच्या लक्षात आली. तिथे सैपाघरात दूध-दुभतं ठेवायला आदबशीर जागा नाहीये तसंच ताटं, वाट्या, भांडी, फुलपात्र नीट मांडून ठेवायची सोय पण नाहीये; दुधाचं कपाट नि भांडी रचायची मांडणी तिकडे न्यायला लागेल. या दोन्ही गोष्टी घासून-पुसून लखलखीत करून ठेवायला हव्यात. पुढचा रविवार काय, आत्ता येऊन उभा राहील!--- म्हणून मग पदर खोचून त्या उभ्या राहिल्या नि त्यांनी दुधाच्या कपाटापासून सुरुवात केली. त्या त्यांच्या कामात इतक्या दंग झाल्या होत्या की, खोलीत अंधार झालेलाही त्यांच्या ध्यानात आला नाही.

धाड्कन दार ढकलून दादा घरात शिरले नि त्यांनी दिवा लावला. माईंनी मागे वळून त्यांच्याकडे पाहिलं... इतके वाकलेले, थकलेले दादा त्यांनी कधीच पाहिले नव्हते. कुठल्याही परिस्थितीत ते नेहमीच ताठ उभे रहायचे. त्यांचे खांदे रुंद नि मजबूत होते. त्यांची नोकरी गेली तेव्हा त्यांच्या पाठीला थोडा बाक आला होता हे खरं, पण आत्ता आत आलेले ते जास्तच वाकलेले... थकलेले दिसत होते. माईंनी त्यांचं ते रूप पाहिलं नि त्या चरकल्या. हातातलं फडकं खाली टाकत घाईनं त्या पुढे झाल्या नि त्यांनी विचारलं, ''जिवाला बरं वाटत नाई का?

पानी प्या---'' त्यांनी त्यांच्यासमोर तांब्या भांडं आणून ठेवलं.

दादांचं या कशाकडेच लक्ष नव्हतं, जमिनीवर बसकण मारत त्यांनी कोपऱ्यातल्या भगवान बुद्धाच्या मूर्तीकडे एकटक बघितलं आणि मग सावकाश एकेका शब्दावर जोर देत ते म्हणाले, ''दुधाचं कपाट--- ही मांडणी--- कशाला यवढी उरापोटी खसाखसा साफ करताय?---ह्ये गबाळ हितच ऱ्हानाराय आनि आपण बी---''

''अमोलला समजत नै अजून, तिथल्या सैपाघरात मी वावरनार मंजी मीच बघनार ना? तिथं काय हावं--- नको, शिवाय या दोन्हीबी जिनसात जीव गुंतलाय माजा मी समजावीन त्याला.''

लहान मुलाच्या भाबडेपणाची कीव येऊन त्याच्याकडे दयेनं बघावं तसं दादांनी माईंकडे बघीतलं नि मग खाली मान घालून ते पुटपुटले, ''विहारात अलिकडे गेलं की भगवान बुद्धाची मूर्ती आपल्याला बघून हसत्येसं दिसतं नैका! भदंते त्या दिवशी काय म्हनले आठवतय?

'सत्य कधीही बदलत नसतं!' भगवान बुद्धांच्या वचनांचं पालन नैना झालं आपल्याहातून; मोहात सापडलो आपन. लोभ सुटला पोटच्या पोराच्या--- त्याच्या त्या चार चाकी गाडीचा--- सतंत्र संडास-मोले लईच चैन करुसं वाटलं त्याच्या त्या घरात. मोह!--- साऱ्या दु:खाचं मूळ ह्येच! भगवान बुद्धाची शिकवण---''

दादांचं बोलणं ऐकून, माई भांबावल्या. आपल्या नवऱ्याच्या जिव्हारी नेमकं काय टोचलय तेच त्याना समजेना. हातातलं फडकं खाली टाकून त्यांच्या जवळ बसत अगदी मऊ आवाजात त्या म्हणाल्या, ''कुनी काई बोल्ल कां? जिवाचा त्रागा नका करून घिऊ, लोक जळत्यात आपल्यावर. आख्ख्या खानदानीत आसं झळझळीत लेकरू नाई कुनाचं बी! आपल्या पोराचं कौतुक आपन नाई करायचं त कुनी? तुमी आपलं पानी टाका, लोकं काई बोलली आसली त त्यावर.

लई कामं हैत. रैवारीच अमोलच्या नव्या घरात जायचं मंजी लागलीच पुजा घालायला हवी. शेजारच्या कांबळेवैनी--- खालच्या मजल्यावरच्ये पांडबा पवार--- कितीजनाना आजून निमंत्रनं द्यायचीत. लई बैजवार कराय पायज्ये समदं. चला उठा कामाला लागा.''

बोलता बोलता माईंनी पदर खोचला, नि त्या उभ्या राहील्या. आता त्या पुन्हा खाली फेकलेलं फडकं उचलणार इतक्यात त्यांच्या हाताला धरून त्याना

खाली बसवत काहीशा जरबेच्या सुरात दादा त्याना म्हणाले, "ऐकता का आता नीट! जरा निवांत डोक्यानं मी काय सांगतो ते ऐकायचं--- आजकाल पुजाबीजा घालून नव्या घरात ऱ्हायला जात न्हाईत. तिथं उदघाटनाची झक्कास पार्टी आसती. त्या पार्टीत त्यांच्या लेव्हलची मानसं फकस्त बलिवत्यात. आपल्या सारक्याना नाय बलवित---

आंबेडकरबाबा, तुमी सांगितलं, "दारु सोडा--- निर्मळ वागा."

आमी दारु सोडली. निर्मळ वागलो.

तुमी सांगितलं शिक्षत शिका. संघटित व्हा. पुढे चला. आमी शिकलो. एकत्र चाळीत राहून संघटीत झालो. पोराला शिकीवलं. पुढे चालायला पाठीवलं--- तरी घोडं आडलं. आमी लेव्हलच्ये नाय त्यांच्या म्हनन्यात आजून काय बाकी ऱ्हायलं?" आता दादांच्या डोळ्यातून घळा घळा पाणी वहायला लागलं होतं.

माईना ते बघवेना, पुढे सरकून लहान मुलाला जवळ घ्यावं तसं त्यांनी दादाना जवळ घेतलं नि त्या म्हणाल्या, "कसली लेव्हल, काय बोलताय तुमी? आपल्या दोघांशिवाय अमोलच्या घराची घरभरन कशी व्हईल? आनि कांबळे वैनी--- पांडबा पवार ही त जिवाला जीव देनारी आपली मानसं. अमोल जानून हाय समदं. त्याना बलिवल्याबिगर ऱ्हायचा न्हाई त्यो."

दादांचे डोळे एव्हाना कोरडे ठाक झाले होते. पुन्हा एकदा ताठ होत स्वतःला सावरत ते मोठ्यांदा म्हणाले, "मगाशी खाली चौकात अमोलचा दोस्त भ्येटला त्यानंच सांगितलं, नव्या घराची पार्टी लई झोकात झाली. आनि तिथं पान्या सारकी दारु--- जाऊ द्या. घरभरनीला हाल्ली आसंच आसतं."

"झाली आसंल पार्टी! पन म्हनून अमोल तिथं आपल्या मानसाला बोलवून पुजा घालणार नाई आसं नाही."

"मी तवाच बोललो अमोलशी त्याच्या मोबाईलवर तर---"

"तर काय?"

"या चाळीशी आता त्याचा संमंध संपलाय. हितलं कुनीबी त्याच्या लेव्हलचं नाही, त्या कारनानी आपल बी गावंढळ गबाळ हितच मरेतो ऱ्हानार. त्यो येऊन भेटंल त्याला जमंल तसं. तर मुद्याच ह्ये की भगवान बुद्धाची शिकवण खरी!"

ते सगळं ऐकून माईना एकदम थकल्या सारखं वाटायला लागलं, तरीही सगळा धीर गोळा करून त्या म्हणाल्या, "मी समजावीन त्याला, शेवटी काई झालं तरी आपलं लेकरू हायत्ये."

"आता हद्द झाली तुमच्या पुढं." दादा चिडून म्हणाले आणि तेवढंच म्हणून थांबवले नाही ते माईंच्या अंगावर खेकसून पुढे असंही म्हणाले कि, "पोराच्या मायेनं तुमी पार येड्या झालाय. जरा मन आवरून नीट इचार करा. तुमचा लाडका ल्योक म्हनलाय, "मीच भेटायला येत जाईन!" मंजी आलं का ध्यानात?--- तुम्ही तिथं जायचं काम नाही, आसं म्हनतोय त्यो.

आता लागलीच डोल्याला पदर लाऊ नका. आनि येक सांगतो, अजून माज्या मनगटात बळ हाय. कामधंदा करून घरात मीठ-भाकर आनन्याइतपत नक्की कमवीन मी. फकस्त आता तुमी घट्ट व्हावा---" बोलता बोलता दादांचे डोळे पुन्हा भरून आले. घाईनं ते तरातरा चालत बाहेरच्या खोलीत गेले नि त्यांनी खूप पूर्वी हौसेनं विकत घेतलेल्या सी डी प्लेअरवर आचार्यांच्या खास प्रवचनाची सीडी लावली.

---निर्जिव तबकडीतून आचार्यांचे शब्द सांडू लागले--- मोह आणि अज्ञान हेच दुःखाचे मूळ आहे. माया दूर सारून सत्य ओळखता आले पाहिजे. ते पचवता आले पाहिजे. आत्मज्ञान महत्त्वाचे...

खोलीभर शब्दच शब्द पसरत चालले. माईंना काहीच सहन होईना. शेवटी पडेल आवाजात दादाना त्या म्हणाल्या, "मला तर बाई भीती वाटत्ये--- काईच समजत नै असं झालंय; जीव मातूर लई मंजे लई शिणलाय यवढं पक्क सत्य हाय."

"माजं बी तसंच झालंय." दादांच उसनं अवसान आता गळून पडण्याच्या बेतात होतं. आपसूकपणे त्यांची नजर कोपऱ्यातल्या बुद्धाच्या मूर्तीकडे गेली, त्याही क्षणी ती मूर्ती त्यांच्याकडे बघून त्यांना हसतेय असाच त्याना भास झाला. आणि मग दोघंही एका सुरात म्हणू लागली,--- 'बुद्धं शरणं गच्छाऽ मि!---'

❑❑

२. दुर्गम ही वाट

जागतिक व्यापार संघटनेच्या बैठकीच्या निमित्तानं 'दोहा' नुसतं सजलंय. जागजागी 'वेलकम'चे बॅनर्स लावलेले. रस्त्यालगतची खजुराची... कडुनिंबाची झाडं... बोगनवेली... उंच इमारती... राऊंड अबाऊट्स... सगळीकडे सुरेख रोषणाई झळकतेय.

भारतीय उद्योजकांचं शिष्टमंडळ विमानतळाबाहेर पडलं, तेव्हा खालीज टाइम्सची वार्ताहर झहिरा शेख हातात माइक घेऊन यशदाकडे धावली. तिनं यशदाला अगदी वेचून प्रश्न विचारले, घाईघाईत विचारलेल्या त्या दोन प्रश्नांचा अर्थ एवढाच होता — महिला उद्योजकांना विशेष सवलती मिळाव्यात, असं तुम्हाला वाटतं का? आणि तुम्ही मिळवलेल्या यशाचं श्रेय तुम्ही कुणाला द्याल?... झहिरा पुन: पुन्हा विचारत राहिली... टू हूम?... युवर पेरेंट्स... फ्रेंड्स...?

यशदानं जुजबी उत्तर देऊन वेळ मारून नेली खरी; पण हॉटेल अलबुस्तानमध्ये ती आपल्या स्वीटमध्ये पोचली, तेव्हा तिचं मन पार ढवळून निघालं होतं. अखंड धडपड करून 'यश एन्टरप्रायजेस' इथवर आणून पोचवलं त्याचं श्रेय कुणाला द्यायचं? उभा दावा धरल्यासारख्या वागणाऱ्या नातेवाइकांना ज्यांनी वाईट वागून आपल्यातली जिद्द आणि स्वाभिमानालाच सतत डिवचलं आणि आपल्याला काम करायला भाग पाडलं त्यांना, की...की ठामपणाने पाठी उभ्या राहिलेल्या रमण दीक्षित... ॲडव्होकेट सुचित्रा पाटीलसारख्या माणसांना? थकून ती गादीवर आडवी झाली. गादी खूप मऊ होती. खोलीतलं तापमान नियंत्रित करून

सुखद असं ठेवलेलं होतं, तरीही ती अस्वस्थ झाली. तिला सुरुवातीचे ते दिवस आठवले.

दाखवून, ठरवून केलेलं सर्वसामान्य मुलीसारखं लग्न. तरीही हळूहळू प्रेमाचं गणित जमलं. श्रीकरबरोबर संसाराचा डाव रंगायला लागला. भर पावसात मोटरसायकलवर त्याच्या पाठी त्याला बिलगून बसत दूरवर भटकायला जाण्यात मौज वाटे. कसलीही स्वप्नं आणि ती स्वप्नं पुरी करण्याची जिद्द नसलेले फक्त एका गुलाबी रंगात रंगलेले ते दिवस. पाटीलबाईंच्या तयार कपड्यांच्या कारखान्यात कामाला जायचं ते केवळ टाईमपास म्हणून. पण हळूहळू तिच्या लक्षात यायला लागलं— तिचा जीव विलक्षण रमतो त्या रंगीबेरंगी कापडांच्या दुनियेत. लेसेस, मणी... काचा पाहिल्यावर पूर्वी कधी तरी फॅशन्सच्या पुस्तकात पाहिलेले किती तरी पॅटर्न्स तिला चटकन आठवत तर कधी ती स्वत: नवे पॅटर्नस तयार करी. पाटीलबाईंना तिचं भारी कौतुक वाटे. आणि म्हणूनच हातचं काहीही राखून न ठेवता तिला त्यांनी शिवणातले कितीतरी बारकावे शिकवले. इतके दिवस जे हौसे मौजेचं होतं तेच श्रीकरची नोकरी गेली नि गरजेचं होऊन बसलं. आता ती तयार केलेल्या पॅटर्न्सचे पैसे मागू लागली तशा गोष्टी बिघडायला लागल्या. एक दिवस कहर झाला. महत्त्वाची ऑर्डर पुरी करायची होती. तिनं पेपर कटिंगपासून फायनल स्टिचिंगपर्यंत सगळी कामं मन लावून केली. घरातून पैशासाठीचे हाकारे जोरात होते. तिनं हलक्या आवाजात जास्तीच्या कामाचे पैसे मागितले, तेदेखील इतर ठिकाणी मास्टर कटर्सना देतात त्या दरानं. तेव्हा... पाटीलबाईनं पैसे दिले खरे पण जोरात म्हणाल्याही, "एवढी हुशारी असेल तर आण ना स्वत:चा स्वतंत्र ब्रँड बाजारात! इथे मी गुंतवणूक केलीय. वर्षानुवर्षे बाजारात ठेकून उभी ऱ्हायलेय; तेव्हा चार पैसे दिसतायत!" आणि मग त्यांनी तिच्याकडे अशा नजरेनं पाहिलं की, जणू त्या तिला आव्हान देत होत्या... पाटीलबाईंनी ठिणगी टाकली नि यशदा पेटून उठली.

पाटीलबाईंच्या आठवणीनं आत्ताही तिला हसू आलं आणि तिच्या डोळ्यांत पाणीदेखील उभं राहिलं. इतकी प्रेमळ आणि इतकी व्यवहारशून्य बाई नेमकी आपल्या आयुष्यात आली, त्या योगायोगाचं तिला आजही अप्रूप वाटलं.

तिच्या मनात पहिल्यांदाच जिद्द पेटून उठली. त्याच एका तिरीमिरीत तिनं लग्नात तिच्या आईनं घातलेल्या सोन्याच्या दोन बांगड्या विकल्या नि नवं कोरं करकरीत मशीन, थोडे कापडाचे तुकडे, रंगीत दोरे, लेसेस, बटणं असं काही घेऊन मगच घर गाठलं.

तिला आत्ताही तो प्रसंग जसाच्या तसा आठवला. शिवणाचं मशीन नीट घरात आणून ठेवून कंपनीची माणसं घराबाहेर पडेपर्यंत श्रीकर शांत होता. ती अवघड गणितं सोडवता यायला लागल्यावर होणाऱ्या आनंदासारखीच एकदम खूष होती स्वत:वरच. सांगत राहिली श्रीकरला, "श्रीकर, हे बघ! चार प्लेटस आहेत या मशीनला लावण्यासाठी— एम्ब्रॉयडरी... पिको... सगळं घरच्या घरी करता येईल. मला खूप काम करायचंय... आणि हे बघ, तू काही काळजी करू नकोस. मी... मी बनवीन नवीन सुंदर फ्रॉक्स... वेगवेगळ्या लेसेस आणि फ्रिल्स आणि बो आणि डिझाइन्सवाले..."

ती अजूनही बरंच रंगीबेरंगी बोलत राहिली असती, पण तिनं लालबुंद झालेल्या श्रीकरकडे पाहिलं तशी तिच्या ओठी आलेली सगळी स्वप्नं पार विसविशीत होऊन घशात... आत... आतच गेली. लग्न झाल्यापासून गेल्या पंधरा महिन्यांत तिनं त्याला इतका बेसुमार वेडावाकडा रागावलेला कधीच पाहिला नव्हता. त्यानं ओरडून विचारलं होतं, "हातातल्या बांगड्या कुठायत?"

"विकल्या आणि... आणि हे मशीन आणलं."

"तुझ्या आईनं दिल्या असल्या, म्हणून काय झालं? कुणाला विचारून विकल्यास बोल? घरातल्या मोठ्या माणसांना विचारायला नको असले कारभार करताना? किती पैसे आले त्या बांगड्यांचे?"

ती मवाळ आवाजात हलकेच म्हणाली होती, "रागवू नकोस रे असा! धंदा सुरू करायचा म्हणजे थोडं भांडवल घालणं आलंच ना?"

"मूर्ख! इतकी टेलर्सची दुकानं आहेत जगभर, पण एका तरी बाईचं दुकान पाहिलंयस?"

"काय बोलतोस! धडधडीत पाटीलबाईंचं उदाहरण नाही का आपल्या-समोर... आज चार बायका आहेत त्यांच्या हाताखाली."

"झबली-टोपडी आणि छोटे झगे विकून काय मिळवते ती बाई? जेमतेम दोन-अडीच हजार हं!"

"असं काय बोलतोस! घरातलं सांभाळून करायचं म्हंजे एवढंच होणार."

"तेच म्हणतोय मी. त्यातून माझी नोकरी गेलेली. मीच गेले चार दिवस विचार करत होतो भांडवल कसं उभं करता येईल आणि नवा काही धंदा कसा सुरू करता येईल त्याचा."

"पण मग बोलला नाहीस शब्दानंदेखील?"

"बोललो असतो, तर देणार होतीस तुझ्या बांगड्या— ज्या तू आता

खुशाल विकून आलीस?''

"मग काय झालं— हा धंदा आपण दोघं मिळून करू.''

"चार दिवसांत दिवाळं निघेल.''

त्याचं ते बोलणं ऐकलं नि तिचं अगदी पाणी... पाणी झालं. क्षणापूर्वी तो जेव्हा स्वत:चा धंदा उभा करायच्या गोष्टी करत होता, तेव्हा तिच्या मनात चमकून गेलं होतं वेळ आली तर अजून मोहनमाळ आहे, ती विकून थोडा पैसा येईल उभा करता; पण त्यानं तिला चक्क धंद्याचं दिवाळं निघेल असं म्हटलं तशी तिला धक्काही बसला नि रागही आला. आपली बायको नक्की उत्तम व्यवसाय करील आपण तिच्यापाठी ठाम उभं रहायला हवं, असं याला का बरं वाटू नये? यानं व्यवसायात उतरायचं ठरवलं असतं, तर आपण नसती साथ दिली?

त्या क्षणी तिनं ठरवलं होतं— आता माघार नाही. एकाहाती ती सगळं करी. पेपरवर्क... कटिंग... स्टिचिंग... फिनिशिंग आणि मग तयार केलेले ते कपडे बाजारातदेखील स्वत:च घेऊन जाई. वेगवेगळ्या दुकानदारांना ते विक्रीला ठेवण्यासाठी ती बऱ्यापैकी कमिशन देई. तरीही ब्रँडनेम नसलेले ते ड्रेसेस दुकानात शोकेसेसमधून मुद्दाम लावायला दुकानदार खळखळ करीत. चार-चार खेटे घातल्याशिवाय विकल्या गेलेल्या कपड्यांचे पैसे देत नसत. तिच्या आयुष्याला विलक्षण वेग आला होता आणि तिचं जिद्दीनं पेटून उठलेलं मन तिला सगळी उलाढाल करायला ऊर्जा पुरवीत राही. हळूहळू परिस्थिती बदलायला लागली. तिनं तयार केलेल्या सुंदर फ्रॉक्सना नि बाबासूट्सना मागणी वाढायला लागली.

आता घरातला पैशावाचूनचा उन्हाळा थोडा कमी झाला होता. बार्बी फ्रॉक, राजकन्या घरारा, प्रिन्स सूट... आणि इतर काही पॅटर्न्स बनवताना तिच्या लक्षात आलं— आता रोजच्या रोज त्याच त्या पोळ्या लाटण्यात आणि डाळ भात शिजवण्यात तिचं मन रमणं शक्य नव्हतं. निरनिराळ्या रंगांची नि पोताची कापडं... काचा... मणी... त्यांचा तो स्पर्श तिचं मन साफ वेडावून टाकी. नवनिर्मितीचा आनंद म्हणतात तो हाच! तिच्या मनाला ओळख पटली तिच्यातल्या त्या ताकदीची. तो क्षण फार मोलाचा होता, कारण स्वत:ची स्वत:ला ओळख पटण्याचं भाग्य किती व्यक्तींना लाभतं? ते भाग्य तिच्या ओंजळीत उतरलं नि मग तिची धडपड हा तिचा श्वास... ध्यास— सारं काही ठरलं. पैसा येतोय म्हणताना तिनं स्वत:चे वांझ कष्ट थोडे कमी केले. म्हणजे स्वयंपाकघरात मदतीला बाई ठेवली आणि ऑर्डर्सप्रमाणे तयार केलेले कपडे पोचवायला...

कपड्यांवर लेबल्स चिकटवायला... आणि अशाच वेळखाऊ कामासाठी एक माणूस नेमला.

आता कामाचा व्याप वाढला होता, तरीही श्रीकरची म्हणावी तशी साथ कधीच नसे. त्याची इच्छा असली तर तो मदत करणार; पण एरवी स्वत:चा स्वतंत्र व्यवसाय उभारण्यासाठी कागदावर आकडेमोड करत बसणार. नाहीतर कंटाळून पुन्हा चांगली नोकरी लागण्यासाठी अर्ज खरडणार आणि त्याच एका स्वप्नात तंबाखूची गोळी गालफडात ठेवून एका तारेत पडून राहणार. तरीसुद्धा त्या दमणुकीच्या दिवसांत स्वयंपाकाच्या बाई नाहीच आल्या नि तिला फारच दगदग झाली असेल, तर डाळ-भात रांधलान् त्यानं. वेळप्रसंगी कापडाचे तागे उचलायलासुद्धा कधी कधी मदत केलीय. पण एकूणच, त्या सगळ्याबद्दल अगदी कडू औषधासारखी नाराजी उमटे त्याच्या शब्दांमधून. स्वत:लाच जखमा करीत सुटावं तसं बडबडत राही. म्हणे, "बायकोच्या कमाईचं खातोय... ती म्हणेल तसं झक्कत वाकायला नको?"

अशा वेळी त्याच्या आसपास वावरणारी ती एकदम हळवी होई. म्हणे, "संसार उभा केलाय आपण. लग्नात सुख...दु:ख सगळं काही जोडीनं भोगायच्या घेतलेल्या शपथा अशा कशा विसरलास?" तिनं कारण नसतानासुद्धा कितीही पडतं घेतलं तरी त्याचा अहंकार तिला जिव्हारी दंश करीच. मग मात्र ती सहन करीत नसे आणि मग क्षुल्लक कारणावरूनसुद्धा हातघाईच्या लढाया होत. मग रुसवे, फुगवे अबोला... तह... सगळं काही पायरी पायरीनं होत राही.

एक दिवस तिला बॉंबे स्टोअर्स मधून अचानक शंभर बार्बी फ्रॉक्सची ऑर्डर मिळाली. ऑर्डर वेळेत पूर्ण करायची, तर पैसा हवा. आणखी माणसं कामावर घ्यायला हवीत... जागा जरा मोठी हवी आणि मग तिला आठवलं पाटीलबाई बँकेतून ओव्हर ड्राफ्ट घेत असत. मग मात्र ती बँक ऑफ बडोदाच्या कर्वे रोड ब्रँचला गेली नि तिनं कर्जासाठी अर्ज दिला.

कष्टाचे डोंगर उपसताना एक पाणपोई तिला दिसली. ब्रँचच्या मॅनेजर मिसेस रावत तिच्यासाठी पाणपोई ठरल्या. त्यांनी तिला मुद्दाम बोलवून घेतलं नि त्या तिला म्हणाल्या, "महिला उद्योजक म्हणून मी तुम्हाला कर्ज सँक्शन करतेय. एक गोष्ट नक्की लक्षात ठेवा, स्त्रियांनी रडीचा डाव खेळायचं केव्हाच थांबवलंय, ही गोष्ट एक उद्योजक म्हणून तुम्हाला सिद्ध करायचीय. माझी खात्री आहे तुम्ही घरगुती कारणांसाठी उद्योग व्यवसायात मागे पडणार नाही. बँकेच्या नवीन धोरणानुसार तुमच्या व्यवसायाच्या एक्सपान्शनसाठी तुम्ही चांगलं प्रपोझल

तयार केलंत तर त्याचाही विचार होऊ शकेल.

ती बँकेतून बाहेर पडली तेव्हा ब्रँच मॅनेजर मिसेस रावतांनी तिच्या मनात खोचलेल्या धंद्याच्या एक्सपान्शनच्या कल्पनेमुळे इतकी खुष तरीही अस्वस्थ झाली होती कि घरात शिरताच ती आरामखुर्चीत जाऊन बसली नि तिनं डोळे मिटून घेतले. तिला अशी डोळे मिटून बसलेली पाहून बँकेतलं हिचं काम झालेलं नाही अशी त्याची पक्की समजून झाली. त्यामुळे तिच्या जवळ येत तो म्हणाला, "तुला ते कर्ज देणार नाहीत हे मला इथे बसून माहीत होत पण मी तुला तसं बोलून दाखवलं असतं तर तू फुकटची रागावली असतीस."

डोळे उघडून आश्र्चर्यानं त्याच्याकडे बघत तिनं न राहवून विचारलं, "मला कर्ज मिळणारच नाही याची तुला एवढी खात्री कशी रे?"

"बँकवाले काय एवढे मूर्ख नायत तुझ्यासारखीला कर्ज द्यायला. जिथे माझ्या सारख्यांचं कर्ज मंजूर होत नाय तिथे तुझा काय पाड लागणार!"

"पण मग ऐक, मला कर्ज मिळालंय."

"च्यायला... उगाच नस्ती भंकस नकोय."

आपल्याला कर्ज मिळालं नसतं तर याला बरं वाटलं असतं? हं. हा आपला नवरा... याच्याबरोबर इमाने इतबारे संसार करतोय आपण. त्याला स्वत:ला कर्ज मंजूर झालं नाही म्हणून आपल्याला कर्ज मिळालंय हे सत्य त्याचं मन पचवायला तयारच नाहीये, तो हा आपला नवरा हं! तिला पहिल्यांदाच त्याचा तिरस्कार वाटला.

तिनं मग ऑर्डर पूर्ण झाल्यावरं मिसेस रावत पहिल्यांदा म्हणाल्या तसं प्रपोझल तयार केलं नि बँकेकडून मोठं कर्ज काढलं. काका हलवाई इंडस्ट्रियल इस्टेटमध्ये भाड्यानं का होईना, एक गाळा घेतला आणि किती तरी गोष्टींची जमवाजमव केली. शिवणाची नवी मशिन्स... एक कॉप्युटर... शिवाय एक मास्टर कटर, व इतरही माणसं कामावर घेतली तिनं.

आता पैशाची धार बरी पडत होती. संसार सावरला होता. सासर-माहेरच्या गोतावळ्यात ती गणली जाऊ लागली— एक यशस्विनी... एक गुणवान स्त्री म्हणून. हे सगळं घडलं ते बँक ऑफ बडोदाच्या मिसेस रावतांमुळे.

यशदानं नजर उचलली. ती जागची उठली. तिनं खिडकीचा पडदा सरकवला. किती सुंदर दृश्य होतं ते! दूरवर पसरलेलं खाडीचं काळसर हिरवट पाणी नि क्षितिजाला टेकलेलं सूर्याचं सोनेरी प्रतिबिंब आणि दूर तिथे उंच इमारतीवर निऑन साइन्समध्ये अक्षरं चमकत होती— 'बँक ऑफ बडोदा!' ती

किती तरी वेळ ते दृश्य पाहत राहिली. खोलीत अंधार हळूहळू घुसायला लागला होता. तिनं दुसऱ्या दिवशीच्या उद्घाटनाच्या कार्यक्रमाची तयारी करायला सुरुवात केली. दिवस संपता-संपता तिचं मनही त्या जुन्या आठवणींमधून बाहेर आलं होतं.

आयलाऽ कम्माल झाली!... तिचा फोटो चक्क पेपरात अन् तोही पहिल्या पानावर! मधुरानं तो फोटो निरखून पाहिला आणि मग ती बातमीसुद्धा वाचली. 'दोहा' येथे होणाऱ्या जागतिक व्यापार संघटनेच्या बैठकीसाठी भारतीय लघु-उद्योजकांचे शिष्टमंडळ रवाना. या शिष्टमंडळाचे नेतृत्व उद्योजक यशदा जोशी करणार... ती बातमी तिनं पुन:पुन्हा वाचली, तेव्हा न राहवून अचानक तिनं दोन बोटं जिभेखाली खुपसून मस्त शिट्टी वाजवली. त्यामागे कारणही तसंच होतं. समजायला लागल्यापासून तिच्यासाठी यशदा नामक तिच्या बाबांची पहिली बायको हे एक कोडंच होतं. घरात आई, बाबा, आजी...या सगळ्यांनी 'संसाराला अगदीच नालायक' असा शिक्का मारलेली ही बाई नेमकी कशी आहे, हे तिला समजत नसे. कारण ज्या बाईबद्दल एवढा तिरस्कार वाटतो, तिच्यासंबंधीची प्रत्येक लहान-सहान माहिती ही मंडळी जिवाचा एवढा आटापिटा करून का गोळा करतात आणि ती माहिती आवर्जून एकमेकांना का सांगतात, हे तिच्यासाठी एक कोडंच होतं. विशेषत: आजी आणि बाबांचं बोलणं कुठूनही सुरू होऊ दे; ते संपणार या समेवर--- तिचं वाट्टोळं होईल!... ती भिकेला लागेल...! पण मग आमच्या दारात आलीच, तर मात्र आम्ही तिला उभीसुद्धा करणार नाही. त्यामुळे अनेक वेळा भल्या सकाळी दार उघडताना तिला वाटे— आता दारासमोर फाटक्या कपड्यातली बाई गयावया करत उभी असेल. ती बाबांची पहिली बायको आहे, हे आपण तिच्या अवतारावरून झटक्यात ओळखू. मग बाबाना हाक मारली की, ते बाहेर येतील. आजी मधल्या दाराशी उभी राहून म्हणेल, ही कसली यशदा; ही तर साक्षात आपदा आहे— हाकल तिला!

पण प्रत्यक्षात यातलं कधीही, काहीही घडलं नव्हतं. उलट, अलीकडे कुठे ना कुठे यशदा जोशी हे नाव वर्तमानपत्रात वारंवार येऊ लागलं होतं. कधी रोटरीच्या पश्चिम विभागाची अध्यक्ष म्हणून, तर कधी हस्तोद्योगाच्या प्रदर्शनाची उद्घाटक म्हणून! आणि आज तर परदेशी गेलेल्या शिष्टमंडळाची नेतृत्व करणारी उद्योजक म्हणून! ती बातमी तिनं पुन:पुन्हा वाचली, तेव्हा ती बातमी

घरातल्या प्रत्येकानं वाचावी— तीसुद्धा अगदी ताबडतोब, अशी एक तीव्र इच्छा तिच्या मनात निर्माण झाली. तिनं मग ते वर्तमानपत्र स्वयंपाकघरात नेऊन जेवणाच्या टेबलावर ठेवलं नि ती मुद्दाम तिथेच घुटमळत राहिली.

बाबांनी चहाचा कप उचलला नि सहज म्हणून वर्तमानपत्र उचललं; पण पहिल्याच पानावर यशदाचा फोटो पाहून त्यांनी एकदम हातातला चहाचा कप खाली ठेवला. ती बातमी पुन:पुन्हा वाचली नि मग ते एकदम ओरडले, "ओऽहऽ शीट!" आणि मग चहाचा कप तसाच टाकून ते पायांत चपला घालून तरातरा बाहेर निघून गेले. आता ते कोपऱ्यावरच्या पानपट्टीच्या दुकानावर जाऊन सिगारेटी घेणार, त्या तिथेच उभं राहून फुंकणार नि मगच घरी येणार. मनाविरुद्ध एवढंसं काही झालं, तरी ते हेच करतात. "माझ्या मुलाला अगदी सुपारीच्या खांडाचंही व्यसन नाही हो" असं मोठमोठ्यांदा म्हणणाऱ्या आजीलासुद्धा खरं तर हे माहीत होतं.

बाबांना तिचा फोटो पाहून जाम अस्वस्थ व्हायला झालं, हे मधुरानं बरोबर टिपलं. त्या क्षणी बाबांना आपल्या या माजी बायकोबद्दल नेमकं काय वाटतं, याबद्दलचं एक जबरदस्त कुतूहल तिच्या मनात वस्तीला आलं.

श्रीकरला तसं तरातरा घराबाहेर पडलेलं पाहून त्याच्या बायकोला वाटलं, आज पेपरात एवढी काय बातमी आलीय की, श्रीकरनं एवढं अस्वस्थ व्हावं? म्हणून मग तिनं पट्‌कन टेबलावरचं वर्तमानपत्र उचलून उघडून पाहिलं तेव्हा तिच्या लक्षात आलं, 'तिचा' फोटो... तोदेखील पहिल्या पानावर! शिवाय तिला एवढी प्रतिष्ठा मिळावी? लघुउद्योजकांच्या शिष्टमंडळाची नेता! हे फारच झालं. श्रीकरच्या जिवाला हेच डाचलं असणार, हे तिच्या लक्षात आलं. तिला स्वत:लादेखील यशदाचं हे यश पचवणं जडच वाटलं. तिच्याही नकळत ती एकदम पुटपुटली, "संसार मोडून एकटं राहायचं... ना पाठी पोर, ना सासूचा लबेदा— यवढं मोठं यश मिळवलंन् यात काय नवल!" हे बडबडताना कुठे तरी तिच्या डोळ्यात कळ उमटून गेलीच.

आपल्या आईच्या डोळ्यात उमटलेली कळ मधुरानं अचूक टिपली नि त्याक्षणी तिला आठवलं, तिची आई तिला अगदी अलीकडे म्हणाली होती, ती लग्नाआधी छान कविता करीत असे. पण मग नेमकं काय झालं कोण जाणे; तिच्या मनाच्या ओसरीवर शब्द विसावत नाहीसे झाले एवढं खरं.

आपल्याला आता कविता करता येत नाहीत, याची बोच हिच्या मनाला नेमकी आत्ता लागली असणार; त्याशिवाय तिच्या डोळ्यांत कळ उमटलेली

नाही, हे मधुराला जाणवलं तशी तिनं पुढे होऊन चट्‌कन आपल्या आईचा हात पकडला नि ती म्हणाली, "आई, तू पुन्हा कविता करायला लाग."

मधुराचा हात दूर सारत तिची आई म्हणाली, "आता माझं काय राह्यलंय गं? सरला जल्म सगळा धुणी धुवा... भांडी घासा... सैपाककरा... बोलणी खा... मन मारा... आता जे काही करायचं, ते तू."

एवढ्या मोठ्यांदा आपली सून बोलली म्हणजे नक्कीच काही तरी गडबड आहे, हे ओळखून मधुराच्या आजीनं वर्तमानपत्र उचललं आणि पहिल्याच पानावर तिचा फोटो पाहून आणि ती बातमी वाचून ती म्हणाली, "एखाद्या बाप्यासारखं जगायचं... आणि वर मिरवायचं स्त्री उद्योजक! यात काय अर्थ आहे?"

त्या तिघांचा दिवस वेगवेगळ्या कारणांनी एकूण वाईटच गेला आणि मधुरा दिवसभर बेचैन राहिली. तिच्या मनात एकसारखं येत राहिलं— खरोखर बाबांची ही पहिली बायको नेमकी आहे तरी कशी? प्रत्यक्ष भेट घेणं शक्य नसलं, तरी निदान आपण तिला एखादं पत्र पाठवायला काय हरकत आहे? हाच विचार तिचं सगळं मन व्यापून राहिला. तेव्हा तिनं अभ्यासाच्या वहीतच पत्र लिहायला घेतलं, जेणेकरून इतर कुणाला ऑब्जेक्शन घेता येऊ नये. पण नेमकी कशी सुरुवात करावी, तिला समजेना. आजी तिचा उल्लेख जसा करते तसं लिहायचं... आपला! सखी! शीः! मग प्रीय यशदाताई... हूँ! त्याकुठे आपल्याला प्रिय वाटतात मग बातमीत म्हंटलय तसं— उद्योजक यशदा जोशी! तिला ते पटलं, तशी तिनं पत्राला सुरुवात केली. एव्हाना घरात निजानीज झाली होती.

अक्षरांची माळ कागदावर उमटू लागली.

माझ्या मनात नेहमीच खूप गोंधळ असतो. आई... आज्जी जे-जे सांगतात ते-ते सगळं तपासून पहिल्याशिवाय मला चैन पडत नाही. उदाहरणार्थ— त्या दोघी म्हणाल्या, घरात शीळ घातली तर हमखास साप येतो. मी एकदा हळू आणि एकदा जिभेखाली दोन्ही बोटं खुपसून भर तिन्हीसांजा चांगली कचकचीत शीळ घालून बघितली, पण एकदाही साप आला नाही! शीळ वाजवण्यात भलतीच मजा आहे, हे मात्र माझ्या लक्षात आलं. 'जरा हटके' स्टाईल गोष्ट बघितली की, न राहवून मी शीळ घालतेच. तुम्ही दोह्याला रवाना झालात, ही बातमी मी वाचली, तुमचा फोटो पाहिला; तशी आपोआप माझी बोटं जिभेखाली गेली नि मी मस्तपैकी शीळ घुमवली.

...ती तशी शीळ ऐकून एरवी त्या दोघींनी बोलून-बोलून माझा जीव नुसता खाल्ला असता पण... पण आज तुमच्याबद्दलची बातमी वाचून त्यांचं त्यांनाच काही सुधरेनाहीसं झालं, एवढं खरं! माझ्या लहानपणी आई खूप छान कविता करायची. तिची कविता छापून आली की पारिजातकाच्या फुलांचा अंगावर सडा पडावा तशी दिवसभर प्रसन्न राहायची. पण पुढे-पुढे तिच्या डोळ्यांतलं पाणी वाढायला लागलं आणि कविता संपल्या. आज तिला मी नुसतं तू पुन्हा कविता करायला लाग असं म्हटलं तर म्हणाली, 'आता सगळं तू करायचं! आणि आजी... ती तर म्हणाली, 'तुम्ही एखाद्या बाप्यासारखं (बाप्या म्हणजे पुरुष! मला हा शब्द नुकताच समजला. तुम्हाला माहीत आहे की नाही, कोण जाणे; म्हणून मुद्दाम कंसात अर्थ दिला.) जगता आणि तरीही स्त्री उद्योजक म्हणून मिरवता; यात काय अर्थ आहे?' तिच्या या मल्लिनाथीमुळे माझं मन आणखीन गोंधळलंय. बाईनं बाईसारखं जगायचं म्हणजे घरकाम करायचं--- बोलणी खायची... मन ठेचून टाकायचं... आणि डोळे पुसत 'जळ्ळा मेला बाईचा जल्म' म्हणायचं. पण म्हणूनच आजपर्यंत टाटा-बिर्ला यांच्यासारखी एकही बाई बनली नाही; खरं ना? हे सगळं त्या दोघींनाही आतून पटत असेल, तर त्या तुम्ही त्यांच्यासारखं न बनता उद्योजक झालात म्हणून तुम्हाला एकसारख्या दूषणं का देतात? दूषणं देतात तर देतात पण मला मात्र पराक्रमी हो, असंही म्हणतात. त्यामुळे मी एक होऊ घातलेली बाई म्हणून कसं जगायचं, हा माझ्यापुढे मोठ्ठा प्रश्न आहे.

या प्रश्नाहूनही एक मोठ्ठा प्रश्न मला पडलाय— तुम्ही सुखी आहात की दु:खी?

"या प्रश्नाचं उत्तर तुम्ही तुमच्या एखाद्या भाषणातून किंवा मुलाखतीतून दिलंत; तरी चालेल. म्हणजे मग लवकरात लवकर ते माझ्यापर्यंत पोचेल आणि मग माझ्या मनातल्या असंख्य स्वप्नांना एक अर्थ मिळेल..."

लिहिता-लिहिता अचानक कसं कोण जाणे, तिच्या मनात आलं— ही अशी आपली आई असती, तर!... मुळूमुळू न रडणारी, बाबांना आणि आजीला मुळीच न घाबरणारी... त्या फॅन्टसीचं तिला आश्चर्य आणि भीतीसुद्धा वाटली.

घाईनं मग खाली सहीसुद्धा न करता तिनं ते पत्र वहीतच ठेवून दिलं नि ती घाईघाईनं गादीवर जाऊन झोपली. उद्यापासून दहावीसाठीचा व्हेकेशनल कोचिंग क्लास सुरू व्हायचा होता. तिनं डोळे मिटले, पण तिला खूप वेळ झोप

आली नाही.

हॉटेल अलबुस्तानमधल्या बँक्वेट हॉलमध्ये उद्घाटन समारंभ छान पार पडला. निकराग्वा, पेरू, ब्राझील, साऊथ आफ्रिका... किती देशांतून उद्योजक मंडळं आली होती. चहापानाच्या वेळी आवर्जून एकमेकांशी ओळखी करून घेतल्या जात होत्या. ब्राझीलची मागरिट अॅश तर यशदाची मैत्रीणच बनली.

रजिस्ट्रेशनसाठी रिसेप्शन काऊंटरला फॉर्मवर माहिती भरताना मॅरिटल स्टेटस या कॉलममधे यशदानं डिव्होर्सी या कॅटेगरीवर बरोबरची खूण केली, तेव्हा ती हसली होती आणि म्हणाली होती, “आयदर वुई आर विडो... अन्मॅरीड... ऑर डिव्होर्सीज.... ब्राव्हो! हॅट्स ऑफ टू धिस मेल डॉमिनेटेड वर्ल्ड!”

यशदानं चमकून तिच्याकडे पाहिलं होतं. ती त्यांची पहिली भेट.

पुढचा सगळा दिवस उलगडत गेला तो चर्चासत्रांमध्ये भाग घेण्यात नाही तर इतरांचं बोलणं ऐकून घेण्यात. देशोदेशींचे उद्योजक पुरुष-महिला आपापल्या उद्योगांबद्दल--- त्यातल्या अडचणींबद्दल बोलत होते. गटागटांनी चर्चा चालू होत्या. ठराव मांडले जात होते--- ठरावांचे मसुदे पुन:पुन्हा नव्या सुधारणांसकट तयार केले जात होते. त्या धावपळीतसुद्धा देशोदेशींच्या उद्योजक महिला एकमेकींना भेटल्या. त्यांना एकमेकींशी मनापासून बोलावसं वाटलं. त्यांच्यातल्या त्या अनेक गोष्टी समान बघून यशदा चकित झाली. निरनिराळ्या यंत्रांचे ‘डाय’ बनवणाऱ्या... तसंच खेळणी--- यंत्रांचे सुटे भाग--- गॅसकेट्स--- कातड्यांच्या वस्तू--- दागिने अशा अगणित वस्तू बनवणाऱ्या या कष्टाळू, कल्पक स्त्रियांना स्वत:ला एकसारखं सिद्ध करताना दमायला होत असे. यातल्या कुणासाठी-देखील ‘घर’ हे विश्रांतिस्थळ नव्हतं. ही तर बाई म्हणून जन्माला आल्यामुळे त्यांच्याकडून मुलगी म्हणून--- बायको म्हणून--- आई म्हणून केल्या जाणाऱ्या अपेक्षांची सतत जाणीव करून देणारी जागा. कारखाने चालवता-चालवता निश्चयानं ज्यांनी आपल्या अपेक्षांना दाद दिली नाही, त्यांची घरं मोडली होती; त्या जखमी झाल्या होत्या, तरीही त्या धडपडत कामं करीत राहिल्या--- त्या आजच्या यशस्विनी! उद्योगातल्या अडचणींबद्दल--- प्रगतीसाठी कराव्या लागणाऱ्या गोष्टींबद्दल भरभरून बोलणाऱ्या हुषार बायका.

त्या समूहातल्या काही थोड्या जणींचं मात्र वेगळं. त्या वडील... नवरा... भाऊ यांचं बोट धरून उद्योगजगतात वावरत राहिल्या. आज्ञेवरून सह्या करत

राहिल्या. संसार आणि उद्योगाचा समतोल आम्ही यशस्वीरीत्या सांभाळतो, असं म्हणत राहिल्या. व्यवसायातले बारकावे मांडताना... सूक्ष्म अडचणींबद्दल बोलताना त्या अनेकदा उघड्या पडत; कारण इतका खोलवर विचार करण्याची वेळ त्यांच्यावर कधी आलीच नव्हती.

देशोदेशींच्या लघुउद्योजकांनी श्रीमंत राष्ट्रांकडे पाठवण्यासाठी ठराव तयार केला. या ठरावाव्यतिरिक्त महिला उद्योजकांनी एक वेगळा मसुदा तयार केला. त्यात त्यांनी लिहिलं, 'स्त्रियांमधल्या शतकानुशतकं सुप्त राहिलेल्या उद्योजकतेला आत्ता कुठे स्वतंत्र अस्तित्व लाभतय. पिढ्यान्पिढ्यांची बंधनं मोडीला काढत माणूस म्हणून जगण्याच्या वाटचालीत लघुउद्योग फार महत्त्वाचे आहेत. म्हणून गरीब देशातल्या अशक्त होत चाललेल्या लघुउद्योगांसाठी श्रीमंत राष्ट्रांनी आपल्या बाजारपेठा खुल्या कराव्यात.'

दिवसभर किती तरी प्रश्न ऐरणीवर येत राहिले, चर्चा झडत राहिल्या. संध्याकाळी बऱ्यापैकी दमलेल्या अवस्थेत हॉटेलच्या लाऊंजमध्ये येऊन यशदा बसली. तिनं बॉरबॉन मागवली. वेटरनं बॉरबॉनबरोबर तिच्यासाठी आलेले फॅक्स आणि इतर टपालही तिच्यासमोर आणून ठेवलं.

टपाल बघता-बघता तिची नजर समोर गेली. क्रीकचं हिरवट काळसर पाणी नजर पोचेपर्यंत दूरवर पसरलेलं दिसत होतं. त्या पाण्यावरून तराफे नि छोट्या बोटी पुढे सरकताना मजेशीर दिसत होत्या. निवत चाललेल्या दिवसा- बरोबर हळूहळू वाढत चाललेल्या अंधारातून दिव्यांची उधळण उमलून येत होती. संध्याकाळच्या शांत समयी किती तऱ्हेची माणसं तिथे आलेली दिसत होती. आबायामधल्या बायांचे घोळके चाललेले दिसत होते. त्यांना बघून तिला हसू आलं आणि ती स्वत:शीच म्हणाली, 'काळ्या आबायात म्हणजे बुरख्यात स्वत:ला गुंडाळून घेतलेल्या बायकांचे घोळके म्हणजे पाय फुटलेले कावळ्यांचे थवेच जणू!' पुढ्यातलं टपाल बघता-बघता तिनं तिच्या सेक्रेटरीनं तिच्याकडे फॅक्स केलेलं निनावी पत्र वाचायला सुरुवात केली. एका मानसिक गोंधळात सापडलेल्या मुलीचं पत्र होतं ते. पत्र वाचता-वाचता तिनं बॉरबॉनचा एक घोट घेतला. घसा जाळत जाणाऱ्या त्या कडवट घोटाबरोबर पत्रात विचारलेल्या त्या प्रश्नानं ती भयंकर अस्वस्थ झाली. पुन्हा तिची नजर क्रीकवर स्थिरावली. तिथे हिरवळीवर बेफाट धावणारी लहान मुलं आणि त्यांच्यामागे धावणारे त्यांचे तरुण आई-बाप होते. हातात हात घालून खिदळत चाललेली तरुण जोडपी होती. ते सगळं बघताना ती बैचेन झाली. या नांदत्या माणसांच्या गोतावळ्यापासून आपण

तुटून अलग पडलो आहोत, ही गोष्ट तिच्या मनात आलीच. पत्रातला तो प्रश्न तिला जिव्हारी लागला होता, 'तुम्ही सुखी आहात की दुःखी?' त्या प्रश्नामुळे खपली निघून जखम उघडी पडावी, त्यातून रक्त वाहायला लागून ठणका वाढावा आणि काहीच सहन होऊ नये; तसं तिचं झालं. घाईनं तिनं आणखी एक पेग पोटात रिचवला. तिच्या डोळ्यांसमोर तिचं मोडलेलं लग्न उभं राहिलं. तिचं मन भरून आलं त्या आठवणींनी नि केवढ्यांदा तरी ती ओरडली, "नाही सांगता येत मी सुखी आहे की दुःखी ते! कारण मी त्याच्यावर जीव पाखडून प्रेम केलं होतं. तरीही मी इतर जणींसारखं माझे पाय कापून घेऊन पिग्मी व्हायचं नाकारलं. म्हणून कागदावरच्या एका सही-शिक्क्यानिशी मोडलंय लग्न! श्रीकरनी मला नि मी त्याला आपापल्या आयुष्यातून उपसून काढायचा प्रयत्न केलाय."

सगळा दिवस उभा केलेला हा व्याप सांभाळण्यात जातो, पण ही अशी कातरवेळ मनाचा पापुद्रा वेगळा काढत राहते. विलग झालेल्या प्रत्येक पापुद्र्याला जिभा फुटतात. या जिभा प्रश्न विचारतात. लग्न टिकवता आलं असतं का? आणि लग्न टिकवण्यासाठी सगळी किंमत एकट्या आपण का मोजायची होती?

त्या प्रश्नांसरशी तिच्या मनात तो काळ जसाच्या तसा उभा राहिला. बँकेचं कर्ज घेऊन मारलेली उडी... अर्थात परिस्थिती इतक्या वेगानं बदलेल याचा अंदाज ना बँक मॅनेजर मिसेस रावतना आला, ना इतर मुरलेल्या दीपचंदसारख्या व्यापाऱ्यांना. उद्योगजगत पुरेसं सावध होण्यापूर्वीच सरकारनं आपली धोरणं बदलली नि बघता-बघता चिनी---कोरियन---तैवानी मालानं बाजारपेठा भरून गेल्या. बाजारात तिच्या 'यश' ब्रँडला अचानक स्पर्धा करावी लागली होती ती या इंपोर्टेड तयार कपड्यांबरोबर. या इंपोर्टेड तयार कपड्यांमध्ये विविधता तरी किती! छोट्या छकुल्यांसाठी फ्रॉकबरोबर हॅट आणि बूट फुकट किंवा जीन्स-बरोबर कमरेला लावायला मण्यांची माळ फुकट. वेगवेगळ्या लेसेस आणि झालरी वापरून कपडे तयार करण्याची पद्धत पार मागे पडली या नव्या जमान्यात. आणि तिनं तर किती तऱ्हेचे मणी आणि आरसे बसवलेल्या झालरी... लेसेस लावून ड्रेसेस तयार केलेले... शिवाय या ड्रेसेसवर मॅचिंग हॅट... बूट नव्हतेच.

माल विकला जात नव्हता आणि नव्या ऑर्डर्सची आशा फक्त मूर्खच करू शकला असता. इतकी विविधता असलेल्या या ड्रेसेसच्या किमती इतक्या कमी ठेवणं या चिनी-कोरियन लोकांना कसं परवडतं, देव जाणे! यांच्या मालाशी टक्कर घ्यायची तर माल स्वस्त हवा; पण मग कापडं शिलाई... पॅकिंग...

कमिशन... आणि इतके कर!... कुठे म्हणून पैसा वाचवायचा?

देणी वाढत होती. घेतलेल्या कर्जावरचं व्याज वाढत होतं. कामगारांचे पगारसुद्धा वेळेवर होत नव्हते. किती कठीण होते ते दिवस! चारही दिशा तिच्या अंगावर धावून येत, ओरडत राहत— पैसा ऽ पैसा ऽऽ! आत्ताही त्या आठवणीनं तिचं मन सैरभैर झालं.

एव्हाना श्रीकरला पक्की सरकारी नोकरी लागली होती. तिला वाटे— त्यानं आधार द्यावा, समजून घ्यावं. वेळ कठीण होती; पण म्हणून धंदा बंद करून टाकायचा, हे काही त्याचं उत्तर नव्हतं. कारण इतक्या जोमानं सुरू केलेला व्यवसाय लगेच बंद करून टाकायचा, म्हणजे आपणच आपल्या स्वप्नाला कुस्करून टाकायचं. कुठलाही निर्णय घेण्याआधी बाजारपेठेची चाचपणी व्हायला हवी होती, कारण तिच्या एका निर्णयावर तिच्याशिवाय दहा माणसांचे तरी संसार अवलंबून होते.

ती बाजाराची माहिती मिळवत राहिली आणि तिच्या लक्षात आलं... या वादळात जे कोणी टिकून राहतील, त्यांना बाजारपेठ जिंकता येईल! कारण हे इंपोर्टेड कपडे एक-दोनदा धुतले की त्यांचा पार बोळा होतोय... त्यांचे रंग जातायत... कापड आपोआप विरतंय, शिवण टाकतंय... किती गोष्टी ग्राहकांच्या लक्षात यायला लागल्यात. आता प्रश्न होता तो चिवटपणाचा; तगून रहाण्याचा.

एके दिवशी भर दुपारी विकला न गेलेला माल परत घेऊन ती घरी आली तेव्हा दार उघडं होतं आणि श्रीकर कुणाचं तरी आलेलं पत्र वाचत होता. तिनं घाम पुसत खुर्चीवर अंग टाकलं नि डोळे मिटून घेतले. आज हा घरी कसा; तिला समजेना. पण नोकरी गेली असेल, असा विचार करणंही झेपेना. ती अशी स्वत:शीच विचार करत असताना एकदम त्यानं म्हटलं, ''आज जेवायला काय आहे?''

त्याचा चिडक्या आवाजातला प्रश्न ऐकताच मुकाट्यानं ती उठली नि स्वयंपाकघरात आली. आज कामाच्या बाईंनी अचानक दांडी मारली होती तर! श्रीकरला नोकरी लागण्यापूर्वीचे दिवस तिला आठवले. त्या दिवसांत कधी वेळ आलीच, तर हा स्वत: कुकर लावत असे आणि आता ती एवढी दमून आली असताना त्यानं विचारावं, जेवायला काय आहे? नोकरी लागली, पगार मिळायला लागला; म्हणून त्यानं स्वत:ला एवढं बदलावं! हा असा संसार करतोय आपण? सगळी ताकद एकवटून ती जेव्हा स्वयंपाकाला लागली, तेव्हा तिला वाटलंच की, आज बाई आलेल्या नाहीत, हे त्याला माहीत होतं तर त्यानं बाहेरून

जेवण का नाही मागवलं? हॉटेलचं जेवण! काय हरकत होती?

तिला भांडण नको होतं. तिनं त्याला जेवायला हाक मारली, तेव्हा त्यानं त्याचं सुरूच केलंन्. म्हणाला, "हे असं किती दिवस चालणारेय?"

"असं म्हणजे कसं?"

"ते काय मी सांगायला हवं? आज सेकंड सॅटरडे, माझी सुट्टी. मी घरात हा असा एकटा आणि आज सुट्टी असूनसुद्धा हे असलं जेवण?"

"बाई अचानक आल्या नाहीत, त्याला काय करायचं? आणि तू आज घरीच आहेस, हे माहीत असतं तर..."

"तर काय?"

"म्हटलं असतं तुला— चल माझ्याबरोबर डिंपल डिपार्टमेंटल स्टोअर्समध्ये, म्हणजे तुलाही चार गोष्टी समजल्या असत्या. मी स्वत: बोलले चार दुकानदारांशी आणि लक्षात आलं— या चिनी आणि इतर इंपोर्टेड कपड्यांत काही दम नाही."

"मला कशाला सांगत्येस या गोष्टी? मला मुळीच इंटरेस्ट नाहीय. कर्जात पार बुडाल्येस तू. धंदा कधी बंद करत्येस, ते सांग."

"का रे? तुझा धंदा असता आणि तुझ्या लक्षात आलं असतं की, आत्ता धंद्यात ठाम उभं रहाणं महत्त्वाचं आहे; कारण हे धंद्यातलं वादळ तात्पुरतं आहे, तर केला असतास तू धंदा बंद?"

"मी काय केलं असतं, तो विचार सोड आणि जरा उघड्या डोळ्यांनी बघ आजूबाजूला. तुझ्याबरोबरच जयचंदनं तयार कपड्यांची फॅक्टरी टाकली होती, ती त्यानं बंद केली. किशोरीलालनं खेळणी बनवणं बंद केलं. बँकादेखील जमेल तेवढी वसुली करून उरलेलं कर्ज 'बॅड डेट्स' या अकाऊंटला टाकून मोकळ्या होतायत. सगळ्यात महत्त्वाचं— आता तुला पैसे मिळवून आणण्याची गरज उरली नाहीये...!"

ती त्याचं बोलणं ऐकत राहिली— अगदी मुकाट्यानं. पानातली मुगाच्या डाळीची खिचडी चिवडत बराच वेळ तो मायाळू होऊन बोलत राहिला. म्हणाला, "आपल्याला आता मूल व्हायला हवं. घराला घरपण हवं! आई आता एकटी राहून कंटाळलीय. तिला विश्रांती हवी. मी तिला आता इकडेच बोलवून घेणारेय."

बोलता-बोलता अचानक त्याच्या आवाजातला मायाळूपणा संपला नि एकदम फर्मान काढत तो म्हणाला, "धंदा बंद कर! आणि आता चालढकल नको. बँकेला ताबडतोब कळवून टाकायचं की, तोटा सहन करण्याची ताकद

नाही, म्हणून धंदा बंद करते.''

ते ऐकलं नि तिच्या डोळ्यांत खळ्कन पाणीच आलं. संसाराला पैसा हवा, म्हणून तिनं कष्ट करून पैसा मिळवावा... पण मग पैशाची गरज संपल्यावर आज्ञेवरून ताबडतोब स्वत:ला मिटून घ्यावं? मूल जन्माला घालून कृतज्ञ जगावं... पण मग एव्हाना मनात खोलवर मूळ धरलेल्या यश ब्रँडच्या स्वप्नांचं काय? हा छोटा व्यवसाय ही तर तिची निर्मिती... त्याची जोपासना... त्याचं मोठं होणं— याला काहीच महत्त्व नाही?... असं का? हे सगळं तिच्या मनात आपटत असताना एकदम ती आवाज चढवून म्हणाली, ''मला नोकरी लागली असती नि तुझा व्यवसाय असता, तर मी असं म्हटलेलं चाललं असतं तुला?''

त्यानं तिची कीव करत म्हटलं होतं, ''मला ऑलरेडी पक्की नोकरी लागलीय; उगाच हा जर-तरचा खेळ कशाला करायचा?''

ती आता चिडली होती. तिनं संतापून म्हटलं होतं, ''हे माझ्या प्रश्नाचं उत्तर नाही.''

आता तोही चिडला होता. त्यानं फटकन विचारलं, ''तुझा धंदा डबघाईला आल्यापासून किती वेळा नवरा-बायको म्हणून एकत्र झोपलोय आपण? याबद्दल इतक्या दिवसांत काही आलं तुझ्या मनात?''

त्या प्रश्नासरशी ती मऊ पडली होती. खालच्या आवाजात पुटपुटली होती, ''डोक्याला इतके भुंगे लागलेले... त्यात हे कुठे सुचतं रे!''

मग मोठ्यांदा हसत विजयी झाल्यासारखा तो म्हणाला होता, ''खोटं! तूही माझ्या प्रश्नाचं खरं उत्तर दिलं नाहीस. गेले सहा महिने हे चाललंय. हा काय संसार आहे?''

फट्कन तिनंही मग विचारलं होतं, ''तू पैसे मिळवायला लागल्यानंतर या गोष्टी खुपायला लागल्या तुला?... या... या... सतरंजीवर...'' ते सगळं मनात आठवताना त्या क्षणी ती सतरंजी तिच्या डोळ्यांसमोर दिसली. पंचाहत्तर रुपयांना आणलेली, गडद निळी सतरंजी. त्या सतरंजीवर नवरा-बायको म्हणूनच एकत्र झोपणं... ते सुख किती तरी वेळा देणं त्याला जमत नसे. किती वेळा तो निराश असे. अचानक गळून जाई. पण... ती... ती त्या तशा उपाशी फक्त ओल्या देहानं त्याला लपेटून घेई. समजावत राही. म्हणत राही, ''हेही दिवस जातील!''...एवढं सगळं अनेकदा घडलं होतं. तरीही त्यानं वार केल्यासारखं विचारावं, 'नवरा-बायको म्हणून किती दिवस एकत्र झोपलो नाही, याबद्दल तुझ्या मनात काही आलं का?'

त्या आठवणींनी आत्तासुद्धा तिच्या डोळ्यांत पाणी जमा झालं. खूप वर्षांपूर्वी देखील त्या वेळीही ते तसंच जमा झालं होतं. पण त्यामुळे श्रीकरला वाटलं होतं, त्यानं अजून मोठ्ठा हल्ला करायला हरकत नाही म्हणून मग त्यानं तिला मोठ्या तोऱ्यात विचारलं होतं, "तुला काय वाटतं, पुरुष लग्न कशासाठी करतो?"

तिनं सावध होत विचारलं होतं, "तू माझ्याशी कशासाठी लग्न केलंस?"

त्यानं प्रामाणिकपणे उत्तर दिलं होतं, "सर्वसामान्य पुरुष सांगून आलेल्या मुलीशी करतो, त्याच कारणांसाठी मीही लग्न केलं...ऐतं जेवण आणि..."

तिनं त्याचं पुढचं बोलणं ऐकलं नाही. ती एकदम म्हणाली, "मी मात्र तुझ्याशी लग्न केलं, ते एक घरकुल उभं करण्यासाठी. त्या घरकुलात दोघांनीही सुख-दुःख सगळं वाटून घ्यायचं... एकमेकांच्या घट्ट आधारानं स्वप्नांची निर्मिती करायची... ती खरी करून दाखवायची... निर्मिलेल्या जगाची जोपासना करणारं, ते घर आपल्या दोघांचं. म्हणूनच पुरुषानं बाईला जे---जे द्यायचं असतं, ते सुख अनेक वेळा तुला द्यायला जमलं नाही, तरीही आजवर तू आत्ता वार केलायस तसा वार मी कधीही केला नाही. पण आता माझ्या लक्षात आलंय— इतके दिवस जे घरकुल मी बांधत राहिले, ते अगदीच भुसभुशीत वाळूचं फक्त बांधकाम होतं."

त्याच्या नाकर्तेपणाच्या क्षणांच्या तिनं करून दिलेल्या जाणिवेनं तो भलताच चिडला होता. त्यानं करकरीत आवाजात तिला सुनावलं, "तुझा तो फडतूस उद्योग... म्हणे निर्मिती! तसल्या गोष्टींमागे तू धावणार. या माझ्या घरात राहून मलाच तुझ्या घरकुलाच्या स्वप्नाबद्दल सांगणार, तुझी निर्मितीची हौस तू या घरात राहून भागवणार आणि वर यालाच भुसभुशीत वाळूचं बांधकाम म्हणणार... पण मग माझं काय गं? मला आता घर हवंय, घरासारखं. डोळ्यांवर आलेली झापडं आणि डोक्यातलं ते वेड बाजूला सारून बघशील तर दिसेल तुला; संसारी बायका किती प्रकारे आपल्या पुरुषाला सुख देतात... त्याचं मन राखून कसं उबदार घर उभं करतात ते!... त्या घराची मग ओढ लागते... ऑफिसात दमून आल्यावर बायकोनं हसून स्वागत करावं... स्वतः रांधून शेजारी बसून प्रेमानं खाऊ घालावं... घरात एखादं गोंडस मूल... आणि गादीत ताजी रसरशीत उत्सुक बायको!

या घरात यातलं काय आहे?... बोल ना! मला तर घरी यावंससुद्धा वाटत नाही."

त्याचा इशारा स्पष्ट. तो आता मातब्बर. तिनं जमवून घ्यायचं. यश ब्रँडचे तयार कपडे बाजारात आणण्याचं तिचं स्वप्न तिनं दुमडून घ्यायचं. तशी फावल्या वेळात, हौस म्हणून जास्तीत जास्त पाटीलबाईंसारखं थोडं काम करून चार पैसे मिळवायला त्याची हरकत नव्हती. पण तिनं तिच्या निर्मितीमागे... यश ब्रँडच्या त्या स्वप्नामागे घर-संसार, तिची बायको म्हणूनची कर्तव्यं बाजूला सारून जीव खाऊन पळणं त्याला मंजूर नव्हतं. त्याची आज्ञा— तिनं एक तर आपले पाय कापून घ्यावेत आणि घरातल्या घरात खुरडत जमेल तेवढं करावं, होईल थोडी कुरकुर! पण आता सुखी संसार व्हायचा, तर तेवढं तिनं ॲडजस्ट करायला हवं; नाही तर ती त्याच्या मनातून पारच उतरेल. मग काय होईल?--- त्याची धमकी. ती भांबावलेली, काहीबाही तडजोडीचे मुद्दे मांडून बघत राहिली. पण त्यानं प्रचारकार्य चालू ठेवत--- मोर्चेबांधणी केली असेल--- अगदी महायुद्धाची तयार केली असेलशी कल्पना तिच्या मनाला शिवली नव्हती.

मित्र-मैत्रिणी दूरच्या जवळच्या, बहीण-भाऊ, अगदी आई-वडीलसुद्धा त्याचे विचार तिच्यापर्यंत ठाशीव स्वरूपात पोचवू लागले. म्हणू लागले, "सावर तुझा संसार!... तुझ्यासारख्या सामान्य मुलीनं कशाला... पाहायची स्वप्नं... त्याला आवडत नाहीत तर!"

ती अशी सगळ्या बाजूंनी कोपऱ्यात ढकलली जात असताना ती स्वत:ला प्रश्न विचारू लागली— आपल्याला खुरडायला लावणारी तडजोड पत्करून रडीचा डाव खेळायचा आपण? मनातून उतरलेल्या या माणसाबरोबर नवरा म्हणून झोपताना... त्याचा अंश उदरी वाढवताना आपण सुखी असू? आपले म्हणवणारे आपले आई-बाप, बहीण-भाऊ यांच्या मनात आपल्यासाठी स्वप्नांशिवायचं जगणं किती यातनामय असेल याचा विचार किती वेळा आला असेल? की मुलगी परत यायला नको, हेच असेल घट्टपणे कुठे तरी? पण याहून महत्त्वाचा प्रश्न तिचं मन पिंजून काढी. आपल्या मनाच्या तळ्यात कुठल्या भावना ओथंबून वाहतायत? संसार सुखाचा होईल, असं धरून तेच सूत्र घट्ट पकडून आयुष्य रेटायचं... त्या रेटत राहण्याचं मग छान तत्त्वज्ञान बनवून जगायचं की... आपली ताकद आपल्याला समजली असताना, आपलं आकाश आपल्याला खुणावत असताना, मनाचा कौल मानून जगायचं— एकटं आपलं अपयश, आपली दु:खं, आपलं सुख याचीच एक लिपी आपल्या जगण्याची. शेवटपर्यंत तिला तिनं तिचा व्यवसाय का बंद करायचा, याचं कारण नाहीच सापडलं.

फॅमिली कोर्टातून श्रीकरला घेऊन बाहेर पडताना त्याची आई आजूबाजूच्या

चार जणांना ऐकू जाईल इतक्या मोठ्यांदा म्हणाली होती, “यशदा हं? आपदा नुसती. बाईच्या जन्माला आलीय, तरी म्हणे हिचा जीव डाळ---तांदूळ---कणीक यात रमत नाही आणि मूल जन्माला घालणार हिच्या सवडीनं! हं! अशा मुलींची लग्नच कशाला करतात यांचे आई-बाप!”

आजूबाजूची माणसं कान टवकारून ऐकतायतसं लक्षात आलं, तेव्हा ‘डिफेक्टिव्ह पीस आहे’ अशी ग्राहकानं तक्रार केल्यावर दुकानदाराचा चेहरा पडावा तसा तिच्या आई-बाबांचा चेहरा पडला होता आणि त्यानंतर त्यांनी जी मान खाली घातली, ती तिथून बाहेर पडेपर्यंत वर केलीच नाही. यशदाचं मन भरून आलं या आठवणींनी. त्या क्षणी केवढ्यांदा तरी ती ओरडली --- मी--- मी डिफेक्टिव्ह पीस? माझ्या आई-बाबांनी मान खाली घालावी भर कोर्टात? कारखानदार यशदा कसं विसरणार हे सगळं?--- कुठली कोण ही पत्रलेखिका— विचारतेय तुम्ही सुखी आहात की दुःखी?

“नाही सांगता येत!” ती स्वतःशी पुटपटली. तिच्या घशात आवंढा अडकला, घशाला विलक्षण कोरड पडली. तिनं घाईनं आणखी एक पेग ग्लासात ओतून घेतला तेव्हा तिचा मोबाईल वाजायला लागला होता. तिनं नंबर पाहिला. रमणचा फोन होता. ती हलकेच जड आवाजावर ताबा मिळवत म्हणाली, “हॅलो!”

“संध्याकाळच्या वेळी एकटी बॉरबॉनची बाटली घेऊन बसल्येस खरं ना? निमित्त कुठलंही झालं असेल, पण शेवटी सम तीच ना... आपल्या आई-बाबांचा कसा अपमान झाला... ते कसे दुरावले, त्या आठवणी काढून छळतेस स्वतःला. बरोबर आहे ना?”

“विसरता येत नाही रे!”

“मी तुला बजावलं होतं, संध्याकाळच्या कातरवेळी एकटीनं बसायचं नाहीस तू; तू ऐकलं नाहीस. पण आता तिथून तू बाहेर पडायचंस. वाटलं तर टॅक्सी कर. भरपूर फिरून ये. तिथले सामानानं दुथडी भरून वाहणारे शॉपिंग मॉल्स बघ. पायी फिरायला जा. काहीही कर... पण असं स्वतःला त्रास करून घेत नाही बसायचंस तू.”

तिनं ‘बरं’ म्हटलं. त्यानं फोन आधीच ठेवला होता. तिला आठवलं इथे येण्यापूर्वी त्यानं खरंच बजावून सांगितलं होतं, “मनाला जखमा करून घेऊ नकोस, म्हणजे मग बॉरबॉन प्यावीशी वाटणार नाही. बघ, वचन दे तसं!” वचन घेण्यासाठी त्यानं पुढे केलेला हात त्या हातावर टाळी देत आपण त्या

वेळी त्याच्याकडे बघून हसलो होतो.

एकदम तिच्या लक्षात आलं, तो रागावलाय. आपण काहीही न सांगता त्यानं वाचलं आपलं मन. त्याचं ते रागावणं, तिची काळजी करणं या सगळ्याचं तिला एवढं अप्रूप वाटलं की, तो समोर नसतानासुद्धा तिला त्याचं ऐकावंसं वाटलं. तिनं मोठ्या निर्धारानं ग्लास दूर सारला नि ती काऊंटरला आली. आपलं इंटरनॅशनल ड्रायव्हिंग लायसेन्स पर्समध्ये आहे, याची तिनं खात्री करून घेतली आणि मग तिनं कार मागवली.

अनोळखी गावातल्या रस्त्यांवरून ती कार चालवू लागली. गार वारं वाहत होतं. कार भन्नाट वेगानं पळवत ती लाँग ड्राइव्हला गेली. हळूहळू मनातले कढ जिरत चालले तसं तिला हलकं, मोकळं वाटायला लागलं. परतीच्या मार्गावर रस्ता चुकत आणि मग पुन्हा वाट शोधत ती हॉटेलवर परत आली, तेव्हा रात्र बरीच झाली होती. यशदा जोशींसाठी मंडळी शोधाशोध करू लागली होती.

डेलिगेशन भारतात परत आलं आणि पुढे किती तरी दिवस यशदा जोशी त्या अनोळखी गावात कार हायर करून दारू पिऊन स्वतः ड्रायव्हिंग करत एकट्या फिरत राहिल्या, हीच एक बातमी त्या डेलिगेशनमधून गेलेले पुरुष एकमेकांना सांगत राहिले.

दोहा शहरानं या परिषदेच्या निमित्तानं यशदाला खूप काही दिलं. थोडीशी अपकीर्ती, तिचं मन ढवळून काढणारी निनावी पत्रलेखिका आणि देशोदेशींचे मित्र-मैत्रिणी. तिच्या जगण्याचा परिघ वाढवणाऱ्याच या सगळ्या गोष्टी. आता उद्योग विश्वातली महत्त्वाची व्यक्ती म्हणून तिला सभा-समारंभांना हजर राहावं लागे. मुलाखती द्याव्या लागत. दूरदर्शनवरच्या 'महिलाजगत' मधल्या एका मुलाखतीत तिनं म्हटलं, "बाई स्वतःच्या मनात एका आदर्श स्त्रीची प्रतिमा जोपासत राहते... आज्ञाधारक मुलगी... सोशिक पत्नी... त्यागमूर्ती! या प्रतिमांपासून स्वतःची सुटका करून घेणं, हीच तिच्या माणूस म्हणून जगण्याच्या वाटेवरची महत्त्वाची खूण आहे."

तिच्या या विधानांनी एका नव्या चर्चेला जन्म दिला. आजकाल बाया सिगारेटी फुंकतात... दारू पितात... बाप्यांसारखे केस कापतात... शिव्या देतात. हे असं वागणं म्हणजे आदर्श वागणं का यांच्यासाठी? लग्न मोडतात ती या अशा आदर्शहीन स्त्रियांमुळे!

या चर्चेमध्ये तिनं मुळीच भाग घेतला नाही. पण एक विधान मात्र केलं — 'लग्न टिकवण्यासाठी तीन पायांची शर्यत खेळणं बायकांना यापुढे जमेलसं वाटत नाही; कारण आता वेळ आलीय आत्मसन्मानानं जगण्याची!' याच काळात तिच्या 'यश' ब्रँडनं आंतरराष्ट्रीय बाजारपेठेत पहिल्यांदा धडक मारली. त्या धावपळीच्या वेळात पुन्हा तिला निनावी पत्र आलं. पत्रात या वेळी पत्रलेखिकेनं लिहिलं होतं,

"तुमच्याबद्दलची ती बातमी ऐकली नि वाटलं, जे ऐकलं ते खरं आहे का? म्हणून सरळच विचारते, तुम्ही परक्या ठिकाणी दारू पिऊन गाडी चालवलीत? तुम्हाला लोक काय म्हणतील, अशी भीती नाही वाटली? कदाचित घरातली म्हणतात तेही खरं असेल— तुम्ही लाज पार कोळून प्यायला आहात, म्हणूनच हे असं होतं. किंवा मला असंही वाटतं, तुम्हाला एखादी मुलगीबिलगी असती, तर असं झालं नसतं. तिनं म्हटलं असतं, 'आई, तू सिगारेटी फुंकायच्या नाहीस; दारू पिऊन तर कार मुळीच चालवायची नाही. मी तुझी वाट बघतेय. लवकर घरी ये.

'तुम्ही अगदी एकट्या असता, म्हणून तुम्ही तशा वागता. पण त्यामुळे होतं काय की, माझ्यासारखी एखादी मुलगी— जिला वाटतं, पायलट बनून विमानातून आकाशात उंच भराऱ्या माराव्यात---किंवा पोलीस इन्स्पेक्टर बनून पोरी-बाळींची छेड काढणाऱ्यांना एकदम शूट करून टाकावं... तर कधी वाटतं, चाळीस-पन्नास बायका-पुरुषांना नोकरी पुरवणारं तुमच्यासारखं कारखानदार बनावं. पण मग वाटतं, यातलं काहीच नको बनायला. तुम्हाला जशी सगळी नावं ठेवतात तशी मलाही ठेवतील. त्यापेक्षा सरळ लग्न करून मोकळं व्हावं. पण 'लग्न' म्हणजे-सुद्धा महा अडचण आहे. आईनं लग्न केलं, आजीनं 'लगीन' केलं... वेगळं जगणाऱ्या बायकांना या दोघी तुफान नावं ठेवतात; पण दोघी वेगवेगळ्या कारणांनी 'जळ्ळा मेला बाईचा जन्म!' म्हणून उसासे टाकतात. त्यामुळे माझ्या मनातला लग्न करण्याचा बेत अनेकदा रद्द होतो.

'तुम्ही प्लीज---अगदी प्लीज— हा गुंता सोडवा, कारण दूरदर्शनला 'महिला-जगत'मध्ये मुलाखत चालू असताना तुम्ही म्हणालात, बाईनं या पुरुषांच्या जगात तिच्या मनात शतकानुशतकं कोरून ठेवलेल्या

आदर्श स्त्रीच्या प्रतिमेमधून आता बाहेर पडायला हवं, कारण तिचं जग विस्तारत चाललंय.

'जुन्या प्रतिमा--- जुने आदर्श!--- आज्ञाधारक मुलगी--- सोशिक पत्नी त्यागमूर्ती माता— हे सगळं मोडीत काढायचं तर नवे आदर्श--- नवी प्रतीकं कुठली असावीत, ते तुम्ही सांगायला हवं; म्हणजे मग मला माझा रस्ता शोधायला बरं पडेल. काय आहे की मी माझ्याच घरात असं ऐकलंय की, वेगळ्या वाटेनं चालणाऱ्या बाईला एक लाज सोडली की सगळं सोपं असतं. ती मग जगसुद्धा जिंकेल! तुम्ही बिनधास्त जगलात, म्हणून यशस्वी झालात; हे खरं का?

'आपली काहीही ओळख नसताना मी इतके भोचक प्रश्न कसे विचारते याचं तुम्हाला आश्चर्य वाटेल, रागसुद्धा येईल; पण मी तशीच आहे. या गोंधळात मला माझं काही ठरवताच येत नाहीये आणि माझ्या आसपास खरं कुणाला विचारायची सोयच नाही, म्हणून मी थेट तुम्हालाच सगळं विचारून टाकलंय. मी एवढी अगोचर, भोचक असूनसुद्धा मी पत्राखाली सही करीत नाही, पत्ता लिहीत नाही; कारण मी तुमच्यासारखीला पत्र लिहिते, हे घरात चुकून जरी कळलं, तरी माझं काही खरं नाही. हे पत्र फाडून टाकलंत तरी चालेल, पण तुमच्या एखाद्या मुलाखतीत... उद्घाटनाच्या भाषणात मजकूर घुसडून उत्तर दिलंत तरी ते मला चालेल. मी त्यावर विचार करीन.''

यशदाला त्या निनावी पत्र लिहिणाऱ्या मुलीचा भयंकर राग आला. तिनं प्रश्न विचारून मनाच्या तळात जबरदस्तीनं लोटलेल्या गोष्टी पृष्ठभागावर आणाव्यात— कुणी दिला तिला हा अधिकार? ज्या पोरीत साधी धीटपणे पत्राखाली सही करण्याची धमक नाही; तिनं झाडाझडती घेतल्यासारखे प्रश्न विचारायचे, वर उत्तराची अपेक्षा ठेवायची? फार होतंय हे! तिनं किती झटकलं तरी त्या प्रश्नांनी तिचं मन खणायला सुरुवात केलीच. दिवसभर रूटीन गोष्टी हातावेगळ्या होत राहिल्या खऱ्या, पण तिला ते कठीण चढणीचे दिवस आठवत राहिले.

लीगल सेपरेशन घेतलेलं. वकिलांकडच्या अटळ फेऱ्या चालू. आई-वडील आता फक्त मरणाची भाषा बोलत. मग तिच्यापुढे एकच पर्याय शिल्लक. आपला बाडबिस्तरा मुक्काम पोस्ट काका हलवाई इंडस्ट्रियल इस्टेटमधला व्यवसायासाठी घेतलेला भाड्याचा गाळा इथे हलवणं. तोच एकमेव आधार.

हाती कुठलीही ऑर्डर नाही. चांगले कामगार काम सोडून गेलेले. आला दिवस ढकलण्यापुरता सुद्धा पैसा दिसणं मुश्कील झालेलं. त्या परिस्थितीत ती त्याला शरण जाणार, अशी नातेवाईक, मित्र-मैत्रिणी सगळ्यांची खात्री. खरोखर परिस्थितीच्या रेट्याखाली सापडून हाय खाण्याचीच वेळ ती. पण घट्ट आधार सापडला तो तिला तिच्या मनातल्या त्या झऱ्याचा! वाहता झरा बोलत राहिला. स्वत:च्या मनाचा कौल मानलायस तर आता झुंज दे... झुंज दे! ज्यांना मरणवेळची झुंज द्यावी लागते, त्यांचं विचारचक्र वेगानं फिरत राहतं. परिस्थितीवर मात करण्यासाठी ते संधी शोधत राहतात.

मिळेल ते काम करण्याची तिची आता तयारी होती. मोठ्या प्रमाणात लागणाऱ्या कापडाच्या पिशव्या... टॉवेल्सच्या शिवणी... युनिफॉर्म्स! ती वेड्यासारखी फिरू लागली. एक दिवस 'सेंट हेलिना'त त्या शाळेचे युनिफॉर्म्स शिवण्याचं काम मिळत का, ते बघायला ती तिथे पोचली तेव्हा पाटीलबाई नेमक्या तिथून बाहेर पडत होत्या! इथलं कामही गेलं! निराशेचा मोठा लोट मनावर पसरत चालला असताना अचानक पाटीलबाई मागे वळल्या. त्यांनी तिच्या पाठीवर नुसता हात ठेवला, त्या क्षणी तिच्या डोळ्यांना जी धार लागली, ती थांबेचना.

मग किती तरी वेळ त्या तिला नुसत थोपटत राहिल्या आणि मग हलकेच म्हणाल्या, "बहाद्दर मुलगी आहेस तू! तू नक्की आमच्या पुढे जाशील. एक सांगते, तुझ्या डोळ्यांत कधीही पाणी येता कामा नये." त्यांनी तिथलं काम तिला दिलं; एवढंच नाही, तर रमण दीक्षितकडे तिच्यासाठी शब्दसुद्धा टाकला. ही संधी तिला मिळाली नसती, तर तिचा व्यावसायिक मृत्यू अटळ होता. कारण तिनं तयार केलेले पॅटर्न्स 'ब्लू बर्ड', 'ट्विंकल'सारख्या कंपन्यांनी त्यांची ब्रँड लेबल्स लावून बाजारात विकले असते. त्यामुळे 'यश ब्रँड' बाजारात कधीच आला नसता; पण ते मरण टळलं. या काळात बँकेनं कर्जफेडीसाठी मुदत-वाढ दिली आणि हातातली ऑर्डर पुरी करण्यासाठी रमणनं पैसा पुरवला. श्वास घ्यायला वेळ मिळाला आणि काळही पुढे सरकला. परिस्थितीनं कूस बदलली. तिनं भरतकाम केलेल्या लाँग स्कर्ट्सना आणि विविध रंगीत लेसेस... झालरी लावून आरसे आणि मणी बसवून तयार केलेल्या फ्रॉक्सना...टॉप्सना परदेशात मागणी वाढली. 'यश' ब्रँडचे कपडे मोठ्या कौतुकानं 'फॅशन ऑफ द डे'सारखी लेबलं मिरवत वॉल-मार्ट सारखी चेन शॉप्स न्यूयॉर्क... पिट्सबर्ग... न्यू जर्सी या भागात ठेवू लागली.

मोठ्या ऑर्डर्स वेळेत पूर्ण करायच्या, तर हातात पाण्यासारखा पैसा हवा!

असा पैसा कुठल्याही तारणाशिवाय पुरवला तो रमणनं. त्याचा जबर व्याजदर... पण तिनं एकदाही त्याला त्यांच्या मैत्रीची भीड घातली नाही. व्याजदर कमी कर म्हटलं नाही. संधीचा वास दुरूनही येण्याची क्षमता त्या वाईट काळातल्या चढणीच्या प्रवासानं तिला दिली होती. तिच्यातल्या उद्योजकाला बाजारपेठेची नस सापडली नि ती धाडसी बनली. वेळेला पन्नास टक्के व्याजदरानंसुद्धा पैसा उचलू लागली. इतकं धाडस तिच्यात निर्माण होणं, ही तर तिच्या माणूस म्हणून जगायला सुरुवात झाल्याची महत्त्वाची खूण! बाई-पुरुष असल्या लेबलांच्या पल्याडचा प्रांत तो. तिथे मुजरा फक्त कर्तृत्वाला. परिस्थितीशी सर्व ताकदीनीशी घेतलेली झुंज माणसाला शहाणं बनवते आणि मिळवलेलं यश त्याचा आत्मविश्वास जागा करते. आता कामानिमित्त सरकारी अधिकाऱ्यांना भेटताना---निर्यातीसाठीचं परमिट मिळवताना तिला मुळीच अडखळायला होत नसे.

रमण... किती लाघवी माणूस! त्यानंच तर स्वस्त पैसा आणि महागाईनं मिळविलेला पैसा या दोन्हींची सांगड घालायला शिकवलं. पैशाचं अतिमहत्त्वाचं व्यवस्थापन वेळी स्वत: सांभाळून तिला मदत केली. त्या या मित्राला लोकं बोलतात म्हणून दूर ठेवायचं? लोकांना फुकटचं नाव ठेवायला काय जातं! केवढा कठीण काळ पार केला तिनं. रमण... पाटीलबाई... या तर पाणपोया या प्रवासातल्या. इथे-तिथे विश्रांतीसाठी घडीभर थांबली असेल ती... क्वचित ओढली असेल सिगारेट---एकटेपणात एखादा पेग घेतलाही असेल; पण केवळ बाई म्हणून तिनं स्वत:चा वापर कधीही केला नाही. स्वत:चा आत्मसन्मान जपण्यासाठी झुंजणारी ती एक मनस्विनी! वरवरचं बघणाऱ्यांना हे सगळं कसं समजावं?

धंद्याचं एक्सपान्शन ही सोपी गोष्ट नव्हती. स्वत:च्या नव्या जागेत कारखाना विस्तारला होता. प्रत्येक कामासाठी स्वतंत्र डिपार्टमेंट्स होती... मार्केटिंग... पर्चेस... अकाऊंटस... पॅकेजींग... आणि सर्वांत महत्त्वाचं पॅटर्न डिझायनिंगचं डिपार्टमेंट! कंपनी आता 'प्रायव्हेट लिमिटेड'ची 'पब्लिक लिमिटेड' झाली होती. रमण... पाटीलबाई आता बोर्ड ऑफ डायरेक्टर्सवर नेमले गेले होते. यश ब्रँडच्या कपड्यांची जाहिरात भरपूर पैसा ओतून केली जात असे. तरीही म्हणावं तसं यश नव्हतं. अनिश्चितता हा व्यवसायाचा महत्त्वाचा आस असतो, ही गोष्ट उद्योजक यशदाला आता एवढं अंतर पार करून आल्यावर पचवणं अवघड

नव्हती. तरीही तिला अपयशाची भीती वाटे.

फायली वाचताना आणि तज्ज्ञांनी तयार केलेले अहवाल वाचता वाचता ती थकून जाई. घरी यायला तिला अपरात्र होई. अनेक प्रश्न उशाला घेऊन ती झोपायचा प्रयत्न करी. विचार करता करता तिच्या मनात आलं, आपण परदेशी बाजारपेठेवर एवढं अवलंबून का राहवं. इथे ग्रामीण भागात नव श्रीमंत शेतकऱ्यांचा वर्ग आहे. ते मार्केट... तिथे तर आपण पोचलोच नाही.

बऱ्याच वर्षांनी तिची बोटं कामाला सरसरून भिडली आणि तिनं लहानग्या मुलींसाठी जीन्स-टीशर्ट... हॅट... कमरेला लटकवायला रंगीत मण्यांचा जुडगा असा पॅटर्न तयार केला नि पुन्हा लोकांमध्ये— विशेषत: तालुकापातळीवरच्या दुकानांमधून पॅटर्न अत्यंत पॉप्युलर झाला. खरं तर इतका महागडा ड्रेस तिथे एवढा खपेलसं तिला स्वत:लासुद्धा वाटलं नव्हतं. ती अशी बऱ्याच दिवसांनी निवांत बसली असताना तिला जाणवलं— आयुष्यात किती गोष्टी तर्कशून्य पद्धतीनंच घडतात. खरं तर जिथे तर्कशास्त्र संपतं तिथून पुढे स्वप्नांचा प्रदेश असतो. या प्रदेशात कल्पनांच्या भराऱ्या मारता मारता मन पूर्ण अतार्किक अवस्थेत पोचतं, तेव्हाच नव्या कल्पना जन्म घेतात. आपल्यालाही अनेक सुंदर पॅटर्न्स सुचले ते त्याच अवस्थेत. तरीही किती तरी गोष्टींचा आपण फार साचेबंद पद्धतीनं विचार करत राहतो. माणसा-माणसांमधल्या संबंधांचा आणि अपेक्षांचासुद्धा ठरीव साचा! कसलीही विशेष जाण नसलेला साचा.

त्या क्षणी तिला त्या निनावी पत्र लिहिणाऱ्या मुलीची आठवण आली. तिनं तिला तिच्या एका भाषणात झडझडून फटकारायच्या आधीच्या एका पत्रात लिहिलं होतं, 'जिला तुम्ही कधीही पाहिलेलं नाही... जी अभ्यासात फारशी लक्ष घालत नाही पण वक्तृत्व स्पर्धा... निबंध स्पर्धा गाजवते; ती स्वत:च्या मनाचा सतत शोध घेत राहते. तिला तिची 'ती' म्हणून जगायचंय. अशी मुलगी... एकटी पडलेली मुलगी तुम्हाला येऊन चिकटली, तर चालेल तुम्हाला? तुमच्या मनात नसलं तरी या प्रश्नाचं उत्तर होकारार्थी द्या. मला आनंद होईल!''

माणसांबद्दल वेगळा विचार करता आला नाही आपल्याला. तिला लागेलसं टोचून उत्तर दिलं आपण एका लेखात; तसं करायला नको होतं. त्यानंतर तिनं कधीही पत्र पाठवलं नाही. तीच एक चुटपुट तिच्या मनाला लागून राहिली.

आजचा दिवस महत्त्वाचा होता. यश रेडिमेड गारमेंटस्ने पहिल्यांदाच

पब्लिक इश्यू काढण्यासाठी बॉंबे स्टॉक एक्सचेंजला लिस्टिंग केलं होतं आणि आजच कंपनीनं १ कोटींचा टर्नओव्हर पार केला होता. कामगारांना पेढे वाटले जात होते. यशदाची केबिन रंगीबेरंगी फुलांच्या गुच्छांनी आणि भेटकार्डांनी भरून गेली होती. दिवस मावळतीला झुकला. यशदा घरी जाण्यासाठी म्हणून केबीनबाहेर पडली; तेव्हा रिसेप्शन काऊंटरला बसलेली मारिया एका तरुण, उंच शेलाट्या बांध्याच्या मुलीशी वाद घालत होती. यशदानं पुढे होऊन त्या मुलीशी बोलायला सुरुवात केली, तर तिनं हातात चिठ्ठीच ठेवली.

यशदानं ती चिठ्ठी हातात घेतली नि त्यावरचं अक्षर पाहून ती चपापलीच. अगदी हेच अक्षर त्या येणाऱ्या निनावी पत्रांवरही... पण आता चिठ्ठीत खाली सही. मधुरा श्रीकर जोशी... म्हणजे ही श्रीकरची दुसऱ्या बायकोपासून झालेली मुलगी? ही पत्र लिहून मन खोदून काढणारे प्रश्न विचारायची आपल्याला? क्षणभर तिला काय करावं, सुचेना; पण आता परिपक्व अवस्थेत पोचलेली ती केबिनमध्ये परत शिरली. तिच्यापाठी मधुरा श्रीकर जोशीसुद्धा शिरली. समोर उभ्या असलेल्या त्या मुलीकडे बघताना यशदाच्या मनात आलं, किती श्रीकर सारखी दिसते ही! हिला ती तशी पत्र पाठवायला लाऊन त्यानं त्रास दिला आपल्याला. मन ढवळून काढलं आपलं आणि आज इतका काळ लोटल्यानंतर इतक्या आनंदाच्या क्षणी ही मुलगी बापाचं नाव सांगत आलीय इथे. आता काय पढवून पाठवलं असेल त्यानं हिला इथे?

क्षणात सावध होत यशदानं तिच्या खास कमावलेल्या आवाजात तिला विचारलं, "निनावी पत्र पाठवून जो त्रास दिलास तेवढ्यावर नाही समाधान झालं तुझं--- तुमचं सगळ्यांचं? आजच नेमकी का आलीयस इथे? कुणी मुद्दाम पाठवलय का तुला?"

"बसु का खुर्चीत?" शांत आवाजात मधुरा श्रीकर जोशीनं तिला विचारलं नि तिच्या उत्तराची वाटही न बघता ती तिच्या समोरच्या खुर्चीत बसली सुद्धा--- आणि मग त्या तशाच शांत आवाजात ती म्हणाली, "तुम्हाला निनावी पत्र पाठवणारी माझ्यातली ती एक नंबरची भित्री--- मूर्ख पोर केव्हाच मागे. पण एक सांगते पत्रातून तुम्हाला मी जे प्रश्न विचारायची ते तसे प्रश्न त्या वयात मला खरोखरच पडायचे. ते प्रश्न माझ्या आजूबाजूच्या कुणालाही विचारणं शक्य नसायचं आणि सगळ्यात महत्त्वाचं, ती तशी पत्र लिहायला मला तेव्हाही कुणी सांगितलं नव्हतं, आणि आज या महत्त्वाच्या दिवशी मला इथे कुणीही मुद्दाम पाठवलेलं नाही कारण मी कुणाचंही ऐकणारी शहाणी मुलगी तेव्हाही नव्हते

आणि आजही नाहीच आहे.

मी आहे एक हळू हळू धीट बनत गेलेली पण वेडीच राहिलेली मुलगी, म्हणूनच आज मी माझं संपूर्ण नाव तुमच्यापर्यंत पोचवलं. मी ॲटमोबाइल इंजिनियर आहे आणि माझं स्वत:चं गॅरेज आहे. आज या खास दिवशी मी इथे आलेय ते तुम्हाला खास थँक्स द्यायला. तुम्ही त्या दुर्गम वाटेवरून सतत चालत राहिला नसतात तर आज आमच्यासारख्यांसाठी एक मोठा रस्ता तयारच झाला नसता. म्हणून आजच्या खास दिवशी तुम्हाला स्पेशल थँक्स द्यायला आलेय.''

तिनं उठून उभं रहात शेकहँडसाठी हात पुढे केला, तेव्हा थक्क झालेली यशदा भानावर आली नि तिनं चटकन मधुरा श्रीकर जोशीचा हात हातात घेतला. त्या मुलीकडे हसून बघताना तिला वाटलं, एकटेपण संपलं आपलं.

थकल्या भागल्या देहानं नेहमी सारखी रात्र बरीच उलटून गेल्यावर यशदा तिच्या बेडरुममध्ये आली. चंद्राचा प्रकाश नेहमीसारखाच खोलीत झिरपत होता. नेहमीची वेळ होऊन सुद्धा आज तिनं बॉरबॉनची बाटली काढली नाही. झोपेची गोळी सुद्धा घेतली नाही. गादीवर पडल्या पडल्या ती स्वत:शीच म्हणत राहिली... आज आई-बाबा असायला हवे होते कारण नेमकं आजच मी म्हणजे अगदीच डिफेक्टीव्ह--- अगदीच टाकाऊ पीस नाहीये हे पुन्ह:पुन्हा सिद्ध झालय.
---आणि मग कितीतरी काळा नंतर, तिला अपोआप शांत झोप लागली. खोलीत झिरपणारा चंद्राचा प्रकाश आता अधिकच शीतल झाला होता. मन वाचता यायला लागलं. वेळ आलीच तर स्वत:शी प्रामाणिक राहत मी घेईन झुंज...'' बोलता-बोलता तिनं यशदाच्या नजरेला नजर भिडवली. यशदाला आता चिठ्ठी वाचण्याची गरज नव्हती. मधुराचा हात हातात घेत यशदा तिला म्हणाली, ''स्वत:चा आत्मसन्मान जपत वाट चालणं सोपं नाही, कारण ही वाट फार... फार दुर्गम आहे. ती स्वत:च्या फक्त ताकदीवर चालत जाऊन यश गाठता येऊ शकतं!''

□□

३. आईची मैत्रीण

विणकाम बाजूला ठेवून तिनं दोन्ही हातांचे पंजे एकमेकांत गुंतवून कडकडीत आळस दिला आणि मग उठून चहा करायला घेतला. तिनं सवयीनुसार दोन मग भरून चहा किटलीत ओतला नि ती मागच्या दाराच्या पायरीवर येऊन बसली. आज फारा दिसांनी चहा प्यायला तिला एवढा निवांतपणा मिळाला होता. चहा पिता-पिता तिच्या लक्षात आलं— झुळूझुळू वारं वाहतंय तरी हवा तशी उबदार आहे. पश्चिमेला रेंगाळत चालेल्या सूर्याची जादू अजूनही झाड-झाडोऱ्यावर, पाना-फुलांवर, घराच्या छपरावर नांदतेच आहे आणि त्यामुळे अवघ्या परिसरालाच एखाद्या नव्या नवरीची झळाळी आलीय. अरे, असं कसं मनात आलं आपल्या? मंजू तर कालच दाराला बांधलेलं तोरण नि दारापुढची रांगोळी ओलांडून सासरी गेली!

खरं तर नुकत्या सासरी गेलेल्या एकुलत्या एका लेकीच्या आठवणीनं तिनं बेचैन व्हायला हवं. किमानपक्षी तिला एवढं मोकळं तरी वाटायला नको ना! कालच तर लग्न झालं... पाहुणे-रावळे, भाऊ-बहिणी आणि इतर गोतावळा घरात असायला हवा होता... पण तिनंच फार कुणाला बोलावलं नव्हतं. मंत्र-बिंत्र न म्हणताच लग्न झालं. अन्वरच्या मित्रांनी रजिस्ट्रारसाहेबांना टॅक्सीत घालून घरी आणलं, तेव्हा नाही म्हणायला सनईची सीडी तेवढ्यातल्या तेवढ्यात परस्परच कुणी तरी लावली नि दोघांनी सह्या केल्या, तेव्हा त्यांच्या मित्र-मैत्रिणींनी (दोन्ही बाजूंनी फक्त दोन-दोन) उभयतांवर गुलाबाच्या आणि मोगरीच्या फुलांची उधळण

केली. ते दृश्य आत्ताही तिच्या डोळ्यांसमोरून झर्रकन सरकून गेलं. लग्नाचा पुरावा म्हणून फोटो हवेतच, म्हणून तेही झालं. इतरांच्या मुली सासरी जाताना रडतात आणि मंजू... ती अन्वरबरोबर त्याच्या मोटरसायकलवर बसून तिला बाऽय म्हणून सासरी गेली... पण हे असं घरातून बाहेर पडण्यापूर्वी तिच्या लेकीनं तिला शांतपणे विचारलं होतं, "आई, झालं ना तुझ्या मनासारखं? कुणालाही न बोलावता घरातल्या घरात रजिस्टर लग्न"

हिनं काही उत्तर देण्याआधीच ती खाली वाकली होती नमस्काराला. त्या वेळी तो धिप्पाड पठाण अन्वर, ढिम्म उभा होता हिच्याकडे आपल्या निळसर घाऱ्या डोळ्यांनी रोखून बघत. आत्ताही तिला त्याची ती तिखट नजर आठवली नि तोंड कडू झालं तिचं.

कुणाचंही तोंड गोड करायच्या फंदात पडूच नये, अशा अचानक भयंकर ताण निर्माण झालेल्या त्या वातावरणात कुणालाही काही सुचलं नाही. मंडळी घाईनं तिथून बाहेर पडली. आता ती सगळी हॉटेलवर जेवायला जातील, हे तिला माहीत होतं. त्या वेळी तिकडे जेवायला तू येतेस का, असं तोंडदेखलंही कुणी तिला म्हणालं नाही आणि तीदेखील धावत बाहेर पडून त्यांच्यात सामील झाली नाही. त्या क्षणी आपण दाराला तोरण बांधणं... चौकटीत गणपतीचं चित्र चिकटवणं... दारापुढे रांगोळी घालून घेणं— कशाला केलं? त्या नव्या नवरा-नवरीला इतकी घाई इथून जायची आणि त्यांची मित्रमंडळी तर चार पावलं त्यांच्या पुढेच!

आपण मूर्ख! त्या दोघांनी तर तसंही रजिस्ट्रारच्या ऑफिसमध्ये जाऊन लग्न केलं असतंच; मग लग्न घरातच व्हावं, असा हट्ट आपण का धरला? भीती वाटली का आपल्याला? ती एकदा इथून बाहेर पडली की अन्वर तिला मुसलमान बनवून निकाह लावेल म्हणून नाही सांगता येत.

स्वत:शीच बडबडत बसलेल्या तिला तशा किती तरी गोष्टी नसत्याच सांगता आल्या. मंजू जेव्हा तिच्याशी बोलता-बोलता अचानक गंभीर होऊन तिला म्हणाली होती की, अन्वर त्यांचा एकुलता एक मुलगा आहे. त्याच्या अम्मीनं नाहीच हट्ट सोडला, तर ती धर्म बदलून मुसलमान व्हायलाही तयार आहे तेव्हा ती विलक्षण सटपटली होती. आपल्या काळजाचा तुकडा असलेली आपली मुलगी... तिच्या आयुष्यात काल-परवा आलेल्या कुणा एकासाठी धर्म बदलायला निघाली ही मुलगी... आपल्याला मुळीसुद्धा न विचारता? एवढी भाळलीय ही त्याच्यावर, की काही झालं तरी तिला त्याला हातचं जाऊ द्यायचं नाहीये.

त्या क्षणापर्यंत मंजूनं अनेकदा आग्रह करूनही हिनं अन्वरची भेट घेतली नव्हती आणि त्या क्षणानंतर अन्वरला पाहण्याची एक विचित्रच ओढ तिला लागून राहिली. ती ओढ इतकी जबर होती की, तिनं मंजूच्या नेहमी घरी येणाऱ्या मित्रालाच फोन लावला नि गेली बेधडक त्यांच्या अड्ड्यावर.

नीलनं बोट दाखवलं त्या मुलाकडे तिनं दुरूनच पाहिलं. ती कातरवेळ होती. रस्त्यावर वाहनं तुफान वेगानं पळत होती. वातावरणावर दाट काळसर साय धरत चाललेली... त्या वेळी मंजूसकट ते टोळकं कोपऱ्यावर उभं होतं. सात-आठ जणांच्या त्या टोळक्यात तो अगदी उठून दिसत होता. निळी टाईट जीन्स नि क्रीम कलरचा टी-शर्ट घातला होता त्यानं. तिनं त्याच्याकडे रोखून पाहिलं, तेव्हा तिच्या डोळ्यांत भरली ती त्याची सणसणीत उंची नि मजबूत हाडपेर. चट्कन तिच्या तोंडून निघून गेलं होतं ते वाक्य— "अस्सल पठाणका बच्चा है ये!" त्याच्यापुढे एरवी तिला उफाड्याची वाटणारी मंजू एकदम छोटीशी बाहुलीच भासली, तिला.

कसं कोण जाणे, पण अन्वरचं एकदम तिच्याकडे लक्ष गेलं तशी चट्कन पुढे होत तो म्हणाला होता, "हॅलोऽ आंटी! आप इधर?"

वास्तविक शिष्टाचार म्हणून तरी तिनं त्याच्याशी... फक्त त्याच्याशी कशाला, त्या सगळ्यांशीच दोन शब्द बोलायला हरकत नव्हती. अन्वरनं ज्या अर्थी बघता क्षणी मंजूची आई म्हणून आपल्याला ओळखलं, त्या अर्थी मंजूनं त्याला आपल्याबद्दल बरंच काही सांगितलं असणार... दुरून एखादवेळी दाखवलंसुद्धा असणार. तिनं त्याच्याशी बोलायलाच हवं होतं, तरीही ती बोलली नाही. उलट, त्याच्याकडे रागाचा एक कटाक्ष टाकून ती नीलचा हात पकडून ताड्दिशी परत फिरली तिथून. त्याचे ते निळसर झाक असलेले हिरवे चकचकीत डोळे नि त्याचा तो खर्जातला आवाज— तिच्या मनात खोल-खोल नोंदवलं गेलं ते सगळं.

मूर्ख पोर भाळली या मुलावर आणि त्या क्षणी मनाला भीतीचा जो स्पर्श झाला, तो कायमचा. वाटलं, इतिहासाची पुनरावृत्ती तर होत नाहीये ना? दोन तपांपूर्वी घडलं ते... आपण ब्राह्मण आणि तो नवबौद्ध... आणि मग... नकोत त्या आठवणी! भीतीसारखा शत्रू नाही. मनात खोलवर घर करून बसलेल्या या भीतीची किती रूपं अवतरावीत तिच्या वागण्यात! तिनं मंजूला जो विरोध केला, तेही त्याचंच रूप...

कारण असो अगर नसो; ती आपलं पालुपद सोडत नसे, खुशाल बोलून दाखवे, "अगं, तुझ्या लक्षात कसं येत नाही? शिकला-सवरला म्हणून काय

झालं, शेवटी मुसलमानच ना...? त्यातून पठाण! तलाक... तलाक म्हणून दिलीन् सोडून तर?''

आणि मग कमी-अधिक फरकानं कधी आडून, कधी उघड अशाच स्वरूपाच्या बोलण्याला कंटाळून एक दिवस तिच्या लेकीनंही दिलाच एक टोला ठेवून. म्हणाली तीव्र स्वरात, ''आई, नवबौद्ध काय किंवा हिंदू काय, नवरे बायकोला तलाक देत नसतील कदाचित; पण मैत्रिणींची फौज आपापल्या वकुबानुसार पाळायला आणि बरंच काही करायला कुठे भितात? अर्थात, तुझ्याइतका या गोष्टीचा अनुभव आणखी कुणाला असणार म्हणा!''

घाव वर्मी होता. आजही त्या आठवणीनं तिच्या डोळ्यांत पाणी आलं तशी ती घरात आली. किटलीतला उरलेला चहा प्यायला आता कुणीही येणार नाही, याची तिला खात्री होती; तरीही तिनं तो चहा संपवला नाही. घरात अंधार दाटून आला होता. आता दारं बंद करून घ्यायला हवी होती, पण तिचं लक्षच नव्हतं कुठेच. ती तशीच बाहेरच्या खोलीत कोचावर आडवी झाली. तिनं मनाला बजावलं— आपली काडीइतकीही पर्वा नसलेल्या या मुलीची आठवण आपल्याला येता कामा नये.

आपण जेवढ्या निकरानं विरोध करत राहिलो, त्याच्या दुप्पट उत्साहात ती म्हणत राहिली, ''करीन... करीन अगदी त्याच्याशीच लग्न करीन...धर्मसुद्धा बदलेन— अगदी तुझ्यासारखा...'' खरं तर त्याचवेळी तिला पोटाशी घेऊन सांगायला हवं होतं, बरंच काही... पण उलट खोल दडलेल्या भीतीचं वेगळंच रूप प्रकट झालं. जिवाचा अगदी संताप-संताप झालेला. मग त्याच तिरीमिरीत नाहीच येऊ दिलं घरात अन्वरच्या अम्मी-अब्बूंना. मंजूच्या लाडक्या पप्पालाही नाही नि मग अगदी कुणालासुद्धा नाहीच येऊ दिलं लग्नाला. आपण एवढं टोकाचं पूर्वी कधी वागलो नव्हतो... पण नेमकं आपल्या काळजाचा तुकडा— आपली लेक तिच्या आयुष्याच्या महत्त्वाच्या वळणावरून तिनं निवडलेल्या मुलाचा हात धरून चालायच्या तयारीत असताना आपण ते तसं वागलो आणि आता लेकीच्या सासरी तिला पाहण्यासाठी म्हणून जावसं वाटलं तरी तोंड उरलं नाही जायला. कोण समजून घेईल आपल्याला?

तिनं निकरानं डोळे पुसले नि कूस बदलली. आजूबाजूचा गच्च अंधार तिच्या डोळ्यांना खुपला तशी तिला जाणीव झाली— आज इथून पुढे एकटंच जगायचं असेल, तर आहे ते तरी राखायला हवं. दारं लावायला हवीत. ती धडपडत उठली. तिनं दिवा लावला.

काल लग्नाच्या वेळी पुरावा हवाच म्हणून डिजिटल कॅमेऱ्यात काढलेल्या आणि ताबडतोब प्रिंटआऊटही मिळवलेल्या फोटोंपैकी एक फोटो टी-पॉयवर होता. तिनं तो हातात घेतला नि ती वधुवेषातल्या मंजूच्या फोटोकडे पाहतच राहिली. मंजूच्या आईनं नाही तिचे लाड केले, पण तिच्या मैत्रिणी खमक्या होत्या. त्यांनी कोणती कसर बाकी ठेवली नव्हती. पोरीला अष्टपुत्री नेसवण्यापासून हिरवा चुडा भरून तिच्या कपाळी ठसठशीत तांबडंभडक कुंकू, तिच्या तळहातावर लालचुटूक मेंदी रेखण्यापर्यंत सगळं काही त्यांनी निभावून नेलेलं.

रजिस्ट्रारसाहेब घरात आलेले. ती दोघं सह्या करण्यासाठी म्हणून पुढे झाली, तेव्हा खरं तर आपण त्यांच्याकडे ढुंकूनही पाहणार नव्हतो. तरीही डोळ्यांनी तिचं ते रूप टिपलं तसंच फेटा बांधलेला, कोटाला गुलाबाचं फूल लावलेला, विलक्षण रुबाबदार दिसणारा अन्वरही डोळ्यांनी साठवला होताच मनात, या... याच्या रूपानंच घातं झालाय पोरीचा. मस्तकात कळ उठली, तेव्हाच नेमकी मंजू पाया पडत होती. मनाची तडफड झाली... त्या पोरासाठी ओठांतून आशीर्वाद बाहेर पडता-पडता वाचले. पण पोरीच्या पाठीवर, डोक्यावर हात फिरलाच आणि तोंडून निसटलंच, ''पोरी सुखी हो!''

आत्ता तिच्या डोळ्यांसमोर ते जसं घडलं तसं येऊन गेलं, तशी ती उदास झाली. तिच्या मनात आलं— काल इथून बाहेर पडताना केवळ शिष्टाचार म्हणून जरी कुणी आपल्याला 'जेवायला चला' म्हटलं असतं, तरी आपण लगेच गेलो असतो, पण आपण नकोच होतो ना त्यांना! तिथे येणार होते मंजूचे लाडके पप्पा... अन्वरची अम्मी... अब्बू! आणि म्हणून मग या रडणाऱ्या-भांडणाऱ्या आई नामक बाईला नाहीच ये म्हटलं, कुणीसुद्धा.

तिनं पुन्हा एकदा पक्का निर्धार केला. नाहीच आठवण काढायची तिची. मग पुढे होऊन तिनं सगळी दारं घट्ट लावून घेतली नि मग घरात येऊन काल परवाचं काही तरी उरलेलं फ्रीजमध्ये ढकललं होतं, ते बाहेर काढलं. जगायचं तर खायला हवं— मग भूक लागो अगर न लागो! ती स्वत:शीच पुटपुटली. जे होतं ते खाऊन पलंगावर जाऊन झोपली ती. त्या क्षणी तिला जर कुणी विचारलं असतं की... बाई, तू आत्ता काय जेवलीस? तर, तिला ते सांगता आलं नसतं. तिनं निर्धारानं डोळे गच्च मिटून घेतले तरीही दिव्याचा उजेड डोळ्यांवर आघात करतच राहिला, तेव्हा मग ती नाइलाजानं उठली. तिनं दिवा बंद केला तशी अंधाराचं गडद साम्राज्य तिच्याभोवती पसरलं. डोळे गच्च मिटलेले. पोरीचं नावही काढायचं नाही, हा पक्का निर्धार केलेला आणि तरीही मनात फक्त तीच

यायला लागली.

अपऱ्या नाकाची, गोबऱ्या गालांना गोड खळ्या पडणारी मंजू... तिला निळ्या डोळ्यांचाच बाहुला हवा खेळायला! मग ती हिला अनेक दुकानं पालथी घालायला लावणार नि हवं ते मिळवणार. अगदी आपल्या बापासारखी, पक्की हट्टी! या अशा माणसांची मडकी पक्की भाजलेलीच... आणि हॉकी खेळताना नेहमी फक्त सेंटर फॉरवर्डलाच खेळणार; दुसरी पोझिशन नाहीच कधी घ्यायची.

तिच्या या असल्या स्वभावामुळे घरात नेहमी दोन पक्ष नांदत. एका बाजूला ती एकटी, तर दुसऱ्या पक्षात मंजू नि तिचा पप्पा. फारच शेफारून ठेवली होतीन् त्यानं तिला दहा-अकरा अशा आडनिड्या वयाची, ती आडदांड बांध्याची पोर वाटेल ते प्रश्न विचारून जेव्हा हिची भंबेरी उडवी; तेव्हा हिला तिचा राग येई. मग युद्ध अटळ असे. मुलीची बाजू घेऊन पप्पा लढे. एवढ्याशा वयात उफाड्याचा बांधा असलेली ती पोर केवढी थोराड वाटे. मग एकदा हिनं टोकलं. म्हणाली, "जरा बेतानं जेवत जा आणि बटाटेवडे, वेफर्स, आइस्क्रीम या गोष्टींवर आडवा हात मारणं सोडून दे आता." तर पोरटी चिडलीच आणि म्हणून मग अबोल्यामुळे घरात घोर शांतताच नांदली चांगले चार दिवस. तिनंही ताणूनच धरलं होतं त्या वेळी.

आणि त्याच दिवसांत एकदम शांततेचा भंग झाला. अशीच रात्रीची वेळ. सुम्म अंधारावर आवाजाचा एकही ओरखडा नाही. तिचाही डोळा लागलेला आणि नेमकं वाटलं, कुणी तरी जवळ उभं आहे. गरम श्वास जाणवायला लागलेला... तेवढ्यात गालांनाही स्पर्श झाला मऊ हातांचा. त्यापाठोपाठ गरम पाण्याचा थेंब सांडला गालांवर. तशी ती दचकून उठली आणि बघते तरं— समोर पोर उभी! अंधारातही तिला जाणवलं, पावसात भिजलेल्या भेदरलेल्या मांजराच्या पिल्लासारखी अवस्था झालेली मंजू तिला बिलगली होती.

बाईऽ काय झालं पोरीला! त्या क्षणी तिला कुशीत घेताना ती आता आडदांड, भांडकुदळ, बंडखोर पोरटी नव्हतीच उरली. ते झालं होतं लेकरू, आपल्या आईला घाबरून बिलगणारं लेकरू. त्या क्षणी तिला तिचा जीव की प्राण असलेला पपा नको होता; हवी होती ती फक्त आई!

मग तिला घट्ट जवळ घेत तिच्या पाठीवरून हात फिरवू लागले, तेव्हा तो अबोला... तो दुरावा गेलाच कुठे तरी विरघळून. मंजू त्या वेळी तिच्या कानात हलकेच पुटपुटली होती, "आई, सायन्सच्या पुस्तकात वाचलं होतं, तसं झालंय."

"मंजे काय झालय?" तिचा घाबरलेला प्रश्न. पण मग उत्तर न देताच

तिनं हिचा हात घेतला नि नेला आपल्या मांड्यांवर; तेव्हा हिच्या हाताला लागलं काही तरी ओलसर, चिकटसं. तशी तिच्या लक्षात आलं काय घडलंय ते. हं! खरं तर सायन्सच्या पुस्तकातलं ते अजून एक-दोन वर्षांनी भेटलं असतं तरी चाललं असतं. अकराव्या वर्षीच सुरू झाली हिची पाळी.

पोर रडत होती. घाबरली होती. मग हिनं तिला समजावलं. दिवा लावला. ड्रॉवरमधून पॅड्स काढून त्याचा वापर शिकवला तिला. खरं तर तिनं पुस्तकात बरंच काही वाचलेलं, शाळेत कुठल्याशा तासाला याबद्दलची थिअरीदेखील झालेली तरीही ऐनवेळी शेवटी आईनंच मुलीला बरंच काही प्रॅक्टिकलचं ज्ञान दिलं. आजकाल टी.व्ही. वर दर दोन मिनिटाला सॅनिटरी नॅपकिन्सच्या जाहिराती असतात. शिवाय, सेक्स एज्युकेशनच्या तासाला बाई आणि पुरुषाची सचित्र माहिती खूप इंटरेस्टिंग करून तिच्या अख्ख्या वर्गाला सांगितलेली... तरीही ऐनवेळी व्हायचा तो गोंधळ, वाटणारी भीती... सगळं काही घडलं आणि हिनं ते सगळं सहज सांभाळून घेतलंही.

घाबरलेल्या... रडणाऱ्या मंजूला कुशीत घेऊन मग तिनं तिच्यासमोर आपल्या अनुभवाची पोतडी उघडली. सांगत राहिली तिला, "कुसमी माझी जिवाभावाची मैत्रीण. सुट्टीत तिच्या घराच्या अंगणात परकराचा काच्या मारून लंगडी खेळत होतो. डाव रंगात आला होता. लंगडी घालता-घालता कुसमी एकदम ओरडली स्मिता, अगं एवढं रक्त कसं आलं गं तुझ्या पायावर? मग चट्कन मागे वळून पाहिलं! तर काच्या मारलेल्या परकरावरही डाग. आईनं आधी बरंच काही सांगितलं होतंच. जाम घाबरले आणि खेळ सोडून कडेला गेले तर तिथे नेमका कुसमीचा मोठा भाऊ डोळे मोठे करून माझ्याचकडे पाहत असलेला. लाज... लाज वाटली अगदी आणि मग जी धूम ठोकली, ती थेट घरी!"

हिनं त्या रात्री खजिनाच खोलला लेकीसमोर अनेक आठवणींचा. रात्र सरली तरी गप्पा चालूच. मग उठून अगदी बरोबरीच्या असल्यासारखं दोघींनी मागच्या दाराच्या पायरीवर बसून एकत्र चहा घेतला. त्या दिवसापासून मंजू बनली आपल्या आईची मैत्रीण. फ्रॉक घातलेली आणि बघता-बघता एका रात्रीत समजदार झालेली ती तिच्या आईची घरातलीच तरुण मैत्रीण. मग काही दिवसांत मैत्रीत असतं तसं— आपल्या-तुपल्यातल्या गप्पांतलं कुणालाही सांगायचं नाही, अगदी मुळीसुद्धा नाही, असा करारच झाला त्यांच्यात.

रात्र सरली. खोलीत उजेड घुसला. तिच्या डोळ्यांसमोरची चित्रमालिका

आता थांबली होती. न राहवून ती मोठ्यांदा म्हणाली, ''तशी ती या आई नामक बाईची एवढी जवळची मैत्रीण... तरी नाहीच उरलं काही.''

ती निश्चयानं उठली. तिनं तोंडावरून पाण्याचा हात फिरवला. मग ती घटाघटा पाणी प्यायली. पुढे होऊन रात्री गच्च लावलेली सगळी दारं तिनं उघडून टाकली. घरात येऊन चहा केला आणि कसा कोण जाणे तो नेमका मोठ्ठे दोन मग भरून झाला. किटली आणि मग घेऊन ती मागच्या दारी आली आणि पायरीवर बसून चहा पिऊ लागली. अंगणात साळुंक्या नाचत होत्या. उघड्या टाकलेल्या दारातून कुणीही येणार नाहीये, हे माहीत असूनही ती एकसारखी मागे वळून त्या उघड्या दारांकडे पाहत राहिली.

रोज असंच घडे. ती जेवायचं म्हणून जेवी, दूरदर्शन दाखवी त्या सगळ्याच्या सगळ्या मालिका डोळे उघडे ठेवून ती बघे. बाजारात जाई. हवं असलेलं आणि कुणी तरी अचानक आलं तर, म्हणूनसुद्धा काहीबाही खरेदी करी. रस्त्यात भेटणाऱ्या ओळखी-पाळखीच्यांना आपण अगदी आनंदात असल्याचं ती आवर्जून सांगे.

असे आठ दिवस गेले आणि एक दिवस तिची बेचैनी इतकी वाढली की, तिनं नेहमी घरी येणाऱ्या मंजूच्या मित्राला— नीलला फोन केला. पहिल्यांदा अन्वरला पाहण्यासाठीसुद्धा तिनं ह्याचीच मदत घेतली होती. मग हिनं आडून-आडून चौकशी केली. आधी मंजूच्या लग्नाच्या दिवशी हजर असलेल्या मित्र-मैत्रिणींची नि मग तिनं शेवटी सरळ विचारलं, ''बदललान् का रे तिनं धर्म? फातिमा की कायसं नाव ठेवणार होते म्हणे तिचं? जाऊन आलास तिच्याकडे?''

तर, त्यानं उत्तर दिलं, ''आंटी, तुम्ही नका काळजी करू. मी जाऊन येईन तिच्याकडे. अन्वर तसा माझाही दोस्त आहेच.''

''बरं, मग तिकडे जाऊन आलास की ये इकडे; छान गप्पा मारू. तुझ्या आवडीची भजीसुद्धा करीन मी.'' तिनं आवर्जून सांगितलं.

तिला त्याच्या रूपानं एक झरोका मिळाला, तिच्या लेकीच्या संसारात डोकवायला— तिथे पाऊल न टाकतासुद्धा.

नीलनं एक दिवस येऊन सांगितलं, ''आंटी, मंजूनं धर्म बदललान् बहुधा, कारण एरवी मंजू इतकी कधी वाकेलसं वाटलं नव्हतं. अलीकडे बघितली तिला; शिवाय मित्रही म्हणाले, घराबाहेर पडते तेव्हा तिचा अगदी अंगभर पदर असतो, तोही डोक्यावरून घेतलेला आणि सलवार-कमीज घालून घराबाहेर पडली असेल तर डोक्याला स्कार्फ बांधते म्हणे. मला वाटतं, पाच वेळा

नमाजसुद्धा पढत असावी. छेऽ भलतंच झालंय नै!''

अर्ध्या-पाऊण तासात चहा-भजी असं सगळं साग्रसंगीत वसूल करून तो गेला; पण जाताना तिच्या मनाला नसता घोर लावून गेला.

तो गेल्यावर तिनं कपड्यांचं कपाट सगळंच्या सगळं उगाचच उचकटून काढलं नि पुन्हा लावलं. पुस्तकांचं शेल्फ वर-खाली करून झालं. आय-पॉड कानाला लावून खिडकीतून बाहेर बघत मख्खपणे बसून झालं. तरीही तिच्या जिवाला चैन म्हणून पडेना. शेवटी स्वत:वरच ओरडत ती म्हणाली, ''स्वत:च्याच हातानं करून घेतलंन् ना ते सगळं आणि वर मानी तरी किती, फिरकावसं वाटलं नाही तिला इकडे एकदासुद्धा.'' मग निश्चयानं ती उठली. तिनं चहा करून किटलीत भरला नि ती मागच्या दाराच्या पायरीवर येऊन बसली.

तिन्हीसांजा झाल्या होत्या आणि त्या वेळी अचानक जोरानं वारं वाहायला सुरुवात झाली. डोळ्यांत कचरा गेल्याचं निमित्त झालं खरं; पण डोळ्यांत आलेल्या पाण्यामुळे तिला खरंच समोरचं काही दिसेना, त्या क्षणी तिला एकदम खुदूकन हसूच आलं. छोटीशी मंजू... पण तिच्या डोळ्यांत हे असं पाणी दिसलं की, बरोबरीच्या नात्यानं काहीबाही विचारत राही. एकदा तिनं असंच विचारलं होतं, ''आई, तू इतकी नाजूक-साजूक; मग माझ्या एकदम डब्ल्यूडब्ल्यूएफ स्टाईल धिप्पाड पप्पाशी कशाला लग्न केलंस गं? एऽ खरं सांग हं, तुला त्याआधी मागणी नाही घातली कोणी?''

आज हाच प्रश्न आपण विचारायला हवा होता तिला, तिच्यापुढे केवढा धिप्पाड तो पठाण! आत्ता सांग म्हणावं, त्या आडदांड पठाणावर कशाला एवढं प्रेम केलंस ते...? बरं, प्रेम केलं ते केलं; पुन्हा त्याच्या इतकं नादी लागायचं की; तो म्हणेल तसं सगळं करायचं... तो निकाह करू म्हणाला, तर ही लगेच गुडघ्याला बाशिंग बांधून तयार! तिला खरंच दिसलं नसेल, आपलं काय झालं ते? अशी कशी ही मूर्ख पोरगी...? त्यातून बघितलान् तो मुसलमान! धत् तेरे की... मुसलमान काय नि नवबौद्ध काय, शेवटी जे जमायला हवं तिथे गोंधळ झाला की आयुष्याची सुरावट बिघडणारच. आपण दर वेळी अन्वरच्या मुसलमान असण्याचा उद्धार केला, ते खोटं. त्याला पाहिल्यापासून खरी भीती वाटत राहिली ती त्यांच्यातला सूर...ताल हरवण्याची आणि चुका करत गेलो आपण! आणि आता हा न सोसणारा दुरावा आला. खरंच, काहीच सोसत नाहीये आपल्याला!

पुन्हा तिला मंजू आठवली. तिचा हात हातात घेत मैत्रिणीच्या अधिकारानं

विचारणारी मंजू... किती गोष्टी शेअर व्हायच्या त्या पायरीवर बसल्या-बसल्या त्या दोघींत! मंजू खरीखुरी मोठी होऊन कॉलेजात जायला लागली आणि तरीही पायरीवर बसून चहा पिता-पिता गप्पा मारणं अबाधितपणे चालू राहिलं, अगदी त्यांच्यातल्या दाट मैत्री सारखच आणि मग इतके दिवस नुसतीच आदळ-आपट होत असे एकदाचा त्याचाही शेवट झाला. तिचा लाडका पपा गेलाच शेवटी घर सोडून, त्याच्या त्या तरण्याबांड अन् गच्च देहाच्या मैत्रिणीकडे कायमचा राहण्यासाठी. त्याच्या त्या वागण्याची चिरफाड झाली करून मग त्या दोघींत पायऱ्यांवर बसून. केव्हापासून नि कसं सुरू झालं असेल त्या दोघांचं... सगळं-सगळं चिरफाडलं; गेलं पण आमच्या दोघांत बिनसायला सुरुवात झाली ती बेडमध्ये, हेही सांगायचा धीर तेव्हाही झाला नाही आपल्याला आणि म्हणूनच ही तरुण मैत्रीण एक दिवस चिडून तिला म्हणाली होती, "तुझ्या या असल्या लसूण-कांद्याच्या वासानं नि सदा केसांना गाठ मारून तेलकट-कळकट चेहऱ्यानं वावरण्यानंच तो कंटाळून गेला निघून. तुझ्यात तिच्यापेक्षा काय कमी आहे गं?"

त्यांच्यात बरोबरीच्या नात्याची दाट मैत्री होती, तरीही ते सांगणं तिला जमलंच नाही कधी. ज्यांना त्या विविध रतिक्रीडा सहन होत नाहीत, त्या हळूहळू मिटूनच जातात ना! पण ते कसं सांगायचं लेकीला? मैत्रीण होती, तरीही इतकं मोकळेपणी बोलण्याचा कुठे रिवाज आहे? काय असेल ते असो; झाली खरी गद्दारी मैत्रीत. त्यामुळेच आता वाटतेय त्या दोघांबद्दल विलक्षण काळजी... पण आता त्याचं काय?

आता अंधार खूपच वाढला होता. नाइलाजानं ती उठली नि आत आली आणि तेवढ्याच नाइलाजानं तिनं दारंही लावून घेतली. ती आतल्या खोलीत आली. ड्रेसिंग टेबलवर किती वस्तू पडलेल्या. त्यांच्याकडे बघता-बघता तिला हसूच आलं. त्या घटनेनंतर मंजूनं आपल्या या म्हाताऱ्या होत चाललेल्या मैत्रिणीला तरुण आकर्षक बनवायचा चंगच बांधला होता. मग केस कापले... रंगवले. ब्लाऊजचे गळे लो-लो केले. तोंडाची रेग्युलर मळणी नि रंगसफेदी चालू होतीच. ती म्हणे, "पैसा खर्च होतो म्हणून कुरकुर नकोस. तू सुंदर होतीस, तशी पुन्हा सुंदर दिसायला हवीसच. मस्त टकाटक राहत जा!"

त्या अननुभवी तरुण मैत्रिणीला कुठे माहीत होतं की, स्त्रीचं स्त्रित्वच अपमानित झालं असलं, तर तिला उभं राहणं अवघड जातं. हिच्या चेहऱ्यावर इतकं करूनही हसू फुटेना, तेव्हा एक दिवस ती जिवाभावाची अजाण मैत्रीण म्हणाली, "मरू दे पप्पाला तिकडे. तुला हवं तर तूसुद्धा तुला साजेसा एखादा

मित्र बघ आणि शिवाय मी आहे ना तुझ्याबरोबर! लक्षात ठेव— बॅडमिंटनची स्टेट चँपियन आहे तुझी लेक. अभिमानानं मिरव माझी आई म्हणून.''

आताही तिला ते सगळं आठवलं नि तेव्हासारखंच आताही वाटून गेलं — या तरुण, बंडखोर, तिच्यावर कायम सत्ता गाजवणाऱ्या मैत्रिणीनं मात्र अन्वरशी झालेल्या तिच्या मैत्रीचा पत्ताही तिला लागू दिला नाही!

आजही नेहमीसारखंच झालं. डोळ्यांत बोट घातलं तरी दिसणार नाही एवढा काळोख पडला, तेव्हा ती उठून आत गेली आणि तिनं दारंदेखील लावून घेतली. आजही त्या उघडून ठेवलेल्या दारांमधून कोणीही आत आलं नव्हतं. ती मुकाट्यानं स्वयंपाकघरात आली. स्वत:वर सक्ती करत तिनं चार घास पोटात ढकलले नि ती पलंगावर जाऊन पडली. आपल्या मुळातच बावळट असण्याचा तिला आताही राग आला. मुलगी तरुण होत चाललीय, हा संदर्भ आपण अशा कशा विसरलो? कशाच्या जोरावर वाटत राहिलं आपल्याला की, आपल्या पोळलेल्या मनाला जपणारी पोर आहे ती... ती कधीच आपलं मत ओलांडायची नाही.

तिनं ते ओलांडलंच— अगदी सहज ओलांडलंय. शिवाय बापानं घर सोडून दिल्यावर आपणच ना वाढवली तिला? तरीही आता लग्न होणार म्हटल्यावर सासरी माहेरची इभ्रत जपण्याइतका पोच तिच्यापाशी आलाय, हे सुद्धा वाचता आलं नाही आपल्याला. लग्नाच्या थोडं आधी अगदी ठरवून असावं तसं म्हणाली ती, ''मला वाटतं, निदान लग्नापुरतं पप्पानं इथे येऊन राहावं, मंजे सासरी तसं बरं दिसेल ना!''

क्षणात टाळकं सटकलं. वाटलं, बाकी काही असलं दोघांतलं, तरी त्यानं कधी मागे वळून पोरीची साधी चौकशी नाही केलीन् आणि आता आयत्या वेळी हा मिरवणार सगळ्यांसमोर पोरीचा बाप म्हणून!

मग नाहीच येऊ दिलं त्याला इथे. पोरीला आतून वाटलेलं सगळं सांगायला हवं होतं; पण त्याऐवजी करत राहिलो वितंडवाद आणि आता फक्त आठवणी चिवडत राहणं आलं.

आणखी चार दिवस गेले. मधे एकदा नील मुद्दाम येऊन सांगून गेला— मंजूला त्यानं तिचे पपा राहत असत, त्या कॉलनीत शिरताना पाहिलं म्हणून. त्या बातमीनं फक्त ब्लडप्रेशर वाढलं; बाकी काही नाही. किटलीत दोन मग भरून चहा ओतण्याचा आणि दारं उघडी टाकून पायरीवर जाऊन बसण्याचा तिचा क्रम चालूच राहिला.

...आणि एका तिन्हीसांजेला दोन मग भरून चहा किटलीत घेऊन ती

मागील दारी बसली असताना मुद्दाम उघड्या ठेवलेल्या दारातून ती आली. तिची सावली पडली पायऱ्यांवर तशी हिचं हृदय धडधडायला लागलं. म्हणावं तिला —बैस! पण हिनं तिच्याकडे मुळीसुद्धा पाहिलं नाही. तिच्या डबडबत्या डोळ्यांना समोरची हिरवळ दिसेना... अंगणातल्या साळुंक्या दिसेनात... कोपऱ्यातला उंच वाढलेला कदंब... त्यावरचं ते घरटं... त्यातली ती रंगीत पक्षीण... ते पिल्लू... काही काही दिसेना.

"डोळ्यांत कचरा गेलाय बहुधा—" ती पुटपुटली तशी मंजूनं वाकून तिच्या खांद्यावर हात ठेवत हळू आवाजात म्हटलं, "आई, निवळला का राग तुझा?... आई, बोलशील माझ्याशी...? आई, बोल ना?"

तिनं मग आपले गळणारे डोळे पालथ्या पंजानं पुसत म्हटलं, "पप्पांकडे जायचं सोडून बरी वाट चुकलीस?"

"आईऽ पुरे ना!"... आणि तिनं तिच्याशेजारी पायरीवर बसायला जागा मिळवलीच.

आता दोघींची तोंडं अगदीच आमने-सामने. मग ती त्या आपल्या नुकतं लग्न झालेल्या लेकीकडे पाहू लागली. इथून लग्न करून जाताना दिसत होती तशीच ती तिला आत्ताही दिसली. कपाळाला लाल कुंकू आणि हातात अजून हिरवा चुडा आणि...आणि सगळं तसंच... अजून मोहोर न लागलेली कोरी करकरीत नवरीच!

असं कसं असेल? घरी आलेल्या हिला शब्दांच्या पाकळ्या उकलून गाभ्यापर्यंत जाणारं काही विचारावं का?... क्षणात मनात फणा उभा राहिला— कुणास ठाऊक, हिचं अगदी आपल्यासारखं लग्नानंतर पहिल्यांदाच ते तसं अंगावर पाणी पडणं झालं असेल? आधीच किती हिंडत फिरत होते. इतके सिनेमे बघितले असतील बेडसीनवाले आणि प्रेमाची सूचक गाणी तर अहोरात्र... तिला काय विचारायचं, हं! पण तिच्याच्यानं राहवलं नाहीच. शेवटी म्हणालीच, "चहा घे. रोज करते तुझ्यासाठी."

मंजूनं किटलीतून मगात चहा ओतून घेतला आणि सूर्य मावळतीला चालला असतानाच चंद्राची कोर उगवली आकाशात; मग तिच्यातल्या आईनं न राहवून हलकेच विचारलंच, "सगळं मनासारखं झालं तरी एवढी खरकलीसशी?"

आता डोळ्यांत पाणी साचल्यामुळे मंजूला समोरचं काही दिसेना. ती हलकेच पुटपुटली, "माझ्याही डोळ्यांत कचरा गेला बहुधा—" आणि मग दोघीही हसल्या, कारण कठीण प्रसंग टाळून नेण्यासाठी पूर्वीही त्या असाच

जोक करीत असत.

अचानक मंजू बोलायला लागली. म्हणाली, "मी नक्की अन्वरशीच लग्न करणार, हे ठरल्यावर आदळ-आपट करत का होईना, पण आपणहून संसारातल्या खुबीच्या किती गोष्टी सांगितल्यास गं! कुणाशी कसं वागावं... स्वयंपाकाला लागण्यापूर्वी कशी तयारी करावी... मसाला कितपत परतावा... आणि बरंच असंच... पण एक राहिलीस सांगायचं— रात्रीचं अन्वरबरोबरचं माझं..." आणि ती रडायला लागली.

आता तिला सुरुवातीपासून वाटणारी भीती एकदम तिच्या तोंडून बाहेर पडली. मंजूला जवळ घेत तिनं विचारलं, "फार आडदांडपणा करतो का गं तो?"

"नाही गं... पण..."

"मग काय? शेतकऱ्यानं जमिनीत फाळ घुसवून नांगरावं तसं जोराचं? म्हणून का नाही सोसत?"

"ऊहूं! ऐक ना— माझी पाळी सुरू झाली, तेव्हा अगदी पहिल्यांदा झालं होतं, ना तसंच! थिअरी खूप पाठ चित्र पाहिलेली. पण... पण प्रॅक्टिकलच्या वेळी नुसती ठार बोंब. भलतंच डिफिकल्ट गं! खरंच नाही जमत. फार दुखत गं... आणि तो रक्ताचा डाग... मीच मिटून जाते दर वेळी."

तिनं लेकीचा हात घट्ट धरला नि डोळ्यांतलं पाणी आवरत ती म्हणाली, "याचीच भीती वाटत होती... कशाला लग्न केलंस त्याच्याशी?"

"आई, तुला वाटतोय तसा तो नाहीये, खूप जपतो मला तो आणि... आणि खरं सांगू? मला त्याला खूप सुख द्यायचंय... फक्त ही अवघड वाट... ही चढण चढून जायला हवा तुझा आधार..." तिनं बोलता-बोलता मिठीच मारली हिला.

आता अंधार अधिक गडद झाला होता आणि नेमकी दारावरची बेल वाजायला लागली, तशी मंजूनं बावरलेल्या नजरेनं तिच्याकडे बघत म्हटलं, "आई, अन्वर..."

"असू दे, मी बोलते त्याच्याशी, रहा आज इथे." कर्तेपणाची जाण असल्यासारखी ती म्हणाली आणि पुढे होऊन बाहेरच्या उघड्या दारापाशी आली तर दारात नील!

घाईघाईनं तो सांगायला लागला, "आंटी, काय सांगू तुम्हाला— मी तिथे गेलो, तर मंजू घरात नव्हती. तिच्या सासरच्या कुणालाही माहीत नाही ही

कुठे गेली ते! मी सांगतो, सासरच्या छळाला कंटाळून पळाली बहुधा...''

त्याला मध्येच तोडत थोड्या चिडक्या आवाजात ती म्हणाली, ''बरं, बघते मी काय करायचं ते. अंधार खूप झालाय, तू नीघ आता.''

तिचं ते वेगळं रूप नि वेगळंच बोलणं ऐकून आश्चर्यचकित झालेला नील मग पळालाच तिथून.

ती दार लावून घ्यायच्या गडबडीत असतानाच खरंच अन्वर आला तिथे, त्याच्या त्या मोटरसायकलवरून. याआधी तिनं त्याला पाहिलं होतं, तेव्हा आपल्याच गुर्मीत वाटला होता तो तिला; पण आजचा अन्वर वेगळा होता. कावरा-बावरा दिसणारा, नजर वर करूनही न बघणारा. विलक्षण नम्रतेनं त्यानं विचारलं, ''मंजू?''

...आणि आज पहिल्यांदा ती अन्वरशी बोलली. म्हणाली, ''चिंता नको... आणि तशीही पहिल्यांदाच ती त्याच्याकडे बघून हासली.

तशी 'थँक्यू... थँक्यूऽऽ' असं काहीसं पुटपुटत आज तिच्या नजरेला नजर न भिडवताच तो निघून गेला नि दाराला कडी घालून ती आत वळली.

पायरीवर बसल्यावर त्या दोघी बोलू लागल्या. त्याची ओळख असू दे, नाही तर नसू दे; ही ओळख पटायला नि फोर प्ले जमायला वेळच लागतो. दोघींचं अगदी एकमत. तरुण मैत्रिणीनं कैफियत मांडावी— म्हणावं, ''दुखतं...अगदी खूप दुखतं!'' आणि या अनुभवी मैत्रिणीनं सांगावं, ''हळूहळू दुखता-दुखता हवंसं वाटायला लागेल. सूर...ताल सांभाळ सुखाचा.''

चंद्राची कोर आता माथ्यावर आली होती. त्या दोघी बोलत राहिल्या आता मधल्या सगळ्या भिंती कोसळून दुरावा मिटला होता. त्या दोघींना कशाचंही भान नव्हतं. त्या फक्त बोलत होत्या खूप खरं... खूप खोल दडून राहिलेलं... बरंच काही... दोन सच्च्या मैत्रिणींसारखं.

□□

४. जिंदगीनामा

पाचशे पानांचं पुस्तक तो पठ्ठ्या खुशाल एका दिवसात वाचून काढायचा; शिवाय त्यातल्या अनेक मुद्द्यांची चिरफाड करून त्यावर चर्चा करायचा. संगणकावरची सगळी कोडी त्यानं चुटकीसरशी सोडवली होती आणि वयाच्या दहाव्या वर्षीच गावातल्या एका शाळेसाठी वार्षिक परीक्षेच्या निकालनिश्चितीसाठी खास प्रोग्राम करून दिला होता. अर्थात, त्यानं असंच असणं अपेक्षित होतं; कारण तो सुपरब्रेन असलेला डॉक्टर यशोधराबाईंचा स्पेशल टेस्ट ट्यूब बेबी पुरू होता.

पुरू आणि पुरूसारख्या अफलातून मुलांसाठी इन्स्टिट्यूटला वेगळी शाळा सुरू करावी लागली. हुशार मुलांची शाळा म्हणून ती त्या परिसरात गाजू लागली. त्या शाळेचे प्रमुख फादर दलरी... त्यांची शिकवण्याची, वांड मुलांना शिक्षा करण्याची आणि मुलांच्या चांगल्या कामाचं कौतुक करण्याची पद्धत त्या परिसरातील इतर संस्थांमध्ये चर्चिली जाऊ लागली. अशा या शाळेत सकाळी-सकाळीच नुकती शाळा सुरू झाली असताना पुरू आणि डॉक्टर राघवनचा मुलगा शीतल वर्गात मागच्या बाकावर शेजारी-शेजारी बसलेले. वर्गात शिक्षक जीव तोडून शिकवतायत, शीतल समोरच्या वहीत इमानेइतबारे लिहितोय आणि पुरूसुद्धा त्याच्या समोरच्या वहीत लिहितोय. पुरूनं हळूच आवाज करून शीतलला इशारा केला तशी लगेच शीतलनं तिरप्या नजरेनं त्याच्याकडे पाहिलं नि दबक्या आवाजात विचारलं, ''हाऊ मच इज युवर स्कोअर?''

पुरूनं तशाच दबक्या आवाजात उत्तर आलं, ''थर्टी थ्री!''

"माय गॉड!...शो!" शीतलनं पुरूची वही घेण्यासाठी हात पुढे केला, तेव्हा येणारं हसू दाबत पुरूनं वही शीतलच्या दिशेनं सरकवली.

शीतल वहीतलं ते ज्ञान वाचत होता आणि हसत होता. न राहवून तो कुजबुजला, "अरे यार! मराठी, हिंदी, इग्लिश इतनी सारी भाषाओं में ऐसी... ऐसी... गालियाँ! और तुम्हे सब कुछ मालूम है बॉस... मान लिया!"

शीतलनं फादरना वर्गाकडे येताना खिडकीतून पाहिलं तशी पट्कन त्यानं पुरूची वही त्याच्याकडे ढकलली, तेव्हाच नेमके फादर वर्गात आले आणि दुर्दैव! त्यांनी नेमकी ती वही जप्त केली. पुरूला फादरच्या पाठोपाठ त्यांच्या केबिनमध्ये जावं लागलं.

वहीचं ते पान वाचता-वाचता फादरनी विचारलं, "पुरू, व्हॉट इज धिस?"

...आणि उर्मटपणानं पुरूनं उत्तर दिलं, "ये गालियाँ है, ये आपको मालूम नहीं? रियली सरप्राइझिंग! दीज वर्ड्स वर्क ॲज अ फ्लॅश सिस्टीम ऑफ युवर माईंड. आय रोट देम. अब मेरा दिल एकदम क्लीन, हलका हलकासा हो गया."

त्याच्या त्या उत्तरानं फादर आश्चर्यचकित होऊन त्याच्याकडे पाहत राहिले. आजवर इतक्या उर्मटपणानं बोलण्याची एकाही विद्यार्थ्याची हिम्मत झाली नव्हती. पुरूला काही सुनावण्याआधी त्यांनी वहीची इतर पानं चाळायला सुरुवात केली. अनेक पानांवर ओळीनं उघड्याबंब पुरुषाची किती तरी स्केचेस काढलेली होती. त्या पुरुषांपैकी काही पुरुष उंच, तर काही बुटके, काही दाढीवाले, तर काही भल्यामोठ्या मिशावाले. त्या प्रत्येक चित्रात एक छोटा मुलगा तोंडात बोट घालून उभा आणि त्याच्या तोंडचं वाक्य तिथे लिहिलेलं— 'हू इज माय डॅड?'

खरं तर फादरना माहीत होतं, या वयातली मुलं आणि मुलीसुद्धा टॉयलेट्समध्ये बरंच काही लिहीत असतात. नको-नको ती चित्र काढतात. अर्धवट वेडं वय शिवाय त्यांच्यासाठी बरीच इतर कारणं असतात; पण पुरू त्यांच्यापेक्षा वेगळा होता. त्यानं वहीत सगळ्याच्या सगळ्या शिव्या फक्त बाईच्या प्रायव्हेट पार्ट्सशी निगडित असलेल्या लिहिल्या होत्या आणि वर म्हणाला होता, "दीस वर्ड्स आर फ्लश सिस्टीम ऑफ युवर माइंड."

त्याला बाईबद्दल इतकी घृणा का वाटावी? विशेषत: त्याची स्वत:ची आई एवढी कर्तृत्ववान, इतकी समर्थ, त्याची प्रत्येक इच्छा पुरी करणारी; तरीही हे असं? फादर न राहवून म्हणाले, "अच्छे घरके बच्चे ऐसा नहीं लिखते. उनके लिये इस तरहके फ्लश सिस्टीमकी जरुरतही नहीं होती."

बंदुकीतून गोळी सुटावी इतक्या फट्कन पुरूनं उत्तर दिलं, "सर, व्हॉट इज अच्छा घर? घरमें डॅड नहीं तो वो घर नहीं. फ्लश सिस्टीम चाहिये... मुझे चाहिये."

इतका वेळ उर्मटपणानं बोलणारा पुरू आत्ता एकदम घायाळ... हळवा दिसायला लागला. फादरच्या अनुभवी मनाला वेगळंच काही जाणवलं. या मुलाला शिक्षा करण्यात अर्थ नव्हता. त्यांनी त्याला वर्गात जायला सांगितलं आणि ती वही समोर ठेवून त्यांनी त्याच्या आईला— डॉक्टर यशोधरांना इन्स्टिट्यूटमध्ये फोन लावला.

इन्स्टिट्यूट ऑफ नॅचरल सायन्सेसमधला एक महत्त्वाचा विभाग म्हणजे तिथलं इन्व्हिट्रो फर्टिलिटी सेंटर— म्हणजेच शुद्ध मराठीत कृत्रिम गर्भधारणा केंद्र. डॉक्टर यशोधरा या केंद्राच्या डायरेक्टर होत्या. ज्या जोडप्यांना मूल होत नाही, त्यांच्या आयुष्यात आनंदाची हिरवळ फुलवण्यासाठी सुरुवातीला इथे प्रगत केलेल्या तंत्रज्ञानाचा वापर केला जात असे. बाईंनी ते तंत्रज्ञान यथावकाश एवढं विकसित करून आत्मसात केलं की, माणसांच्या स्वप्नांना थेट त्यांच्याच घरात घेऊन येणाऱ्या किमयागार— असा त्यांचा लौकिक झाला. मेड टू ऑर्डर किंवा डिझायनर मुलं तयार करण्यात त्यांचा हातखंडा होता.

बोला— तुम्हाला कसं मूल हवंय?... उंच-बुटकं, गोरं-काळं, निळ्या डोळ्यांचं... सोनेरी कुरळ्या केसांचं... सुपर फास्ट ब्रेन असलेलं... ठरवा— कसं मूल हवंय तुम्हाला! आज आत्ता शेकड्यांनी गोऱ्यापान, देखण्या, बुद्धिमान, कर्तृत्ववान पुरुषांचं वीर्य त्यांच्या गेल्या सात पिढ्यांच्या माहितीसकट साठवून, कोड नंबर्स घालून ठेवलेलं आहे यांच्या लॅबमध्ये.

याचा उपयोग अनेक कर्तृत्ववान, हिंमतबाज बायका करू लागल्या. कर्तृत्ववान, देखण्या पुरुषांचं वीर्य भरमसाठ किंमत मोजून खरेदी करू लागल्या आणि हुशार देखण्या टेस्ट ट्यूब बेबीज जन्माला येऊ लागल्या. सर्वांत प्रथम हे केलं स्वत: डॉक्टर यशोधरानं. अशाच एका पुरुषोत्तमाचं वीर्य त्यांनी विकत घेतलं नि पुरूसारख्या देखण्या, सुपरब्रेन असलेल्या मुलाला जन्म देऊन त्याची आई म्हणून मिरवू लागल्या.

पुरूच्या शाळेतून त्यांच्यासाठी स्वत: फादर दलरींनी फोन केला, तेव्हा त्या सेमिनारसाठी पेपर लिहीत होत्या आणि पॉवर पॉइंट प्रेझेंटेशनसाठी स्लाइड्सदेखील तयार करत होत्या. महाभारताच्या त्या कालखंडात गांधारीला

झालेले ते शंभर पुत्र... वांच्छित संतती निर्माण करण्यापर्यंत शास्त्रज्ञांनी मारलेली मजल... टेस्ट ट्यूब बेबीचं तंत्रज्ञान त्या काळात पूर्णत्वाला गेल्याचे मिळत गेलेले दाखले... परंतु एकदा युद्ध संपल्यानंतर बाईला पूर्ण स्वातंत्र्य देणारं ते तंत्रज्ञान इतकं नष्ट कसं झालं असेल? कुणामुळे झालं असेल? या प्रश्नांची उत्तरं मात्र शोधूनही सापडत नव्हती. विचारमग्न अवस्थेतच बाईंनी फोन उचलला.

शाळेत घडलेला सगळा प्रकार फोनवर सांगून फादर म्हणाले, "इट इज रियली अ सीरियस मॅटर. ऑल द टाइम पुरू कीप्स ऑन थिंकिंग अबाऊट हिज अननोन फादर. इट इज आऊट क्राय ऑफ हिज माइंड. प्लीज टेक केअर ऑफ धिस चाइल्ड."

ते सगळं ऐकून बाईंचं मन एकदम अस्वस्थ झालं. त्या फादरना कशाबशा म्हणाल्या, "थँक यू फॉर इन्फॉर्मिंग मी. आय वुईल लुक इन टू द मॅटर." त्यांनी फोन खाली ठेवला खरा; पण आता नेमकं काय करायला हवं, ते त्यांना मुळीच समजलं नाही. पुरूला सांभाळायला हवं, हे त्यांना समजलं होतं; पण म्हणजे नेमकं काय करावं हेच त्यांना सुचेना. बरोबर आठ दिवसांपूर्वी डोळा सुजलेल्या स्थितीतल्या मोनिकाला घेऊन तिची आई— मिसेस भरुचा त्यांच्याकडे तक्रार करायला आली, तेव्हा त्यांना समजलं होतं— पुरूनं त्याच्या वर्गातल्या या मुलीला शाळा सुटल्यावर मैदानावर गाठून एक सॉलिड पंच ठेवून दिला होता, कारण ती भर वर्गात त्याला म्हणाली होती, "यू आर अ टेस्ट ट्यूब बेबी! यू विल नेव्हर नो युवर बायॉलॉजिकल डॅड ॲज आय नो माय डॅड!" त्या वेळी अतीव सहानुभूती दाखवत ती बाई डॉक्टर यशोधरांना म्हणाली होती, "पुरू बहुतही अच्छा लडका था, लेकिन आज कल कुछ हुआ है उसको... उसकी दिमागी हालत ठीक नहीं! मॅडम, सम्हालो अपने बेटे को."

त्या वेळी यशोधराबाई त्या बाईला रागानं म्हणाल्या होत्या, "शुक्रिया! आपने यहाँ तक आने की जो तकलीफ ली, लेकिन उसके दिमागी हालतकी चिंता आप ना करें." या क्षणी तो प्रसंग त्यांना आठवला नि त्यांचं मन ढवळून निघालं. एवढा मोठा चौदा वर्षांचा मुलगा आपला— अचानक असा कसा वागायला लागला? खरं तर तो समजत्या वयाचा झाल्याबरोबर त्यांनी लॅब ॲसिस्टंट मारियाच्या मदतीनं मुद्दाम स्लाईडस दाखवून त्याला सगळं काही पद्धतशीरपणे समजावून सांगितलं होतं. तो तर एक राजहंस! टेस्ट ट्यूब बेबी!

आजवर त्यानंही कधी तक्रार केली नव्हती; पण आता एकदम काय झालं त्याला की, त्यानं एखाद्या सामान्य मुलासारख्या मारामाऱ्या कराव्यात! मनाला स्वच्छ करण्यासाठी बाईच्या त्या...त्या अवयवांशी निगडितच फक्त शिव्या लिहाव्यात!

उघड्याबंब पुरुषांची स्केचेस काढून काय लिहितो हा मुलगा— 'हू इज माय डॅड?' त्या विलक्षण बेचैन झाल्या. खूप कष्ट घेऊन एखादी फाईल तयार करावी, पण अचानक त्यात 'बग' शिरावा नि त्यानं ती फाईल करप्ट करायला सुरुवात करावी— तसं काहीसं या मुलाच्या मनाचं झालंय, असं यशोधराबाईंना वाटलं.

समजत्या-जाणत्या पुरूनं असं का वागावं, याचं कोडं त्यांना सुटेना. मोकळ्या हवेत विचारांची कोंडी फुटेल असं त्यांच्या मनात आलं म्हणून मग त्या त्यांच्या केबिनमधून सरळ बाहेर पडल्या नि लिफ्टमधून पंचविसाव्या मजल्यावर आल्या. तिथे त्यांचे मित्र डॉक्टर नंदी यांचं राज्य होते. त्यांनी तिथे उतिसंवर्धन तंत्रानं विश्वामित्री सृष्टीच निर्माण केली होती. म्हणूनच टोमॅटोच्या अर्ध्या झाडावर कांदे लटकत होते आणि कित्येक शतकं फक्त युरोपात रंग उधळणारी ट्युलिप्स इथल्या रखरखीत हवेतसुद्धा सुरेख फुलली होती, तर दुसरीकडे चार फुटी झाडाला सहज तोडता येतील असे नारळ लटकत होते; शिवाय काळे गुलाब होतेच कडेला! या सगळ्या सृष्टीसाठी मंद संगीत कुठून तरी झिरपत होतं नि मुद्दाम नेमलेले व्हॉलेंटियर्स झाडांना कुरवाळून त्यांच्याशी गप्पा मारत होते. हे सगळं बघताना आज यशोधराबाईंना नेहमीसारखं प्रसन्न वाटलं नाही. उलट, त्यांना वाटायला लागलं— वनस्पती आणि त्यांचं मन... किती काळजी घेतली जातेय या गोष्टींची; पण माणसाचं मन तसं अगम्यच. कशी घ्यायची त्याची काळजी? काय कमी केलं आपण पुरूला इतक्या वर्षांत की, आपलं प्रेम त्याला पुरेसं वाटू नये? कुठे कमी पडलो आपण त्याला वाढवताना? त्याच्यासाठी त्याचा बायॉलॉजिकल बाप एवढा अमूल्य की, त्यानं बाईचीच घृणा बाळगावी... त्या तशा शिव्या लिहाव्यात? बाई खिन्न झाल्या. त्यांना माहीत होतं, पुरू मोठ्या आवडीनं त्यांच्याकडे घरकाम करणाऱ्या अनसूयाबाईंच्या घरी जातो. त्यांच्या मुलांशी त्याच्या दारुड्या बापाबद्दल बोलत राहतो.

आपण इतक्या समर्थ, त्याचा प्रत्येक हट्ट कौतुकानं पुरवणाऱ्या; तरीही असं व्हावं? त्याच्या मनाच्या गाभ्यापर्यंत पोचण्यासाठी एखादा परवलीचा शब्द असेल का? तसा असेल, तर तो शोधून काढायला हवा.

उद्या दिल्लीला सेमिनारसाठी जायचं, तर आता घरी जायला हवं होतं. त्या लिफ्टनं खाली आल्या. त्यांनी काळजीपूर्वक तयार केलेली प्रेझेंटेशनसाठीची सी.डी. पर्समध्ये ठेवली नि त्या पार्किंग एरियात आल्या. त्यांच्या गाडीजवळ ड्रायव्हर जोसेफ नव्हता. त्यांना त्याचा राग आला आणि रागाच्या त्या सपाट्यात त्यांच्या पोझिशनला न शोभणारी एक सणसणीतशी भकाराची शिवी त्यांच्या

तोंडून बाहेर पडली. पण मग त्याबद्दल त्यांचं त्यांनाच आश्चर्य वाटलं, फ्लशींग सिस्टीमची पुरु म्हणाला तशी आपल्यालाही गरज आहे की काय! त्या भयंकर दचकल्या. त्यांनी इकडे-तिकडे पाहिलं. त्या अवेळी तिथे इतर गाड्यांचे ड्रायव्हर्स, बागेत हिंडणारे माळी, प्यून... यापैकी कुणीही नव्हतं— नशीब! त्यांना एकदम मोकळं-मोकळं वाटलं. त्या उर्मट ड्रायव्हरला शोधून काढण्याचा खटाटोप न करता त्यांनी सरळ पर्समधून किल्ली काढली नि गाडी स्टार्ट करून रस्त्यावर आणली. गाडी चालवताना त्यांना वाटलं— आज डॉक्टर नंदींचा ऑफ आहे; ते नक्कीच घरी असतील... त्यांच्याशी बोलून पुरूबद्दल काही तरी मार्ग शोधता येईल. मोठ्या आशेनंच त्या घरात शिरल्या.

सामानाची बांधाबांध करून डॉक्टर नंदी त्यांची वाटच पाहत होते. त्यांना बघताच संतापानं लालेलाल झालेले डॉक्टर मोठ्यांदा म्हणाले, "डियर, आय कान्ट टेक इट एनी मोअर! उस बिछूने अब तक मुझे जोकर... बैल ऐसा कुछ भी बोला है, आज आपके शहजादेने स्कूलसे वापीस आते ही 'अमिबा' बोला. इट्स दी हाइट ऑफ इन्सल्ट!"

यशोधराबाई थक्क झाल्या ते ऐकून. या मुलाची मजल इथवर पोचली? आता याची गय करता कामा नये. त्यांनी संतापून पुरूला हाक मारली, "पुरूऽ ताबडतोब इकडे ये..."

त्यांना वाटलं, पुरू धावत त्याच्या खोलीतून बाहेर येईल आणि घाबरून त्याना मिठी मारेल... रडेल. पण यातलं काहीही घडलं नाही. पुरूनं साधं त्यांच्या हाकेला उत्तरही दिलं नाही, तेव्हा मात्र त्यांच्या तळपायाची आग मस्तकाला जाऊन भिडली नि त्या तरातरा त्याच्या खोलीपाशी गेल्या. खोलीत शिरता-शिरता त्या ओरडल्या, "पुरू, हाऊ डेअर यू टू कॉल हिम 'अमिबा'? इमिजिएटली गो ॲन्ड से सॉरी!"

त्या एवढ्या संतापून बोलत होत्या, तरी पुरूवर त्याचा काहीही परिणाम नव्हता. त्यानं हातातलं स्केच पेन खाली ठेवलं नाही, की मागे वळून त्यांच्याकडे पाहिलंही नाही. शांतपणे तो एवढंच म्हणाला, "आय स्वेअर, व्हेन डीड आय से अमिबा, टू डॉक्टर नंदी?"

"मग, ते काय खोटं बोलतायत?... आणि त्यांना डॉक्टर नंदी असं परक्यासारखं काय म्हणतोस? इतके करतात ते तुझ्यासाठी... पण तुला किंमत नाही त्यांची. अगदी एक नंबरचा तुसडा मुलगा आहेस तू."

आता मात्र झपकन मागे वळून यशोधराबाईंच्या नजरेला नजर भिडवत

पहिल्यांदाच आवाज चढवून तो म्हणाला, "डॉक्टर नंदी माझे कुणीही लागत नाहीत... ना बाप... ना अंकल. ते फक्त तुझे मित्र आहेत. आहेत ना?... की आपलं घरातलं वापरायचं टेबल, खुर्ची फॅन तसं... काही तरी वेळेला वापरण्यासाठीचे..."

"पुरूऽऽऽ" बाई अक्षरशः किंचाळल्या. त्यांचा चेहरा रागानं वेडावाकडा झाला.

ते सगळं ऐकून डॉक्टर धावत तिथे आले आणि बाईंना जवळ घेत त्यांच्या खांद्यावर थोपटत म्हणाले, "कूल डाऊन यशोधरा... कूल डाऊन!" डोळ्यांत येणारं पाणी मोठ्या निग्रहानं परतवत यशोधराबाई म्हणाल्या, "डॉक्टर, प्लीज!... मी माफी मागते तुमची. आपका ऐसा इन्सल्ट इस घरमें फिर कभी नहीं होगा. आप यहाँसे मत जाईये..."

बाईंना थोपटत डॉक्टर म्हणाले, "ठीक है!" आणि ती दोघं रूमबाहेर जाताच पुरूनं जोरात आवाज करून खोलीचं दार लावून घेतलं.

हळूहळू दिवस कलला. उन्हं उतरली. दुपारच्या चहाची वेळ केव्हाच टळली होती. अनसूयाबाई निघून गेल्या. घरात अंधार शिरला. रात्रीच्या जेवणाची वेळही टळायला आली. अनेक वेळा मनात येऊनही बाईंनी पुरूला हाक मारली नव्हती. पुरूही खोलीबाहेर आला नाही. बाईंना राहवेना. पोर उपाशी, खोलीत एकटा अन् महाहट्टी! मग त्यांनीच हाक मारली, "पुरूऽ पुरूऽऽ आता बास झालं. ये इकडे आणि दोन घास खाऊन घे."

पण पुरू खोलीतून बाहेर आला नाही, की त्यानं कसलाही आवाज केला नाही. भल्या सकाळीच फ्लाइट पकडण्यासाठी उठणं भाग होतं. कंटाळून बाई, डॉक्टर दोघंही अंथरुणावर आडवे झाले.

बाई लवकर उठल्या. फ्लाइटची वेळ होत आली तेव्हा घराबाहेर पडण्याआधी त्यांना जाणवलं— आजपर्यंत त्या जेव्हा जेव्हा घराबाहेर पडल्या होत्या, तेव्हा तेव्हा पुरूनं त्यांच्या गळ्यात पडून त्यांची पप्पी घेत भरल्या डोळ्यांनी त्यांना 'बाय' केलं होतं आणि दर खेपेला 'मॉमझी!'--- त्यानं बाईंचं ठेवलेलं खास नाव! त्या नावानं हाक मारत म्हटलं होतं, "तू लवकर ये, मी वाट बघतोय." पण आज हा मुलगा साधं त्याच्या खोलीचं दार उघडून बाहेरसुद्धा आला नाही. आता निघायलाच हवं होतं, नाही तर फ्लाइट चुकली असती. तरीही बाईंची पावलं घुटमळली. घाईनं पुरूच्या खोलीपाशी येत त्यांनी दरवाजा वाजवला. खोली आतून बंद होती. त्यांनी हलकेच हाक मारली, "पुरूऽ मी दिल्लीला

चाललेय... मला 'बाय' नाही करणार?''

एक नाही नि दोन नाही. खोलीचं दार बंदच राहिलं. डॉक्टरांनी घाई केली म्हणून बाई गाडीत जाऊन बसल्या. सकाळच्या शांत वेळी गावाबाहेरच्या रस्त्यानं गाडी विमानतळाकडे धावू लागली.

विमान दिल्लीला अगदी वेळेवर पोचलं. ट्रॉलीवर सूटकेस आणि लॅपटॉपची बॅग टाकून बाई गेट नंबर नऊमधून बाहेर पडल्या तेव्हा त्यांची नजर सुमीला शोधत होती. दोनच दिवसांपूर्वी फोनवर दोघींच्या बऱ्याच गप्पा झाल्या होत्या. तेव्हादेखील सुमी तशी डाऊनच वाटत होती, तरीही आग्रहानं म्हणाली होती, ''ये राहायला!'' आणि आता आलीच नाही की काय न्यायला? खरं तर त्या काही दिल्लीत पहिल्यांदाच येत नव्हत्या किंवा त्यांना इथे कुणी मित्र नव्हते, असंही नव्हतं. तरीही, नाही म्हटलं तरी आता नेमकं काय करावं; त्यांना सुचेना. इतक्यात खास त्यांच्या स्वागतासाठी आलेली युनिव्हर्सिटीतली मंडळी त्यांना बघताच पुढे आली. त्या घोळक्यातल्याच एका उंच, शेलाट्या बांध्याच्या मुलीनं पुढे होत त्यांच्या हातात फुलांचा मोठ्ठा बुके देत म्हटलं, ''मॅम, तुम्ही आवर्जून सेमिनारला आलात, म्हणून खूप आनंद झालाय.''

त्या वाक्यासरशी बाईंनी तिच्याकडे चमकून पाहिलं, कारण दिल्लीत इतकं स्वच्छ मराठी बोलणारी मुलगी आहे?

खूश होत त्या म्हणाल्या, ''दिल्लीत येताक्षणीच अगदी आपलं माणूस भेटल्यासारखं छान वाटलं!'' नि मग त्या घोळक्यातल्या इतरांची ओळख करून घेत सहज गप्पा मारत मंडळी गाडी जवळ आली. ड्रायव्हरनं गाडीचं दार अदबीनं उघडून धरलं तशा 'थँक्स!' असं पुटपुटत बाई गाडीत शिरल्या. त्यांच्या पाठोपाठ ती उंच-शेलाट्या बांध्याची मुलगीही आत येऊन त्यांच्या शेजारी बसली. बाकीची मंडळी पांगली. रस्त्यावरच्या गर्दीतून वाट काढत 'जवाहरलाल नेहरू विद्यापीठ' अशी नेमप्लेट व विद्यापीठाचा फ्लॅग असलेली टाटा सुमो रस्त्यानं धावू लागली.

बाहेर मस्त ऊन पसरलं होतं, तरीही दिल्लीतली नोव्हेंबरमधली थंडी आपलं अस्तित्व दाखवत होती. बाईंना जाणवण्याइतकं शेजारी बसलेली मुलगी त्यांच्याकडे टक लावून पाहत होती. गाडी सिग्नलसाठी चौकात थांबताच ती हळूच म्हणाली, ''मॅम, तुम्ही लावलेल्या सेंटचा वास अगदी वेड लावणारा आहे

आणि एक सांगू? तुम्ही फार सुंदर दिसता— एखाद्या फर्स्ट इयरच्या कॉलेजियन-सारख्या टवटवीत आणि एकदम....'' ती पुढचं बोलली नाही. बाईंनीच तिच्याकडे पाहत म्हटलं, ''हं!... बोल, एकदम काय?''

''सेक्सी!''

''आय टेक इट ॲज अ कॉम्प्लिमेंट!''

हळूच हसत ती म्हणाली, ''थँक्यू! मॅम, तुम्ही इतक्या सुंदर आहात की, मी जर तुमच्याइतकी सुंदर असतेना तर...''

''तर काय?''

''तर... खूप बॉयफ्रेंड्स ठेवले असते.''

''ठेवले असते? बॉयफ्रेंड्स म्हणजे काय कपाट, टेबल, खुर्ची आहेत; गरजेनुसार ठेवून घ्यायला?''

''तसं नाही; पण नवरा म्हणून एकच पुरुष सतत सांभाळायचा... नो वे!''

बाई हसल्या. आजकाल किती तरी मुली हे असं बोलत असत. त्यांनी चट्कन तिचं नाव विचारलं तर म्हणाली, ''तक्षशिला!'' आणि मग हसायला लागली. म्हणाली, ''रूट्सची ओढ बरं ही! माझे आजोबा पाकिस्तानात या ठिकाणी होते, नंतर सगळी फाळणीच्या वेळी भारतात आली. आपल्या गावाची आठवण म्हणून मग माझ्या वडिलांनी इतक्या वर्षांनंतरसुद्धा माझं हे नाव ठेवलं. आहे ना गंमत! सुमाताई तर मला नुसतं 'त' म्हणते. अरेच्या! मी तुम्हाला तिची चिठ्ठी द्यायची विसरले.''

''डिपार्टमेंटला आली होती ती?''

''छे! गॅलरीतून हाक मारून दिली. आम्ही एकाच सोसायटीत राहतो.'' तिनं पर्समधून चिठ्ठी काढून बाईंच्या हातात ठेवली. बाईंनी चिठ्ठी वाचली. त्यात फक्त एक शब्द होता— 'क्षमस्व!' न राहवून त्यांनी विचारलं तिला, ''सुमा बरी आहे ना?'' तेव्हा ती म्हणाली, ''आत्ता बऱ्या आहेत; पण त्या केव्हाही आजारी पडू शकतील अशा अवस्थेत आहेत. अर्थात रियासारखी मुलगी अगदी एकटीनं सांभाळायची म्हणजे...''

''एकटीनं का? वसंतराव आहेत की!''

''वसंतराव! रियानं त्यांना कधीच पळवून लावलं आणि पोरटी इतकी विक्षिप्त वागते की, बापरे रे बाप! अर्थात तिला दोष देण्यात काय अर्थ आहे? आडनिड्या वयातल्या रियाला ओढ वाटतेय तिच्या रूट्सची... तिला तिचा डॅड

हवाय फक्त!''

''काय सांगतेस!''

''हो! परवा ती घरात एकटीच होती, तर त्या पोरटीनं हाताची नसच कापून घेतलीन् सुमाताईंना धाक दाखवायला.''

बाईंच्या पोटात धस्स झालं. एव्हाना गाडी युनिव्हर्सिटीच्या मेन गेटमधून आत शिरली होती. तक्षशिला तिथेच उतरून तिच्या कामाला गेली नि गाडी गेस्ट हाऊससमोर येऊन थांबली.

बाई गेस्ट हाऊसमध्ये शिरल्या नि पहिला त्यांनी पुरूला त्याच्या मोबाईलवर फोन केला, तर तो बंद होता. मग त्यांनी डॉक्टर नंदींना त्यांच्या मोबाईलवर फोन केला, तर नुसती रिंग वाजत राहिली. नाइलाजानं त्यांनी घरातल्या लँडलाईनवर फोन केला, पण तिथेही तो कुणी उचलला नाही. याचा अर्थ अनसूयाबाई घरात नव्हत्या. त्यांच्या जिवाला आता काळजीचा भुंगा लागला. त्यांनी घाईनं इन्स्टिट्यूटमध्ये रिसेप्शनला फोन लावला, तर त्यांना डॉक्टर इन्स्टिट्यूटमध्ये आलेच नसल्याचं कळलं. मग मात्र त्यांनी त्यांची असिस्टंट डॉक्टर लोबोला बोलावून घेतलं. मिस लोबो तशी समजूतदार, पुरूला तान्हा असल्यापासून ओळखणारी. तिच्याशी बोलताना बाईंना संकोच वाटला नाही. त्या तिला म्हणाल्या, ''प्लीज डू अ फेवर, आप मेरे घर जा कर पुरू कैसा है चेक किजिए और मुझे तुरंत फोन पर बताइये.''

''आय विल चेक, डोंट वरी मॅम!'' मिस लोबो शांत, धीम्या आवाजात म्हणाली आणि तिनं फोन ठेवून दिला.

तिच्याशी बोलल्यावर त्यांना थोडं शांत वाटलं. वॉश घेऊन थोड्या फ्रेश होतात न होतात तोच त्यांना त्यांच्या मोबाईलवर डॉक्टर लोबोचा मेसेज आला, 'पुरू इज फाईन'; बाकी काहीच नाही! पुरू शाळेत गेला की गेला नाही... काहीच समजेना. त्यांच्या मनात आलं— आपण इथे यायला निघालो, तेव्हा त्यानं खोलीचं दार बंद करून घेतलं होतं आणि आता मोबाईल बंद! पुरूला एकदाही आपल्याशी फोन करून बोलावंसं वाटू नये? इतका दुरावलाय हा आपल्याला...?

त्यांच्या डोळ्यांसमोर गेल्या सहा महिन्यांत ताडमाड उंच वाढलेला पुरू आला. त्याचे ते लांब-लांब वाढलेले हात-पाय, पण चेहरा... तो अजूनही निष्पाप, लहान मुलासारखा. किती आडनिड्या वयात आहे पुरू... आणि सुमाची रिया... आपल्या पाठोपाठ तिनंही लॅबमधूनच वीर्य विकत घेऊन हिला जन्माला

घातली... तीसुद्धा तशी याच्याएवढीच. पोरी तर लवकर वयात येतात... काय घडलं असेल त्यांच्या घरात? पोर घरात एकटी होती म्हणे... आणि पुरू आता असेल का त्याच्या खोलीत एकटा?... काय करत असेल तो?... त्या भयंकर अस्वस्थ झाल्या, पण त्यांना जास्त विचार करायला वेळ मिळाला नाही; कारण आता त्यांना लोक भेटायला येऊ लागले होते. व्ही. सीं. कडून बुके घेऊन माणूस आलाच, शिवाय स्वत: डीन भेटायला आले. बाईंच्या हातात बुके देत आवर्जून म्हणाले, "धिस इयर वुई आर एक्सपेक्टिंग पद्मभूषण फॉर यू..." बाईंनी त्याचं बोलणं हसण्यावारी नेलं; पण दिल्लीत तशी हवा खरोखरच निर्माण झाली होती, याची बाईंनाही जाणीव होती.

तक्षशिला तेथे केव्हा आली, ते खरं तर त्यांना कळलंच नाही. भेटायला येणाऱ्यांची गर्दी थोडी कमी झाल्यावर ती त्यांना म्हणाली, "मॅम, उद्याच्या शेड्युलमध्ये थोडा बदल आहे. तुमचं प्रेझेंटेशन झाल्यानंतर काही मंडळी थोडं चर्चात्मक बोलतील. टी. व्ही. चॅनेल्ससाठी मॅम... प्लीज, तुम्ही ऑब्जेक्शन घेऊ नका. त्याचं काय आहे, थोडसं मीडियाचं कव्हरेज मिळायला हवं, तर सगळंच ड्राय व्हायला नको ना."

बाईंना व्यवहाराचा हा अँगल नवा होता. बाई हसल्या, पण काही बोलल्या मात्र नाहीत. कारण त्या आता खूप दमल्या होत्या. त्यांच्यासाठी आलेले बुके, भेटकार्ड यांचा टेबलावर खच पडला होता नुसता. बाहेरदेखील काळवंडलं होतं आणि रातकिड्यांच्या किरकिरीत रातराणीच्या फुलांचा गंध दरवळायला सुरुवात झाली होती. तक्षशिला आणि इतर थोडी माणसंही आता निघून गेली. बाई आता अगदी एकट्या राहिल्या. त्या क्षणी त्यांना अगदी पोटातून पुरूची आठवण आली. मिस लोबो, डॉक्टर नंदी... कुणीसुद्धा आपल्याला सविस्तर फोन का करू नये; त्यांना समजेना. त्या क्षणी त्यांना त्या सगळ्यांचाच राग आला. त्या बेडवर जाऊन पडल्या, पण त्यांना एक मिनिटही स्वस्थ झोप लागली नाही. बागेत चिमण्यांची चिवचिव सुरू होताच त्या उठल्या. सवयीनुसार त्यांनी श्लोक म्हटला नि त्या देणार असलेल्या प्रेझेंटेशनची व त्या वेळी करायच्या भाषणाची उजळणी करू लागल्या.

सेमिनारचं उद्घाटन समई पेटवून अगदी पारंपरिक पद्धतीनं झालं. समईच्या ज्योती पेटताच हॉलच्या भिंतींवर दिवे चमकू लागले नि तिथली सेमिनारचा विषय स्पष्ट करणारी सोनेरी अक्षरं 'इन्व्हिट्रो फर्टिलिटी टेक्निक ॲन्ड अ न्यू इरा

इन ह्युमन डेव्हलपमेंट' चमकू लागली. टाळ्यांच्या कडकडाटात बाईंनी त्यांचं प्रेझेंटेशन सुरू केलं. पडद्यावर स्लाइड्स दिसू लागल्या. बाई कृत्रिम गर्भधारणेसंबंधी माहिती देऊ लागल्या. त्या म्हणाल्या, ''पुरुषाशी संग न करता बाई आपल्याला हवं तेव्हा एखाद्या पुरुषोत्तमाचं बीज उदरी वाढवून मूल जन्माला घालू शकते. फक्त तांत्रिक दृष्ट्याच हा टप्पा महत्त्वाचा नाही; तर स्त्रीचं स्वातंत्र्य, तिची सत्ता यासाठीदेखील हे तंत्र महत्त्वाचं आहे.''

बाईंचं बोलणं संपलं नि इतका वेळ सभागृहात पसरलेली शांतता नष्ट करत कुणीसं म्हटलं, ''ब्राव्हो! तुम्ही निसर्गालाच जिंकलंत! परमेश्वर तुमचा ऋणी झाला.''

बाईंनी चमकून आवाजाच्या दिशेनं बघत उत्तर दिलं, ''तांत्रिक गोष्टींमध्ये प्रगतीकरण म्हणजे निसर्गाला समजून घेणं. शास्त्राची प्रगती व्हायला हवी ती 'अदृष्टातलं तत्त्व' जाणण्यासाठी; जे आजवर कुणालाही उलगडलं नाही आणि म्हणून समजलेलं नाही ते तत्त्व! माणसाचं मन ज्याच्यामार्फत वाचता येईल... बदलता येईल... घडवता येईल, असं काही तरी... मग तुम्ही त्याला शक्ती म्हणा... देव म्हणा; ते समजणं महत्त्वाचं— तर खरं ब्राव्हो!''

त्यांचं उत्तर पूर्ण झालं नाही तोच एक मध्यमवयीन गृहस्थ उभा राहिला नि जोरात ओरडून म्हणाला, ''माणसाचं मन तुम्हाला एवढं महत्त्वाचं वाटत असतं, तर तुम्ही तुमचं ते कृत्रिम स्त्री गाभण केंद्र बंद केलं असतं.''

कुणी तरी परस्पर त्या माणसाला ठणकावलं, ''अहो, ते कृत्रिम गर्भधारणा केंद्र आहे, त्याच्यासाठी गाई-म्हशींसाठीची भाषा वापरू नका.'' हा तापलेला आवाज एका तरुण मुलीचा होता. कुणी तरी म्हणालं, ''तगड्या, धष्टपुष्ट, ताकदवान बैलाचं, रेड्यांचं रेत घेऊन उत्तम पैदाशीसाठी कृत्रिम रीतीनं गाई-म्हशी गाभण करतात, तसंच या केंद्रात येणाऱ्या बाया पुरुषाच्या प्रेमात न पडता 'वीर्य' विकत घेऊन ते तसंच करतात... मॅडम, बोला ना, बोला— इथे कुणाचं मन थोडं तरी गुंतलेलं राहतं का?''

एक बाई ताड्दिशी उभी राहिली नि म्हणाली, ''कशाला प्रेमाच्या आणि मन गुंतण्याच्या गोष्टी करताय? पुरुषांच्या अरेरावीनं दमछाक झालेल्या बाईला शास्त्रज्ञांनी दिलेलं वरदान आहे हे. हजारो वर्षं बाई राहिली पुरुषाबरोबर पायात पाय अडकवून, एकाच घरात माणसांचा गोतावळा सांभाळत... म्हणे— कुटुंब त्यांचं! पुरुषांच्या राज्याला या तंत्रज्ञानामुळे धक्का बसलाय. खरं तर या नव्या जगात पुरुष नगण्य होत चाललाय, याचंच या मंडळींना दुःख होतंय.''

मगाचाच पुरुष अगदी पोटतिडकीनं ओरडला, "मूर्ख आहात! जे-जे कृत्रिम... प्रेमाशिवायचं ते-ते फक्त चक्रवाढ दु:ख निर्माण करतं. या परिस्थितीतल्या मुलांची मनं बेवारशी राहतात; कारण त्यांना ओढ असते आपला बाप शोधून काढण्याची. ही बघा— कालचीच बातमी आहे—" त्यानं हातातलं वर्तमानपत्र वर उंच दाखवत म्हटलं, "पोरानं फास लावून घेतला, स्वत:चा बाप कोण आहे ते समजत नाही म्हणून! तुम्ही मारा गप्पा बाईच्या स्वातंत्र्याच्या..."

डॉक्टर यशोधरा इतका वेळ चर्चा ऐकत होत्या, त्या एकदम अस्वस्थ झाल्या. मुलानं जीव दिला? पण नक्की तेच कारण असेल? त्यांनी ते वर्तमानपत्र मागवून घेतलं. त्यात खरंच ती बातमी होती. इतक्यात सेमिनारचं सूत्रसंचालन करणाऱ्या प्रोफेसर राजन नायरनं घड्याळात बघत चर्चेसाठीचा वेळ संपत असल्याचं सांगितलं नि लगेच टी ब्रेक जाहीर केला.

सभागृहातून मंडळी बाहेर आली. बाईंनी मिस डॉक्टर लोबोला तिच्या मोबाईलवर फोन लावला, तर तो स्विच ऑफ करून ठेवलेला. पुरूचा मोबाईल लागण्याचा प्रश्नच नव्हता; तो तर कालपासून बंदच होता आणि डॉक्टर फोन उचलत नव्हते. पुन्हा सगळी तीच परिस्थिती. बाईंची बेचैनी वाढली.

सभागृहात कामकाज सुरू झालं होतं, पण त्या आत गेल्या नाहीत. त्यांनी पुन्हा मिस लोबोच्या मोबाईलचा नंबर फिरवला, रिंग वाजत राहिली. त्या पुन:पुन्हा वेड्यासारख्या सगळ्यांनाच आलटून-पालटून फोन करत सुटल्या. शेवटी एकदा लोबोनं फोन उचलला आणि ती म्हणाली, "मॅम, आप चिंता ना करे, हम सब कोशिश कर रहे है. डॉक्टर नंदी तो कल सुबहसे उसी कोशिश में लगे है."

"हुआ क्या?... बताना."

"वैसा ज्यादा कुछ नहीं, आप टेंशन मत लेना— हम है ना! हम उसको आवाज दे रहे है."

"वो कहाँ है?"

"मॅम, वो वैसा सुरक्षित है. अपने कमरेमे है. वो दरवाजा नहीं खोल रहा. मेरी ईश्वर से..."

बाईंनी फोन बंद करून टाकला आणि कुणाचाही निरोप न घेता त्या तिथून बाहेर पडल्या. त्यांना घाईनं जाताना तक्षशिलानं पाहिलं तशी ती धावत त्यांच्याजवळ आली. सेमिनारमध्ये त्यांचा सत्कार व्हायचा होता; बाईंना ते माहीत होतं, तरीही त्या अशा कुठे जायला निघाल्या आहेत— तिला समजेना.

तिला जवळ आलेली बघताच त्या घाईनं म्हणाल्या, ''ताबडतोब मुंबईच्या फ्लाइटचं तिकीट मिळायला हवं. वेळ आलीच तर अख्ख विमान चार्टर करून जायची माझी तयारी आहे.''

''मॅम, काय झालंय सांगता मला?'' ती काकुळतीला येत म्हणाली. पण बाईंनी तिला उत्तर दिलं नाही. त्यांनी गेटवरून टॅक्सी मागवली. त्यांना गेस्ट हाऊसमधून आपलं सामान घेऊन येण्याचंही भान उरलं नव्हतं.

धावपळ करत तक्षशिलानं सगळंच कसंबसं मॅनेज केलं आणि त्या विमानात बसल्या. त्यांना तिचे आभार मानायचंही सुचलं नाही. मनात विचारांचा कल्लोळ माजला होता. त्यांचे डोळे गळत होते. बंद दारामागे काय घडलं असेल... त्यांना काहीही सुचेना. त्या रडत होत्या. त्यांना त्यांच्या इमेजची पर्वा वाटली नाही. एअर होस्टेस जेवण घेऊन आली, ते त्यांनी परत पाठवलं. चहा... कॉफी... ज्यूस... सगळं परत गेलं. मुंबईला पोचेपर्यंतचा काळ त्यांना कित्येक युगांचा वाटला. एकसारखं एकच वाटत राहिलं त्यांच्या मनाला— पुरू दिसेल ना आपल्याला?

एअरपोर्टवर मिस लोबो स्वत: त्यांना घ्यायला आली होती. गाडी चालवता-चालवता एकदम ती म्हणाली, ''आपने इतना टेंशन नहीं लेना चाहिये. आपकी सेहद के लिये...'' तिचं वाक्य पुरं व्हायच्या आत बाई वस्कन तिच्या अंगावर ओरडल्या, ''चूप!''

डॉक्टर यशोधरांचा हा अवतार मिस लोबोसाठी पूर्ण अपरिचित होता. त्या घाबरून गप्पा बसल्या. घर येताच गाडी पूर्ण थांबायच्या आधीच बाई गाडीतून बाहेर पडल्या नि धावत पायऱ्या चढून घरात गेल्या. तिथे डॉक्टर नंदीबरोबर अनसूयाबाई त्यांचा मुलगा... नवरा आणि इतर किती तरी अनोळखी माणसं जमा झाली होती. पुरूच्या खोलीचं दार तोडण्याची खटपट जोरात सुरू होती.

एकदाचं दार उघडलं गेलं तशी बाई झपूकन आत शिरल्या आणि त्यांनी डोळे मिटून घेतले. रडवेल्या आवाजात त्यांनी हाक मारली, ''पुरूऽ मी... तुझी मामझी आलेय बघ! असं दार लावून नाही बसायचं. अगदी किती राग आला, तरी नाही! तू म्हणशील तसं करीन मी. तुला वाटलं, तर आपण फक्त दोघं राहू इथे.'' बोलता-बोलता बाईंनी कॉम्प्युटरच्या टेबलापाशी बसलेल्या पुरूला जवळ

घेतलं. त्यांच्या डोळ्याना धारा लागल्या होत्या... त्या पुरूला कुरवाळू लागल्या.

एवढ्यात मिस लोबोचं लक्ष त्या कॉम्प्युटरच्या स्क्रीनकडे गेलं... तिथे तर लॅबचा सिक्रेट डेटा...! ती मोठ्यांचा ओरडली, "व्हॉट इज धिस पुरू?"

पुरू त्याच्या आईपासून दूर सरकला, तेव्हा बाईंचं लक्षही स्क्रीनकडे गेलं. पुरूनं घाईनं कॉम्प्युटर बंद करून टाकला होता तरी लॅबचा 'वीर्य' साठवणीचा सिक्रेट डेटा तिथलं कोडिंग तोडून वाचण्याचा प्रयत्न पुरू करत होता, हे बाईंच्या लक्षात आलंच. त्या क्षणी बाई मट्कन खुर्चीत बसल्या. अतिशय हळुवार आवाजात त्या पुरूला म्हणाल्या, "मी कुठे कमी पडले; सांग ना!"

थकून त्यांनी टेबलावर डोकं टेकलं, तेव्हा महाभारताच्या काळात पूर्ण विकसित झालेलं टेस्ट ट्यूब बेबीचं तंत्र पुढे कसं नष्ट झालं, याचं उत्तर शोधायची गरज आता उरलेली नाही, हे त्यांना समजून चुकलं होतं.

❑❑

५. चिरंतन

रोम... पॅरिस... ॲमस्टरडॅम... लंडन... इथले स्टेज शोज आटोपून आपल्या सहकाऱ्यांसह राधिका युरोपमधल्या तिच्या शेवटच्या स्टेज-शोसाठी डब्लिनला आलीय. ऑस्कर वाइल्ड... बर्नार्ड शॉसारख्या बुद्धिवंतांचं गाव हे. इथला सर्वसामान्य माणूसदेखील अतिशय रसिक. इथल्या लिफी नदीच्या पाण्यातच काही तरी आहे; ज्यामुळे इथे आलं की, माणूस आपसूकच फार भावुक बनतो. म्हणूनच की काय, राधिका इथे आल्यापासून फारच हळवी आणि भावुक बनलीय; एवढ्या-तेवढ्यासाठी तिच्या डोळ्यांत आपलं टचूकन पाणीच येतंय.

सिटी सेंटरला कोनेली स्ट्रीटवरून संध्याकाळचं फिरताना लगबगीनं इकडून तिकडे फिरणारी तरुण जोडपी आणि पावला पावलावर असणाऱ्या पबमध्ये डोकावणारी गुलहौशी मंडळी दिसतायत. रस्त्यावरून जातानादेखील खास ढंगाचं आयरिश संगीत कानांवर पडतंय नि त्यामुळे पावलं आपसूकच थिरकतायत. युरोपमध्ये रस्त्यांवर रंगीबेरंगी फुलांच्या कुंड्या लटकलेल्या दिसणं तसं आता इतका प्रवास केल्यावर अंगवळणी पडल्यासारखं झालं असलं, तरीही आत्ता मोहक फुलांनी डवरलेल्या रस्त्याच्या कडेनं लटकावलेल्या कुंड्या इथेही पाहिल्यावर प्रत्येकाचं मन टवटवीत झालंय. खरं तर गार-बोचरं वारं जरा जास्त जोरात वाहायला लागलंय; तरीसुद्धा सारिका, शर्वरी, अनुया आणि संयोजक अशी सगळीच मंडळी जाम खूष आहेत. अस्सल आयरिश असलेली डोरोथी ब्रिटिश सत्तेशी आयरिश जनतेनं

दिलेल्या झुंजीच्या जागजागी विखुरलेल्या खुणा मोठ्या अभिमानानं दाखवतेय. राधिकाचं मात्र या कशाकडेही लक्ष नाहीये.

युरोपची टूर सुरू झाली आणि दिवसेंदिवस तिची बेचैनी आपली वाढतच गेली. अर्थात, त्याला कारणही तसंच आहे... लंडन, पॅरिस, रोम— प्रत्येक ठिकाणच्या स्टेज शोला तो अगदी पहिल्या रांगेत बसलेला असायचा. उंचापुरा, भलताच देखणा! आपले निळे डोळे रोखून एकटक बघत बसायचा स्टेजवर नाचणाऱ्या तिच्याकडे; पण इतर प्रेक्षक खूश होऊन टाळ्या वाजवत असले, तरी हा चुकून-सुद्धा कधी टाळी वाजवणार नाही. मध्यंतरात कधी आत येणार नाही, की कधी फुलं किंवा चॉकलेट्स पाठवणार नाही. पण पहिल्या रांगेत मात्र हमखास बसणार आणि तेसुद्धा अगदी मधल्या जागी. डोरोथीनं एक दिवस माहिती पुरवली— तो आहे एक बॅले डान्सर! एक अस्सल कलावंत! त्याचं हे असं मुळीच प्रतिक्रिया न देता प्रत्येक स्टेज शोला हजर राहणं तिच्या दृष्टीनं टेन्शन यायला पुरेसं आहे. शिवाय, इतके दिवस येणार-येणार म्हणताना टाइम मॅगझिनची केट नेमकी इथल्या स्टेज शोला येतेय. भारतीय नृत्यावर पीएच.डी. आहे तिची. भरतनाट्यम, कथक, ओडिसी... किती बघितलंय तिनं आणि लेखही लिहिलेत त्यावर... राधिकाचं नृत्य एकदा डोळ्यांखालून घालायचं, हाच तिचा त्यामागे हेतू आहे.

एकूणच, भारतीय नर्तकी काही तरी हातचं राखून ठेवत नाचते. नृत्याचं तंत्र उत्तम असेलही; पण रसिकांसमोर विविध भूमिका सादर होताना वाटतं, काही तरी मिसिंग आहे, हे तिचं मत तिनं किती तरी ठिकाणी बोलून दाखवलंय. त्यामुळे उद्याचा परफॉर्मन्स राधिकासाठी महत्त्वाचा आहे. तिचा मुद्राभिनय, देहबोलीतून व्यक्त होणाऱ्या भावना या सगळ्यांचा जणू उद्याच्या स्टेज-शोच्या वेळी कस लागणार आहे, त्यामुळे राधिकाला मात्र वेध लागल्येत परत फिरण्याचे.

नाही म्हटलं तरी राधिकाला टेंशन आलय. ती बाईजींना फोन लावते आणि आशीर्वाद मागते, तेव्हा बाईजी एकच वाक्य बोलतात, "बेटी, पहले खुद पर विश्वास रख... यशश्री तुम्हारे कदम चुमेगी." त्यांच्याशी बोलल्यावर तिला धीर येतो. मग सगळ्यांबरोबर ती थिएटरवर येते.

सिटी सेंटरजवळचं ॲबीज थिएटर माणसांनी नुसतं फुलून गेलंय. तिकीट विक्रीही दाबून झालीय. थिएटरवर पोचताच ती स्वत: रंगमंचावर जाते नि तिथली

सगळी तयारी एकदा नजरेखालून घालते. रंगमंचाच्या दोन्ही बाजूंना समया व्यवस्थित तेवतायत. मोगरीच्या अर्धवट उमललेल्या कळ्यांचे वळेसर आणि त्यात गुंफलेली अबोलीच्या फुलांच्या हिरव्या पानांसकटची गुंफण वातावरण भारून टाकणारी अशीच आहे. खास या टूरसाठी म्हणून बाईजी ही फुलं तिचा कार्यक्रम असेल त्या ठिकाणी पाठवण्याची व्यवस्था करत असतात. सतत पाठराखण करणाऱ्या बाईजींविषयीच्या आदरानं तिचं मन भरून येतं. ती मग वेगवेगळ्या कोनांतून सोडणार असलेले प्रकाशझोत योग्य गतीनं पसरत जाऊन हव्या त्या ठिकाणी स्थिरावतायत की नाही, याची चाचणी घेऊन बघते. सगळं कसं मनासारखं जमलं असल्याची खात्री पटल्यावरच ती संयोजकांना पहिली घंटा द्यायला सांगते. त्यानंतर छोट्या मुली एकीपाठोपाठ एक अशा पोझ घेऊन विंगमध्ये उभ्या राहतात. राधिका रंगमंचावर धूप फिरवते आणि रंगदेवतेचं स्मरण करून पोझ घेते.

आता निवेदिका निवेदन सुरू करते, ''रसिक श्रोत्यांना अभिवादन करून कलारंजन सादर करीत आहे, भारतीय नाट्यशास्त्रात अग्रणी म्हणून मानल्या जाणाऱ्या भरतमुनींनी निर्माण केलेल्या अष्टनायिका! एकूणच, प्रेमात आकंठ बुडालेल्या स्त्री मनाचा वेध घेत, तिच्या मनीच्या भावविभोर हिंदोळ्यांची अनुभूती देतात या अष्टनायिका!'' निवेदन संपतं तसा मखमली पडदा सरसरत वर जातो. डोरोथी कारपेंटरनं आत्तापर्यंतचं निवेदन भाषांतर करून लोकांपर्यंत पोचवलेलं असतं. ते संपताच, बोल म्हटले जाऊ लागतात ता... तै... तैय्यम, तत् नाम... तिक... तक... मृदंगावर थाप पडते आणि आदिताल सुरू होतो.

राधिका पदन्यास करू लागते आणि तिची नजर प्रेक्षकांवरून फिरते. आजही तो अगदी समोर बसलेला असतो. क्षणभर तिचं मन बावचळतं, पण पुढच्याच क्षणी ती स्वत:ला सावरते आणि तिची पावलं लय सांभाळत सम गाठू लागतात. गणेशपूजन सुरू होतं. थोड्याच वेळात तिच्या साथीला शर्वरी येते, ती तालाला भलतीच लगटून नाचत राहते. किती तयारीनं नाचतेय ही! इतक्या लहान वयात इतकी समज... ही दैवी देणगी की, ज्या माहोलमधे ती वाढतेय, त्याचा परिणाम समजायचा, कोण जाणे! शिवाय तिच्या हालचालींतला मोहकपणा, तसंच तिचा दमसाससुद्धा वाखाणण्याजोगा आहे. पूजेच्या तयारीत फुलं माळता-माळता येतात दोघी अगदी आमने-सामने. लय, ताल, मुद्राभिनय— सगळंच अगदी जमून गेलेलं. कुणी तरी कौतुकानं दाद देतं आणि त्या पाठोपाठ टाळ्यांचा गजरच सुरू होतो. ते कौतुक झेलता-झेलता राधिका क्षणभर पहिल्या रांगेत

मध्यभागी अगदी समोरच बसलेल्या त्याच्याकडे पाहते. याही वेळी तो टाळ्या वाजवत नसतो, पण आज तो जास्तच रोखून पाहतोय, असं तिला वाटतं.

राधिका नाचता-नाचता स्वत:ला सावरते. शर्वरी पुढच्या तुकड्याकडे वळलेली असते. राधिका तिच्या साथीनं पदन्यास करू लागते. तिची खात्री असते— इथेसुद्धा चौकशी करणारे करणार— ही चिमुरडी तुमची कोण— भाची? की... असे प्रश्न अति मोकळं सेक्स लाईफ जगणाऱ्या या मंडळींनी विचारावेत, याचं तिला आधी आश्चर्य वाटतं. पण मग तिच्या लक्षात येतं, मनुष्यस्वभाव इथूनतिथून सारखाच. विशेषत: बाईच्या बाबतीत तर पृथ्वी खरंच सपाट आहे. माळेचे सगळे मणी— तसे तपशिलात थोडा फरक सोडला, तर सारखेच.

कार्यक्रम— तोसुद्धा परदेशात म्हटला की, किती पद्धतशीर तयारी केली जाते. दूरदर्शनच्या इथल्या अनेक चॅनेल्सवर तिच्या मुलाखती आधीच प्रसिद्ध झालेल्या आहेत. ''तुमचा मुद्राभिनय अष्टनायिका सादर करताना विशेष खुलतोय, असं जाणकार बोलतायत. प्रणयिनीचे इतके विभ्रम तुम्ही इतक्या सकसपणे कसे दाखवू शकता?'' तिला अनेकदा अनेक ठिकाणी विचारला गेलेला प्रश्न इथल्या दूरदर्शनवरच्या मुलाखतीमधूनही विचारला गेलेला असतो. त्या प्रश्नाला दिलेल्या उत्तराची तिला आत्ता आठवण होते. अनाहिता, अमला, कार्तिकी... अशा किती तरी जणी तिच्याकडे नृत्य शिकता-शिकता जगायला शिकल्या; त्या मुलींची होरपळलेली मनं वाचली होती तिनं. तिचं स्वत:चं जगणं— तोही धडा होताच ना सोबत. एकजात सगळ्याच जणी स्वत्वाची जपणूक करणाऱ्या आणि नाही म्हणायची ताकद असणाऱ्या. अशा बायकांचं भावुक बनणं आणि मग विलक्षण घायाळ होणं माहीत होतं तिला. तेच यायचं तिच्या भावमुद्रांमधून. एवढं सगळं त्या कोरड्या मुलाखतींमधून सांगण्यात अर्थ नसतो, हे माहीत असल्यामुळे ती बेधडकपणे म्हणते, ''ईश्वराची कृपा; दुसरं काय!'' मग मुलाखतीचा रुळ बदलण्यासाठी ती नेहमीचं सांगू लागते— नृत्यातले तिचे गुरू, त्यांनी सुरू केलेलं गुरुकुल... त्या परंपरेत तिचं झालेलं शिक्षण आणि बाईजींचा आजतागायत लाभलेला सहवास आणि मग तिनं एका क्षणी सुरू केलेली 'कलारंजन' ही संस्था.

तिच्या कलासाधनेपेक्षा... तिच्या नृत्यातल्या पारंगततेपेक्षाही शर्वरी हिची खरंच मुलगी असेल, तर ती नेमकी कुणापासून झाली असेल? किती तर्क- वितर्क! बाईसाठीचे निकष वेगळे, होणारी टिप्पणी वेगळी. तिची कला... तिची

तपस्या या सगळ्याचं माप तोलताना तिनं मोडलेल्या चौकटीबद्दल सतत सगळे जाम भानावर; मग देश कोणताही असो. तिला या गोष्टीची विलक्षण चीड आहे. राधिकानं आजतागायत कुणालाही दाद दिलेली नाही. ते सगळं आत्ताही तिच्या मनात उमलून येतं. राधिका आता अधिकच त्वेषानं नाचू लागते.

मृदंगावर द्रुत सुरू झालेली असते. प्रत्येक मात्रेचं वजन सांभाळत लयीत आवर्तन पूर्ण करून ती समेवर येते. लय वाढत जाते... मृदंग घुमायला लागतो. नृत्यातली नजाकत सांभाळत ती नाचत राहते. फ्लूटमधून मधुर सूर येऊ लागतात. राधिका गणेशाच्या मूर्ती समोर नतमस्तक होते. रंगमंचावर हलकासा सोनेरी प्रकाश पसरतो. त्या प्रकाशात ती रंगमंचावरुन हलकेच माघारी जाते. क्षणात छोट्या मुली जरा गडबड करतात... पण त्यांचं ते लगबगीनं सावरून पदन्यास करत राहणं इतकं लोभस असतं की, त्या टाळ्या घेतात नि मगच जशा हलकेच येतात तशाच हलकेच निघूनही जातात.

निवेदिकेचं निवेदन सुरू होतं... "गणेशाला वंदन करून ही नर्तकी स्त्री-मनाचा एकेक पापुद्रा विलग करत जाईल आता. मग ते तिचं भरभरून प्रेम करणं असेल किंवा रुसणं, रागावणं असेल किंवा प्रियकराशी भांडणं असेल... तिच्या मनीचे हे सगळे सच्चे भाव अनुभवता-अनुभवता मग म्हणू नका बाईची जात तरी किती वेडी! किती भोगतेय ती प्रेम करता-करता! कधी ती फसवली जातेय, तर कधी तिची आत्मप्रतिष्ठाच पणाला लागतेय. ती भांडणारी... रडणारी... ओरडणारी... विनवणारी ती... ती... अबला? ती अपूर्ण? की..." निवेदन चालू असतानाच रंगमंचावर सोनेरी-चंदेरी प्रकाश पसरत जातो. त्या प्रकाशात पुन्हा एकदा ती मोठ्या दिमाखात रंगमंचावर आवरते.

आता निवेदिकेच्या आवाजात कोवळीक. गोड आवाजात ती म्हणते, "ओळखलंत हिला...? ही... ही तर मुग्धा! तारुण्यांच्या वळणावर उभी असलेली किशोरी..." एव्हाना रंगमंचावर आलेल्या तिचा पदन्यास सुरू झालेला असतो. बोल म्हटले जाऊ लागतात... त त तै... ता:, त त तै ता:! तिच्या देहबोलीतून तिला लागलेली हुरहूर प्रेक्षकांपर्यंत पोचू लागते. निवेदिकेचं निवेदन सुरूच असतं— "या किशोरीला कशाची एवढी हुरहूर लागलीय की, ज्यामुळे हिला स्वत:शीच लाजावंसं वाटतंय? तिचे स्वप्नाळू डोळे एवढ्या आतुरतेनं कुणाची वाट बघतायत?... निळ्या घोडीवरून येणाऱ्या तिच्या स्वप्नीच्या राजकुमाराची ती वाट बघत असेल का?" पदन्यासातून राधिका या मुग्धेची बेचैनी दाखवत राहते. त्या वेळी तिचं मन मात्र अनाहिताच्या आठवणींनी व्यापून जातं. भावनांचा

मनी दाटलेला विलक्षण कल्लोळ तिचा चेहरा व्यापून टाकतो. सगळं सभागृह तिच्या चेहऱ्यावरच्या या अचानक झालेल्या बदलानं चकित होऊन गेलेलं असतं.

व्हायोलिनवर आर्त सूर वाजू लागतात. अनाहिताचा परीक्षित हिला दिसतो समोर. याच मुलाच्या प्रेमात ही पोर आकंठ बुडालेली पाहिली होती तिनं! परीक्षितच्या भेटीची हुरहूर लागलेली ती अनाहिता... आज भरतमुनींची मुग्धा साकारताना जशीच्या तशी आली तिच्या डोळ्यांसमोर... नृत्य तिचा श्वास असेल, तर परीक्षित तिचा प्राणच जणू! बाईभोवतीच्या अदृश्य घट्ट चौकटींची जबरदस्त ताकद माहीत नसण्याचं वेडं वय तिचं आणि मग नाचता-नाचता राधिकेला आठवायला लागलं अनाहिताचं सगळंच.

'कलारंजन'मध्ये नृत्य शिकायला येणारी अनाहिता... तिच्या साथीला मृदंग वाजवणारा अनिकेत... विजेच्या चपळाईनं मृदंगावर नाचणारी त्याची बोटं एरवी अनाहिता मोठ्या नजाकतीनं समेवर आली की अत्यंत अबोल असणारा अनिकेत अगदी भरभरून दाद द्यायचा. एका दर्दी रसिकानं दिलेल्या त्या प्रतिसादाचं मोल तिला फार वाटायचं. जणू त्याची तशी दाद मिळावी, म्हणून ती अगदी आसुसलेलीच असायची. परीक्षितसमोरसुद्धा बिनदिक्कत तसं ती बोलूनही दाखवायची. बोलसुद्धा किती खणखणीत म्हणायचा तो!

आत्ता राधिकाचं नृत्य चालू असताना मृदंग वाजवणारी सारिका पढंत सुरू करते... तकिट... तकधिनी... तकिट... तक धिनी! तक... तकिट... तकधिनी... तक तकिट... अनाहिताचं सगळंच तिला आठवायला लागतं. तिचा नृत्याचा सराव चालू असतानाच एक दिवस अचानक आलेला परीक्षित आजूबाजूला कुणी आहे याचंही भानही न ठेवता ओरडून म्हणाला होता, "खूप नाच-रंग झाले; आता घरी चलायचं!" हा असा काय वागतोय, हेच अनाहिताला कळलं नव्हतं त्या क्षणी; पण भांबावून गेलेला अनिकेत मात्र मृदंग वाजवायचा एकदम थांबला होता. जास्त तमाशा नको, म्हणून अनाहितानं आपल्याला नमस्कार केलेला नि पायांतले घुंगरू सोडून ती त्या मुलाबरोबर बाहेर पडलेली... आणि मग पुढे घडलेलं ते सारंच अनाहिताचा पार चोळामोळा करून टाकणारंच होतं.

तिनं परोपरीनं समजावून सांगावं त्याला, म्हणावं— अरे, जरा नीट डोळे उघडून बघ, तुलासुद्धा माहीत आहे की अनिकेत एक कलाकार आहे. यापलीकडे खरंच काहीच नाही माझ्या मनात त्याच्याबद्दल आणि परीक्षितनं मात्र सतत म्हणत राहावं— "तू नाचायचं नाहीस, म्हणजे नाहीस. आज अनिकेत; उद्या

आणखी कुणी! नाही चालणार मला. बाबा म्हणतात तेच खरं, साली बाईची जातच हरामखोर! आणि मग त्यानं अगदी गच्च धरलेला तिचा हात... म्हणायला लागला तिला, "चल मग आत्ताच्या आत्ता लग्न कर माझ्याशी." त्याच्या हात गच्च पकडण्यानं तिचं मनगट आता दुखायला लागलेलं. तरीही धीर करून तिनं विचारलं त्याला, तिच्या त्या कोवळ्या वयाला न शोभणारं असं... "लग्न करायचं म्हणतोस लगोलग; पण मग काय साध्य होईल त्यामुळे?... माझ्यावर मालकी हक्काची मोहोर उठवशील... आणि तरीही मी या कलावंताला दाद द्यायचं नाहीच थांबवलं; तर रे?" तिचा तो प्रश्न ऐकताच त्याची तिच्या मनगटावरची पकड एकदम सैल पडलेली, पण मग दुसऱ्याच क्षणी फाड्कन बसली थोबाडीत. नाचता-नाचता राधिकानं पट्कन चेहऱ्याला हात लावला— जणू ती थोबाडीत तिलाच बसली होती! त्यानंतर त्यानं तिची चिकार बेअब्रू केली आणि मग झटपट तिचं कुणाशी तरी लग्न लावून देणाऱ्या आई-वडिलांपासून दूर पळत ती घायाळ पोर आली होती थेट राधिकाकडं. अगदी एकटी पडलेली अनाहिता... राधिकानंच तर सांभाळलं सारं.

त्यानंतर ती कधीही भरतमुनींच्या अष्टनायिकांमधली अभिसारिका वठवू शकली नाही. दिवसेंदिवस अतिरुक्ष होत चाललेली अनाहिता दिसते तिला समोर... त्यामुळे मग अचानकच्या आघातानं खूप समज आलेल्या मुलीसारखं तिचं नाचणं सुरू होतं. तंत्रशुद्ध, पण वयाला न शोभण्याइतकं कोरडं. तिचा पदन्यास अधिक ताकदीनं लयीत सुरू झालेला. आवर्तन संपवून महाकौशल्यानं समेवर येत ती हलकेच रंगमंचावरून निघून जाते आणि छोट्या मुली 'खेळ मांडियेला' म्हणत रंगमंचावर नाचू लागतात.

आत आलेली राधिका स्वतःला अक्षरशः आरामखुर्चीत झोकून देते. मन स्थिर करायला तिला काही क्षण हवे असतात. म्हणून मग पुढच्या प्रवेशासाठी तिच्या चेहऱ्याची डागडुजी करायला पुढे सरसावलेल्या मेकअपमनला ती थांबायला सांगते. ती अशी डोळे मिटून स्वस्थ बसलेली असताना शर्वरी तिच्याजवळ येते नि म्हणते "ताई, आज तू असं कसं केलंस? दर वेळी आम्ही शेवटी एक आवर्तन अर्धवर्तुळात पुरं करतो, त्यानंतरच तू स्टेजवरून हलकेच मागे जातेस... पण आता तू फारच घाईनं शेवटच्या तोड्याकडे वळलीस नि लगेच परत फिरलीस, त्यामुळे किती धावपळ झाली आमची!"

"ओह!'' राधिका थकल्या आवाजात म्हणते आणि मग ती स्वत:शीच पुटपुटते... किती जणी मनात घर करून राहिलेल्या माझ्याच जिवाचा तुकडा जणू बनलेल्या, म्हणून मग मन नुसतं आठवणींनी ओसंडून वहायला लागतं. चुकायलाच होतं मग... आणि मग ती शर्वरीकडे वळून म्हणते, ''सॉरी हं! रागावलीस का गं?''

"एऽ ताई, खरं सांगू? या अष्टनायिका करायला लागल्यापासून काही तरी बिनसलंय, त्यामुळे दर प्रयोगाला वेगळंच काही तरी घडतंय. परवा पॅरिसला सेंट्रल हॉलला गणेशपूजन झाल्यावर टाळ्या सुरू झाल्या, तेव्हा कुणाकडे तरी लागलेलं तुझं लक्ष... चट्कन तू आपली माझी पप्पीच घेतलीस— हे कुठे आहे मूळ संहितेत? त्यामुळे मला तर बाई भीतीच वाटते; तू केव्हा काय नि कशी ॲडिशन घेशील नि काय फट्कन गाळून टाकशील, तुझा काही नेमच नाही राहिला. रोममध्ये अभिसारिका सादर करताना एन्ट्रीलाच इतकी रडलीस की, आम्हाला काय करावं, कळेच ना!''

राधिका क्षणभर तिच्याकडे बघते नि मग तिला जवळ घेत ती म्हणते, ''तुम्हा मुलींची अशी धावपळ पुन्हा होणार नाही, याची मी काळजी घेईन बरं.'' एवढ्या आश्वासनानंतरही शर्वरीचं समाधान झालेलं नसतं. ती विचारत राहते तिला, ''पण मग एवढा त्रास होतो, तर मुलग्यांशी मैत्री करायचीच कशाला गं?''

तो प्रश्न ऐकताच राधिकाला जाणवतं— शर्वरी मोठी होता-होता बरंच काही बघतेय आणि नुसती बघत नाहीये, तर त्यावर विचारही करतेय. म्हणून मग शर्वरीला जवळ घेत ती म्हणते, ''बघ, तुझं तुला उत्तर सापडतय का ते; नाही तर आपण दोघी मिळून शोधून काढू या प्रश्नाचं उत्तर. ओके?''

एव्हाना निवेदिकेनं भरतमुनींची नायिका वासकसज्जिता कशी आहे, ते सांगायला सुरुवात केलेली असते, म्हणून मग राधिकापासून दूर जात शर्वरी म्हणते, ''डन!''

मृदंगावर आडाचौताल सुरू झालेला असतो. राधिका स्टेजवर जाण्यासाठी तयार होऊन विंगमध्ये जाऊन उभी राहते. रंगमंचावरची प्रकाशयोजना बदलू लागलेली असते. तिथे फिकट निळा प्रकाश सांडू लागतो, रातराणीचा जीवघेणा सुगंध आसमंतात हलकेच पसरत असतो. फ्लूटच्या स्वरांनी वातावरण मंत्रमुग्ध होऊन जातं. त्याच वेळी शृंगारलेल्या पलंगावर ती हलकेच येऊन बसते आणि ज्याच्याबरोबर आयुष्य वाटून घ्यायचं तिनं ठरवलंय, त्याची ती वाट पाहू लागते.

शर्वरी आपल्या सख्यांसकट हसत-खिदळत रंगमंचावर येते आणि त्या पोरी तिची चेष्टामस्करी करू लागतात. इतक्यात त्यांना तिकडून तो येत असल्याचा भास होतो, तशी त्या पोरी खुदुखुदु हसत-नाचत पसार होतात तिथून. आता ती अशी एकटी त्याची वाट पाहत बसलेली असताना तिला आठवतं, तिचंच काही तरी. ज्याला प्रेमानं आपल्यात सामावून घ्यावं, असा खरंच आला होता तिच्या आयुष्यात. किती प्रकारे फुलवत राहायचा तो तिला, तिची असंख्य चुंबनं घेत! एखाद्या शेतकऱ्यासारखं त्याचं ते तिला हळुवारपणे कुरवाळत हलक्या हातानं बी रुजवून घ्यायला उत्सुक करणं आणि मग त्याच्या अधीन होत तिचं ते तृप्त होत जाणं... आत्तासुद्धा तिला त्या भोगलेल्या क्षणांची जशीच्या तशी आठवण येते नि जे तिनं अनुभवलेलं असतं, ते जसंच्या तसं तिच्या अंगोपांगी आणि चेहऱ्यावरसुद्धा दिसायला लागतं. फक्त पलंगावर एकाच जागी बसून मुद्राभिनयातून ती देत राहते अनुभूती— तृप्त प्रेमाची. तिच्या अभिनयाला साथ मिळते हलकेच वाजणाऱ्या पाव्याची. समोर बसलेले रसिक बेधुंद झालेले. त्या क्षणी सारा आसमंतच शृंगाररसात बुडून गेलेला असतो. हलकेच ती त्या शृंगारलेल्या पलंगावरून खाली उतरते आणि अत्यंत आनंदात पदन्यास करू लागते. ती असते भरतमुनींची प्रणयिनी.

ठेका पकडत राधिका तिचं स्वागत सुरू करते, "इतकं जीव ओतून प्रेम केलंय तुझ्यावर की, माझी खात्री आहे... तू आता पुरता माझ्या कह्यात आलायस. इथून पुढे फक्त आपली दोघांचीच दुनिया असेल... तिथे फक्त सुखाचं साम्राज्य असेल. आता एक कर— कुठे गेला आहेस तिथून ये परत, तेही अगदी लवकर ये."

...विलक्षण भ्रमात असलेल्या तिची पावलंसुद्धा वेगळ्याच लयीत पडत असतात. तिची खात्री असते, तो फक्त तिचंच ऐकेल. तिनं हाक मारायचा अवकाश, असेल तिथून तो धावत येईल तिच्यासाठी. भ्रमाचं हे साम्राज्य भलतंच भूल घालणारं! "भास-आभासाच्या दुनियेत वावरणारी भरतमुनींची स्वाधिनभ्रतृका ती हीच—" निवेदिका हळूच सांगते सगळ्यांना. मृदंगाची लय वाढत असते. राधिकेचा पदन्यास तिचं सैरभैर झालेलं मन व्यक्त करत राहतो. आता तर ती त्याला हाका मारत सुटते— हाकांचा अगदी सपाटाच लावते. पण तो परत येण्याची काही चिन्हंच नाहीयेत. आता मात्र ती बावरते, त्याची आतुरतेनं वाट पाहू लागते.

वातावरण हलकेच बदलायला लागतं, व्हायोलिनचे आर्त स्वर रसिकांना

बेचैन करू लागतात. तो तर दृष्टिआड झालेला... तिला त्याचा विरह सहन होत नाहीये. खूप मनापासून प्रेम केलंय तिनं त्याच्यावर. मध्येच निवेदिका बोलून जाते, ''अरे, ही तर भरतमुनींची विरहिणी!'' तिची व्याकूळता... तिचं त्याच्या सहवासासाठी आतुरलेलं मन... सारं काही राधिका उभं करते आपल्या भावमुद्रांतून. हे सगळं घडत असताना प्रेक्षकही तिच्या भावनांचे साक्षीदार बनतात.

ती अशी विमनस्क अवस्थेत असतानाच तो येतो आणि एखाद्या तटस्थासारखा तिच्यापासून दूरच उभा राहतो. त्याची ती छातीशी घट्ट घातलेली हाताची घडी आणि तिच्याकडे रोखून बघणं... तिला जाणवतं, खूप गोष्टी बदलल्यात दोघांमधल्या. इतक्या विरहानंतर भेटत असूनही तो आहे अगदी वेगळ्या जगातला माणूस. त्यानं जणू तिच्यावर कधी प्रेम केलेलंच नाही आणि जरी केलं असलं तरी आता परिस्थिती बदललीय. त्याची खात्री आहे— ती तिच्या माणसांपासून तुटलेली, एकाकी, त्याच्या पूर्ण कह्यात आलेली एक स्त्री आहे. ती त्याच्या लेखी आहे एक अबला! त्याच्या आधाराशिवाय आता तिचं नाहीच भागायचं, अशी एक अपूर्ण स्त्री! म्हणून मग तो आत्मविश्वासानं जरबेच्या आवाजात हुकूम सोडतो, ''इथून पुढे... माझी इच्छा असेल तरच आणि फक्त माझ्या परवानगीनं मी सांगेन तेवढंच नाचायचं... गायचं... फुलायचं.'' जणू त्याला सुचवायचं असतं, 'माझ्याच घरात राहणार आहेस आणि इथेच मरणार आहेस, तर मुकाट्यानं माझे हुकूम मानायला शीक.'

त्याचं ते अहंकाराचा विलक्षण दर्प असलेलं बोलणं ऐकून तिच्या त्या भ्रमाच्या राज्यातून ती धाड्कन बाहेर येते. तिचं मन सैरभैर होतं. तिच्या लक्षातच येत नाही, तो इतका कसा बदलू शकतो ते. किती सहजतेनं तुडवतोय तो तिचं मन आणि तिची प्रतिष्ठासुद्धा. तिनं तिच्या रसिक प्रेक्षकांसाठी नाचायचं नाही, तिनं तिच्या साजिंद्यांबरोबर तिच्या इच्छेनुसार सराव करायचा नाही— हे असं सगळं तिनं जगायचं का, तर केवळ त्याची तशी इच्छा म्हणून? पण त्याला तरी नेमकं तिला इतकं दुखवावंसं का वाटतंय?... आणि तिच्या लक्षात येतं— त्याचा तिच्यावर तो इतके दिवस म्हणत होता तसा विश्वास नाहीये... हीच गोष्ट तिच्या जिव्हारी लागलीय.

त्याच वेळी निवेदिका सांगू लागते, ''मनापासून प्रेम करणारी... त्याच्या विरहानं झुरणारी, पण तिची प्रतिष्ठा त्यानं पायदळी तुडवली म्हणताना... शिवाय तिच्यावर त्याचा मुळी विश्वासच नाहीये, हे लक्षात आल्यावर आता त्याच्याशी भांडायला सिद्ध झालेली ही आहे भरतमुनींची कलहांतरिता! प्रेमात

पडलेल्या स्त्री-मनाचे किती हे विभ्रम!'' निवेदिका हळवेपणानं म्हणते, ''ज्याच्यावर प्राणापलीकडे प्रेम केलं, त्याच्याकडूनच अपमानित झालेली आता ही आहे भरतमुनींची खंडितासुद्धा.''

नृत्य करताना बदलत्या भावनांचे हिंदोळे दाखवणं, हा तर राधिकाचा खास प्रांत. तिची उद्विग्नता ती प्रेक्षकांपर्यंत पोचवत राहते, तिच्या खास शैलीत. एका क्षणी तालावर सरावानं पावलं पडत असताना ती स्वगत बोलू लागते... ''नीट समजून घे रे! मी आहे एक नर्तकी... सर्जनशील नर्तकी... माझ्या अंत:करणात रोज नव्यानं जन्माला येणाऱ्या नृत्याच्या ऊर्मींसकट मला जगायचंय... पण तू... तू तर नेमकं तेच नाकारतोयस...!''

एव्हाना मृदंगावर द्रुत लय सुरू झालेली असते. तिच्या पदन्यासातून ती तिच्या यातना ती दाखवत राहते आणि आता सुरू झालेला आतला संवाद— तो प्रवासही वेगानंच चाललेला. एवढा अपमान आणि तोही ज्याच्यावर प्राणापलीकडे प्रेम केलं, त्याच्याकडून... शल्य जिव्हारी लागलेलं असतं. पदन्यास करत ती दूर जाऊ लागते. आता ती विद्ध, अपमानित, एकटी. तिची भावमुद्रा थेट प्रेक्षकांच्या हृदयाला हात घालणारी... त्यामुळे प्रेक्षकांची खात्रीच पटते, ही सांगतेय तिचं स्वत:चं जगणं; त्याशिवाय इतकी अस्सल अनुभूती कशी देता येईल? प्रेक्षक विरघळून जातात नर्तकीच्या या एरवी कधी न दिसणाऱ्या भावनांच्या कल्लोळात.

लय वाढत असते, हळू हळू ती मागे-मागे जाऊ लागते... तो तर तिथून कधीच निघून गेलेला असतो. हलकेच मखमली पडदा खाली येऊ लागतो. सगळं काही स्तब्ध असतं— जणू कुणाला कशाचही भानच उरलेलं नसतं! पण मग कुणाला तरी सुचतं टाळी वाजवायला आणि मग मात्र टाळ्यांचा अखंड कडकडाट सुरू होतो. मध्यंतर झालेलं असतं. राधिका आत येऊन बसते, तेव्हा अतीव थकलेली असते.

मधे किती काळ जातो, कोण जाणे; पण डोरोथीच्या हाक मारण्यानं ती एकदम डोळे उघडते— तर आश्चर्य! तिच्यासमोर उभा असतो तो तोच! रोज पहिल्या रांगेत मधोमध बसणारा, एक कलावंत असूनही कधीही टाळ्या न वाजवणारा बॅले डान्सर! खूप जुनी ओळख असावी, अशा आविर्भावात तो एकदम राधिकाचे दोन्ही हात आपल्या हातात घेतो. आत्ता त्याच्या त्या भावुक झालेल्या निळ्या डोळ्यांत पाणी असत. तो भराभर बोलत सुटतो, तशी डोरोथी राधिकाला सांगू लागते, ''आम्ही आयरिश माणसं खूप भावुक झालो की इंग्रजी

भाषा अगदीच कुचकामी वाटते आम्हाला. मग आम्ही आमच्या मूळ भाषेत बोलायला लागतो. हा आत्ता असाच फार भावुक झालाय म्हणून आमच्या मूळ भाषेत बोलत सुटलाय. मी सांगते तो काय म्हणतोय ते—'' आणि ती सांगायला सुरुवात करते, ''तू इतकी जीव तोडून कशाला नाचत असतेस...? खरं सांगतो, तुझा हा नाच बघताना पुरुषांचा फार छळ करतेस तू. स्त्री अबला असते... आपल्या आधाराशिवाय अपूर्ण आहे, असा भास आम्हीच तयार केलाय नि तो घट्ट पकडून ठेवायचा आटोकाट प्रयत्न असतो आमचा. म्हणून तर सारखं तुम्ही काय करायचं नि काय नाही, ते सांगत राहतो आम्ही. त्यामुळे बाई वाकली नाही, तर पुरुषाचा अहंकार दुखावतो. युगानयुगं पोसलेला आमचा अहंकार... तेच तर कवच असतं आमच्यापाशी. कारण आत आत आम्ही फार भीत असतो— खरंच एकटेपण आलं तर? माझ्यासारख्या किती तरी जणांना भीतीच वाटते, इतकं प्रयासानं घट्ट पकडून धरलेलं आमचं अहंकाराचं कवच तडकून गेलं तर... तेदेखील एखाद्या मनस्विनीसमोर, तर? तुझा प्रत्येक कार्यक्रम बघताना आपल्याला हे अगदीच सोसवत नाहीये याचीच जाणीव वाढत जात राहिली, म्हणून तर कधीही टाळ्या नाही वाजवू शकलो...'' त्याचा लागलेला श्वास तिला स्पष्ट जाणवतो. डोरोथीनं न सांगतासुद्धा तिला समजतं— त्याला आता वेध लागलेत त्याच्या तिच्याकडे जाण्याचे. आता तिच्याही डोळ्यांतून आसवं ओघळायला लागतात. तो तर तिचा निरोपही न घेता क्षणात नाहीसाच होतो तिथून आणि त्या क्षणी तिला बाईजींची फार आठवण होते. डोरोथी एकदम जड आवाजात म्हणून जाते, ''जिंकलीस तू आज!''

किती वेळ गेला याचं त्या कुणालाच भान नसलं, तरी वेळेच्या बाबतीत फार काटकोर असणारे संयोजक मध्यंतर संपल्याची जाणीव सगळ्यांनाच देण्यासाठी पहिली घंटा द्यायला सांगतात. हार्मोनिअमवर षडज लावलेला असतो. छोट्या मुली विंगेत जाऊन एकीपाठोपाठ एक उभ्या राहू लागतात. निवेदिका निवेदन सुरू करण्याच्या बेतात असते. डोरोथी घाईनं तिच्या शेजारी जाऊन उभी राहते. आता निवेदिकेनं निवेदन सुरू केलेलं असतं, ''भरतमुनींनी सांगून ठेवलेली विप्रलब्धा! प्रियकराकडून फसवली गेलेली त्यांची एक नायिका— तीसुद्धा आहे या अष्टनायिकांच्या ओळीत... युगानुयुगं प्रेमिकांनी पाहिलेला पुरुष... यानंच तर दिले एवढे अनुभव. या अनुभवांमुळे स्त्री बनते काही काळ रुक्ष; पण ते तिचं खरं रूप नव्हे. कारण निर्मिती करणं, वाढवणं, सांभाळून पुढे नेणं— हे आहे तिचं खरं रूप. तिचं जगणं नेहमीच अनेक वेढ्यांचं, भावनेच्या हिंदोळ्यांवर झुलणारं.

त्यातून प्रतिभावान, सर्जनशील स्त्री असतेच फार भावुक, सच्च्या प्रेमाची भुकेली.''

निवेदिकेचा आवाज अस्पष्ट होत असतानाच राधिका एकाएकी फार व्याकूळ होते. रोममध्ये जे घडलं, ते इथे घडता कामा नये, असं स्वत:ला समजावत ती भरतमुनींची अभिसारिका सादर करण्यासाठी निघते. एव्हाना पावा वाजायला लागलेला असतो. कोमल रिषभ वातावरणात हलकेच भिजू लागतो. युरोपमधल्या प्रत्येक प्रयोगाला पुरुष नटाचं काम स्वत: संयोजक करत असतात. तिसरी घंटा होते आणि मखमली पडदा वर जात असताना आत्ताही शेवटच्या तुकड्यासाठी संयोजक स्वत: स्टेजवर पुरुषाचा रोल करण्यासाठी डाव्या कोपऱ्यात जाऊन उभे राहतात. राधिका रंगमंचावर पदन्यास करत येते, तेव्हा क्षणभर तिच्या लक्षातच येत नाही की, ती तिथे अगदी एकटी नाहीये. तो असतो उभा— तिची वाट बघत. तो तबल्याच्या ठेक्यावर स्वगत म्हणतो, ''या एकविसाव्या शतकात मी बदललोय!'' आणि तो तिला खुणेनं बोलावू लागतो, सुचवत राहतो... खरंच वाट बघतोय मी तुझी! ये लवकर ये आता!

त्याचं स्वगत ऐकता-ऐकता राधिकाला आठवतो शर्वरीनं विचारलेला तो प्रश्न— एवढा त्रास होतो तर मुलग्यांशी मैत्री करायचीच कशाला गं?... आणि त्याच वेळी काही क्षणांपूर्वी तिला मुद्दाम भेटायला आलेला तो घायाळ बॅलेडान्सर! तोही आठवतो तिला. तिच्या आशा खरंच पल्लवित होतात. आता तिचा अभिनय अभिसारिकेच्या भूमिकेसाठीसुद्धा कोरडा होणार नसतो.

तिचा झालेला अपमान, त्यानं तिची केलेली अप्रतिष्ठा, ती फसवणूक... सारं काही मागे टाकायचं ठरवून ती त्याला भेटायला जायचं ठरवते. नव्यानं आयुष्य झेलण्याच्या ऊर्मीनं तिच्यातली अभिसारिका खरोखरच जागी होते. पूर्वी घडलेल्या कुठल्याही गोष्टीचं सावटसुद्धा तिला आता त्यांच्या मधे यायला नको असतं, म्हणून मग ती जरा जास्त काळजीपूर्वक शृंगार करू लागते. तिनं नुकत्याच पायांत बांधलेल्या चांदीच्या पैंजणांचा मधुर आवाज वातावरण बदलून टाकतो. लाजत, मुरकत, नखरेलपणानं पदन्यास करत ती रंगमंच व्यापून टाकते.

मधेच नाचता-नाचता ती थबकते... कारण विजयी मुद्रेनं हाताची घडी घालून उभा असलेला तो— त्याचे डोळे चमकत असतात. अधिक सावध होत ती आता त्याच्या चेहऱ्याकडे... त्याच्या त्या ताठपणे हाताची घडी घालून उभं राहण्याकडे अधिक धीट आणि सावध नजरेनं बघते. त्याचा अवघा देह बोलत असतो, 'नुसतं म्हटलं आपलं, मी बदललोय या विसाव्या शतकात! तर, तू

एवढी खूश झालीस! मी म्हटलं नव्हतं, तू तर अबला... माझ्याशिवाय अपूर्ण तू! तुला केव्हाही सहज जिंकू शकतो मी. माझी तशी खात्रीच आहे...'

थबकून इतका वेळ त्याच्याकडे रोखून बघणारी ती आता मात्र हसते, अगदी डोळ्यांत पाणी येईपर्यंत हसते आणि संहितेत नसलेलं स्वगत येतं आपोआप तिच्या ओठांतून, "मी आहे सच्च्या प्रेमाची भुकेली. माझ्यातल्या प्रतिभेच्या... त्या सृजनशीलतेच्या अस्तित्वामुळे सच्च प्रेम करण्याची ताकद माझ्यात आहे आणि म्हणून मागचं सगळं विसरून मी अभिसारिकेसारखी तुझ्याकडे यायला निघाले... पण अजूनही तुला नाहीच समजलं काही."

तिचा स्वतःवर पूर्ण विश्वास असतो; म्हणूनच दुखावली असली तरीही न कोलमडता ती घट्ट उभीच राहते आणि मग स्वतःला सावरत अधिक ताकदीनं नृत्य करायला लागते. मृदंगावर द्रुत सुरू होते, फ्लूटमधून बेभान करणाऱ्या सुरांची बरसात होऊ लागते. तेव्हा प्रत्येक मात्रेचं वजन पेलत ती एकापाठोपाठ एक अशी आवर्तनं घेत सम गाठू लागते आणि मग अधिक स्पष्टपणे ती बोलू लागते, "आता तरी ओळख मला... युगानुयुगं तूच पोसलेल्या त्या अंधारातून ये पुढे!... स्वतःहून बाहेर पड— धर माझा हात!"

तिचं बेभान होऊन नाचणं सुरू असताना त्याचा आवाज ऐकते ती. तो त्याच्या त्या नेहमीच्या राकट भरदार आवाजात बोलू लागतो, "या अंधारातून बाहेर आलो तर... मग आमच्या आभासांचं काय? तू अबला... तू अपूर्ण, तुला मी सहज नमवू शकतो— हा आभास संपला आणि माझा अहंकारही गळून पडला तर मी... मी राहीन का गं? सांग ना, सांग?"

नाचता-नाचता राधिका संयोजकानं अचानक घेतलेल्या त्या ॲडिशननं आश्चर्यचकित होते. हाताची घट्ट घडी घालून ती छातीशी धरत तो तिच्याकडे आता रोखून बघत असतो. तिला जाणवतं— काही क्षणांपूर्वी तिला मुद्दाम भेटायला आलेला तो घायाळ बॅलेडान्सर फक्त अपवाद! या घडीला अख्खी पुरुषजात आहे याच्या रूपात उभी. ही घडी फार मोलाची आहे... तर आता मुळीच माघार नाही. मग मोठ्या आत्मविश्वासानं तबल्याच्या ठेक्यावर संथ, शांत सुरात ती त्याला सांगू लागते, "अरे वेड्या, तेच तर सांगतेय मी तुला! तुझ्या त्या अहंकाराच्या अंधारातून बाहेर पडून बघ तरी एकदा माझ्याकडे! धर माझा हात... ओळख मला..."

ती मोठ्या उत्सुकतेनं तिच्यासमोर उभ्या असलेल्या आणि पुरुषजातीचंच प्रतिनिधित्व करत असलेल्या त्याच्याकडे बघू लागते.

तिच्या आशा पल्लवित झालेल्या असतात. सारं प्रेक्षागृह विलक्षण स्तब्ध असतं. हाताची घडी घालून उभा असलेला तो अख्ख्या पुरुषजातीचाच साक्षात मूळ पुरुष आहे, असा तिला भास होतो. तो मात्र अहंकाराच्या अंधारातून बाहेर म्हणजे स्वत:तून बाहेर पडण्याच्या नुसत्या कल्पनेनंसुद्धा भयंकर अस्वस्थ झालेला असतो. त्याला फार असुरक्षित वाटायला लागलेलं असतं. ते सगळं दिसतं त्याच्या मुद्रेवर. त्याची चिडचिड वाढू लागते, संताप अनावर होऊ लागतो. त्यामुळे तो आपला ताड्दिशी निघूनच जातो तिथून, पण जाता-जाता त्याच्या तोंडून बाहेर पडतंच— "साली बाईची जात...!"

विलक्षण थकून ती रंगमंचावरच बसते. आता तिच्या डोळ्यांतून आसवं ओघळायला लागलेली असतात. निवेदिकेचं निवेदन सुरू होतं, "म्हणूनच भरतमुनींच्या अष्टनायिका चिरंतन आहेत!" निवेदिकेचा आवाज अस्पष्ट होऊ लागतो आणि मृदंगाचा घुमार वातावरण भारून टाकू लागतो. मखमली पडदा संथ गतीनं खाली येऊ लागतो. एका वेगळ्याच विश्वात पोचलेले प्रेक्षक भानावर येतात आणि टाळ्यांच्या कडकडाटात सारं प्रेक्षागृह अक्षरश: डोक्यावर घेतात.

तिचा निरोप घेताना टाइम मॅगझिनकडून मुद्दाम तिचं नृत्य पाहण्यासाठी आलेली केट तिला मिठीत घेत म्हणते, "अनुभवातून तावून-सुलाखून निघाल्यामुळे श्रीमंत बनलेल्या अस्सल कलावंताचा पिंड तुझा, नृत्य करताना तू स्वत:ला त्या माहोलमध्ये इतकी विरघळून टाकतेस की, तुझा... मुद्राभिनय थेट पोचतो प्रेक्षकांच्या काळजात. इथून पुढे भारतीय नृत्यावर लिहिताना मी वेगळं लिहीन, कारण तू माझं मत बदललं आहेस."

परतीच्या प्रवासात विमानात बसली असताना राधिकाला हे सगळं आठवत असताना शेजारी बसलेली शर्वरी तिच्याकडे बघून एकदम टाळी वाजवून म्हणते, "यस, आय गॉट इट! एवढं सगळं घडतं तरी आपण मुलग्यांशी मैत्री करत राहतो, कारण मैत्री करण्याची ताकद आपल्यात असते. बरोबर ना? दे टाळी!" अतीव थकलेली ती कशीबशी शर्वरीच्या हातावर टाळी देते; पण त्याच वेळी तिला आत कुठे तरी वाटत राहतं, हे थांबायला हवं. भरतमुनींच्या या अष्टनायिकांचं चिरंजीवित्व खरंच कधीच नाही का संपणार? डोक्यात सतत चाललेल्या विचारांच्या वादळात तिचा कधी तरी डोळा लागतो... त्याच वेळी विमानानं योग्य दिशा पकडून आकाशात झेप घेतलेली असते.

□□

६. शुक्रवारचा अड्डा

आज शुक्रवार म्हणजे त्या चौघांनीही दुपारनंतर अड्ड्यावर पोचणं, हे कुणाच्याही जन्म-मृत्यूएवढं निश्चित असतं. ख्रिसमस नुकताच साजरा झालेला. रस्त्यावर... घरांच्या छपरांवर... झाड-झाडोऱ्यावर पांढरं शुभ्र बर्फ पसरलेलं. दुपारचे चार वाजले असतील-नसतील, तरीही जाम अंधारून आलंय. धुकं अधिकच दाट पसरत चाललंय. रस्त्यांवरून पोलिसांची गस्त वाढलीय. दूरदर्शन- रेडिओ सगळीकडे वाहनचालकांसाठी एकसारख्या सूचना देणं चालूच आहे. तरीही गाड्यांचे ब्रेक्स न लागण्यामुळे गाड्या घरंगळून केव्हा एकमेकींवर आपटतील, याचा भरवसा नाही. प्रत्येक सिग्नलला थांबलेल्या गाड्यांच्या लाल लाइट्सची गर्दी कुठे तरी अदृश्यातल्या बाईनं रसरसून पेटवलेल्या शेगडीतल्या फुललेल्या निखाऱ्यातून बाहेर पडणाऱ्या ठिणग्यांसारखी दिसतेय. पण असलं काही निरखण्याची कोणाचीही इच्छा नाही, कारण प्रत्येक गाडीचालक सुरक्षितपणे इच्छित स्थळी आपण कसे पोचू, याच काळजीत आहे.

वैशंपायननं त्याची निस्सान क्वेस्ट गर्दीतून बाहेर काढून हळूहळू डावीकडच्या लेनमध्ये घुसवायला सुरुवात केली, कारण इझलीनला जाण्यासाठी बरोबर अठराव्या एक्झिटला वळणं आवश्यक होतं. त्यानं अठराव्या एक्झिटला गाडी वळवली आणि निवांतपणे रेडिओ सुरू केला. आता इझलीन येईपर्यंत गाडी सरळ रेषेत जाणार होती. रेडिओवर हवामानाचा अंदाज वर्तवला जाऊ लागला. पुढच्या काही तासांत नैर्ऋत्येकडे समुद्रात

सुरू झालेलं चक्रीवादळ न्यू जर्सीत उतरण्याची शक्यता वारंवार वर्तवली जात होती. आता लोकांनी सुरक्षिततेची योग्य ती काळजी वेळीच घ्यावी, असा याचा अर्थ होता. त्यानं मनाशी या गोष्टीची नोंद घेतली. मनातल्या मनात तो असंही म्हणाला, हल्ली वादळं फार लवकर आणि एकापाठोपाठ यायला लागल्येत. चलता है! आणि मग त्यानं रेडिओ बंद करून टाकला नि कॅसेट प्लेअर सुरू केला. जुन्या जमान्यातल्या हिंदी सिनेमातल्या गाण्यांच्या सरीवर सरी कोसळायला लागल्या, तेव्हा एका वेगळ्याच मूडमध्ये त्यानं हॉटेल आरोहीसमोर गाडी उभी केली.

पार्किंगमध्ये गाडी लावताना त्याच्या लक्षात आलं— पार उजव्या कोपऱ्यात कॅमरी, टोयोटा आणि निस्सान ट्रॅक्स एका ओळीत उभ्या आहेत. त्यानं नंबर प्लेट्स बघितल्या नि त्याची खात्रीच पटली. शऱ्या, मधू आणि विशू आधीच येऊन नेहमीचं कोपऱ्यातलं टेबल पकडून बसले असणार... इतकंच नाही, तर त्यांचं आन्हिकदेखील सुरू झालं असणार!

वैशंपायन त्यांच्यात जाऊन बसला, तेव्हा ग्लासेस भरून घेतले जात होते. त्याच्या जोडीनं चिकन टिक्की, हराभरा कबाब... आणि बरंच काही तोंडात टाकण्यात मंडळी दंग होती.

खरं तर ते सगळे अस्सल भारतीय अमेरिकन, तसे एकदम पोचलेले. स्मार्ट, हुषार, श्रीमंत! डोक्यावरच्या केसांना रंग लावून तारुण्य थोपवून धरण्याची शिकस्त करणारे. चालण्या-वागण्यात वयानुसार येणारा ढिलेपणा आवर्जून टाळणारे, तरीही बदलत्या फॅशन्सच्या दुनियेत 'जुने पुराणे' असा शिक्का बसण्याच्या मार्गावरचे. शऱ्या डॉक्टर. नुसता डॉक्टर नव्हे, तर चांगला स्त्री-रोगतज्ज्ञ. ह्यामुळे छातीचे उभार टोचायला सुरुवात झालेल्या, तरीही अजून बेबीफॅट पुरती उतरलेली नाही अशा कोवळ्या पोरींपासून तो पाऽर विटाळ जायला आलेल्या बायांपर्यंत त्याला सगळं हाताळावं लागत असे. इंडियन समाजात मान असलेला तसा तो सभ्य रसिक होता! कसं कोण जाणे, पण बाई मिळवणं ही अगदी सहज साध्य गोष्ट असते, असा त्याचा ग्रह झालेला होता. त्यामुळे आपण भरपूर चोखंदळ आहोत, असं तो आपल्या शुक्रवारच्या या गप्पांच्या अड्ड्यावर मोठ्या चवीनं सांगत राही. तर विश्वास ऊर्फ विशू तसा हरहुन्नरी. इथे इंडियन मसाले विकता-विकता आता चक्क एका डिपार्टमेंटल स्टोअर्समध्ये एका सरदारजीबरोबर निम्मा मालक बनला होता. अनेक स्त्रियांना ग्रोसरीच्या खरेदीत मदत करता-करता त्यानं अनेक घट्ट मैत्रिणी मिळवल्या होत्या. इथे तो त्याबद्दलचे अनेक

किस्से मसालेदार बनवून सांगे. तिसरा मेंबर मध्या ऊर्फ मधुकर परांजपे एकदम राजा माणूस. एखाद्याच्या पत्रिकेत राजयोग असावा तशा मुली आपोआप याच्या पुढ्यात टपकण्याच्या योगाचा हा माणूस. पोटापाण्याचा धंदा— बॉडी शॉपर! पूर्वी तिसऱ्या जगात माणसं अन्नासाठी तडफडत आणि आता नोकरीसाठी तडफडतात. या तिसऱ्या जगातल्या अनेक मोठ्या शहरांमधून याच्या कचेऱ्या होत्या. हा तिथून अगदी टिपून मुलं-मुली गोळा करायचा आणि निरनिराळ्या कंपन्यांमध्ये चिकटवून टाकायचा. पण पोरींचा इंटरव्ह्यू झाल्यापासून प्रत्यक्ष नोकरी मिळण्यापर्यंतच्या काळात या पोरी मधूसाठी जीव टाकायच्या. त्यामुळे वैभवाची स्वप्नं विकणाऱ्या या माणसाचं छान फावायचं. राहता राहिला वैशंपायन. तो होता जर्नालिस्ट. दिसायला एकदम फाकडू. अर्थात हे त्याच्या मैत्रिणींचं मत होतं. महत्त्वाचं हे की, तो आजतागायत अगदी कन्फर्म्ड बॅचलर होता. मुक्तपणे अनेक गोष्टी सांगायला त्याला आवडे. विशेषत: 'बाई' हा जणू त्याचा खास प्रांत!

तर, अशीही चौकडी. या मंडळींवर आजपर्यंत अब्रुनुकसानी, बलात्काराचा प्रयत्न, गेला बाजार किमान फसवणूक किंवा विनयभंगाचादेखील आरोप कुणी कधी करू धजलं नव्हतं. लग्नाच्या बायका त्यांना सोडून गेलेल्या नव्हत्या. वैशंपायन एक बिनलग्नाचा मुंजा राहिला असला, तरी इतकं करून-सावरूनसुद्धा लग्नाच्या बाजारात तो 'पत' टिकवून होता. तर, असा हा गोतावळा आठवडा उलथण्याच्या बेताला— म्हणजे दर शुक्रवारी इथे जमायचा. इथे येताना काही झालं तरी सडंच यावं लागतं, कारण या अड्ड्यावरचा तो मुळी कायदाच आहे. कुठल्याही कारणानं बाई बरोबर आणायची नाही— हा नियम. एकदा अड्डा जमला की पाणी न घालता व्हिस्की प्यायची, या नियमाइतकाच तो कसोशीनं पाळला जाणारा.

एकदा टेबल जमलं की मग अखंड गप्पा... हसणं... एकमेकांना चिडवून छळणं— हे सगळं आलंच. या चौकडीला कुठलाही विषय वर्ज्य नसे. प्रत्येक गोष्ट खुल्लम खुल्ला बोलली जाई आणि म्हणूनच इथे येण्यात बडा मजा येई. वैशंपायननं खुर्चीत बसत आपला ग्लास भरून घेतला, तेव्हा त्याला विशू ऊर्फ इंडियन मसालेविक्या— त्यानं विचारलं, "वैश्या, तुला काय वाटतं, जगात जाती किती?"

वैशंपायननं उत्तर देण्याच्या आत शरद उपासनी— लेडीज डॉक्टर दी ग्रेट— अधिकारवाणीनं उत्तरले, "फक्त दोन! नर आणि मादी. तसं नसतं, तर

प्रत्यक्ष ब्रह्मदेवाला आपल्या लेकीचा, उषेचा मोह पडला नसता!''

''बाई फक्त मादी म्हणूनच बघायची असते... भोगायची असते, तोवर ठीक असतं; पण जर गुंता वाढला, कुठल्याही कारणानं ती तुमच्या काळजात घुसलेली असली, तर मात्र सोसत नाही. आणि मग तसं झालं की, हे दोन जातीवालं तत्त्वज्ञान जाम छळायला लागतं.'' मध्या ऊर्फ मधुकर परांजपे— दी बॉडी शॉपर गंभीर होत म्हणाला. तशी शरद उपासनीनं त्याच्या दुखऱ्या नसेवर दाबलंच, ''लेका, तुझी लेक आता मोठी व्हायला लागली, तेव्हा हे तत्त्वज्ञान अवघड वाटायला लागलं— हो ना?''

अलीकडे मध्याची या अड्ड्यावरची पत कमी व्हायला लागली होती. याचं कारण, पूर्वीसारखं तारुण्यानं मुसमुसलेल्या करिअरमागे धावणाऱ्या भोळ्या छोकऱ्या त्यानं किती चट्कन घोळात घेतल्या होत्या, हे सांगणं त्यानं सोडून दिलं होतं. याउलट, अलीकडे तो जे काही बोले, ते अड्ड्यावर जमलेल्यांना भंपक पीळ वाटे. शरद उपासनी किंवा दुसऱ्या कुणालाही काही रसभरीत टिपण्णी करायची संधी न देता तो एकदम म्हणाला, ''तरुण, सुंदर मुलीचा बाप असणं म्हणजे काय, हे तुम्हाला नाही कळायचं. वैशंपायन तर सांडच आहे आणि तुम्हा दोघांना फक्त मुलगे आहेत. मी आज तुम्हाला एक सत्य घटना सांगतो— म्हणजे तुम्हाला कळेल, माझ्या काळजात काय जळतंय ते. पण त्याआधी मला एक महत्त्वाची जाणीव झालीय... इतक्या अशा जगण्यात आपण अजूनही दगडी राक्षस बनलो नाही; आपल्यात माणूसपणाचा अंश शिल्लक राहिलाच तगून. कदाचित नव्हे, नक्की! त्यामुळेच मला हे सगळं तुम्हाला सांगायचंच आहे. तुम्ही खरंच मनापासून ऐका हे सगळं आणि मग सांगा— त्या दोन जातींच्या तत्त्वज्ञानाबद्दल तुम्हाला काय म्हणायचंय ते.''

बाकीच्या तिघांनी ड्रिंक्स घेता-घेता असे चेहरे केले की, आज नेमकं बाहेर असं हे वातावरण... तरीही जीव मुठीत धरून इथे आलोय ते मौजमजा करायला, कॉलेज कट्टा अनुभवायला आणि... हा पेटलाय आमची शाळा घ्यायला. पण त्याला अडवण्यात अर्थ नव्हता, कारण तो भलताच गंभीर झाला होता. त्यानं भरल्या गळ्यानं सुरुवात केली...

''...हॅलोविनचा सण जवळ आलेला. घरांवर... घरांसमोरच्या बागेत भोपळे लटकावून ठेवलेले. तिथेच छान कोपरा पकडून भूत, नाही तर एखादा राक्षस सजवून उभा केलेला. राम साठेनं आपल्या जर्सी सिटीतल्या घरावर मजेनं भोपळे लटकवले, बागेत रंगीबेरंगी भूत खोचून ठेवलं; आता त्याचंही घर

हॅलोविनच्या स्वागताला तयार झालं होतं.

शुक्रवारची संध्याकाळ, स्टोअर लवकर बंद करून तो घरी आलेला. सोबत एक जुनी सखी. फार एकटं वाटलं की, हा बोलवायचा तिला मुद्दाम फोन करून. ड्रिंक्स घेताना आणि वाढत्या थंडीतही बरोबर बाई हवीच. शर्लीला बरोबर घेऊन तो आज आलेला. त्यानं सेलर उघडला नि शर्लीबरोबर तो ड्रिंक्स घेण्याच्या मूडमध्ये असताना दारावरची बेल वाजली. त्यानं पिझ्झा मागवला होता खरा; पण तो इतक्या लवकर आला? त्यानं घाईनं दार उघडलं, तर दारात डेमनचे आणि भुताखेताचे चट्टेरी-पट्टेरी मुखवटे आणि तसलेच कपडे घालून लहान मुलांचे घोळके पाठीवरच्या पोतड्यात भरण्यासाठी घरोघर जाऊन स्वीट्स गोळा करत होते. रामच्या घरासमोर घोळका येऊन थांबलेला. त्या घोळक्यातल्या पोरांनीच दारावरची बेल अशी वाजवली होती की, जणू चॉकलेट्स मागण्याचा त्यांचा हक्कच होता. तशी रामनं घाईनं त्यांना चॉकलेट्स दिली नि त्यांना घाईनं पिटाळून लावलं, कारण एव्हाना फोनची घंटा वाजायला लागली होती.

लाँग डिस्टन्स कॉल होता— थेट इंडियातून आलेला. खरं तर त्याला आश्चर्यच वाटलं, कारण गेल्या वर्षी त्याची आई वारली, तेव्हाच त्याची तिथली नाळ तुटली होती. त्यामुळे त्याला अंदाज लागेना, कोणाचा आणि कशासाठी फोन?

त्यानं फोन उचलला. फोन होता त्याच्या वकिलाचा. कधीच्या कधी त्यानं त्याच्या आयुष्यातून हद्दपार करून टाकलेल्या त्याच्या बायकोचं— मानसीचं निधन झाल्याचं वकील सांगत होता. क्षणभर रामला वाटलं— सांगावं वकिलाला, आधीच मेलेलं मढं कशाला माझ्यासमोर उकरून काढतोयस? आयुष्यात आईच्या ऋणातून मुक्त व्हायचं म्हणून त्यानं लग्न करण्याची चूक केली खरी, पण मग वन टाइम सेटलमेंट करून त्याचा भरभक्कम भुर्दंड त्यानं भरला होता. त्या घटनेलादेखील आता सोळा वर्षे झाली होती. मानसीच्या माहेरची माणसं आणि साठे कुटुंब— विशेषत: त्याची आई यांच्यामधूनही बरंच पाणी वाहून गेलं होतं. मग आता त्या बाईच्या मृत्यूचं काय एवढं! वकिलाचं पुढचं वाक्य रामच्या कानी पडलं, तसा तो चवताळलाच. वकील म्हणत होता, ''तुमची मुलगी रिया आता अठरा वर्षांची झालीय. तिनं तिच्या वडिलांकडे यापुढे राहण्याचा निर्णय घेतलाय. ती तुमच्याकडे येईल, एवढं सांगण्यासाठीच हा फोन.''

राम वैतागला होता. इतक्या वर्षांत कधी पत्र नाही, फोन नाही हे काय अचानक! कसलाच संपर्क नव्हता त्यांच्यात— मग या मुलीला हे कसं सुचावं?

रामचा गेलेला मूड... बाहेर वाढत चाललेली थंडी... शर्लीनं हातातलं ड्रिंक चट्कन संपवलं नि ती तिथून निघून गेली. रामची ती तशी जुनी मैत्रीण, म्हणून तिनं त्याला जास्त चार्ज लावला नव्हता. रामलाही थोडं एकटंच राहावंसं वाटत होतं, कारण त्याला विचार करायला सवड हवी होती. ती गेली नि त्यानं दार लावून घेतलं आणि मग वकिलाशी हुज्जत घालायची ठरवून त्यानं तडक इंडियात पुण्याला वकिलाच्या घरी लाँग डिस्टन्स कॉल लावला, पण तिथे फोन लागला नाही. म्हणून मग त्यानं मेलेल्या बायकोच्या माहेरी फोन लावला. तिथेही तीच रड. वैतागून त्यानं रात्र तशीच ढकलली.

त्याचा हा वीकेंड फारच वाईट गेला; पण आता वेळ दवडून उपयोगाचं नाही. काही तरी विचार करून त्या मुलीला इथे येऊ देता कामा नये. यासाठी काही तजवीज करायला हवी, असं त्याला एकदा वाटलं. पण मग त्याला असंही वाटलं की, व्हिसा आणि इतर लफडी इतकी असतात की— ती कुठली येते इतक्या दूर! उगाच हूल आहे ही.

तो असा भ्रमात असतानाच... सप्टेंबरचा शेवटचा आठवडा... शाळा- कॉलेजेस नुकतीच सुरू झालेली. एक दिवस अचानक ढग भरून आले. रपा- रपा पाऊस कोसळायला लागला. अशा वातावरणात ड्रिंकची मजा औरच. जेनी खूप दिवसांनी आपणहून त्याच्याकडे आलेली. मस्त बेत जमून आला असताना दारावरची बेल वाजली. चिडून त्यानं दार उघडलं, तर दारात एक उंच, शेलाट्या बांध्याची गोरीपान देखणी मुलगी उभी. तिच्या शेजारी काळी बॅग, भली मोठी. दार उघडताच ती आत आली आणि इथे राहण्याची सवय असल्यासारखी तिनं ती भली मोठी बॅग फरपटत आत घेतली नि ती म्हणाली, ''आर यू मिस्टर साठे? आय गेस सो...!''

मग तिनं जेनीकडे तुच्छतेनं पाहत पुन्हा म्हटलं, ''धिस इज रिया! मी तुमची कायदेशीर मुलगी!'' आणि तिनं शेकहँडसाठी हात पुढे केला.

रामनं हात पुढे केला नाही. खरं तर आपल्यासारख्यांना फक्त मुलगेच व्हावेत, अशी त्याची पहिल्यापासून तीव्र इच्छा होती; पण मानसीनं नेमकी मुलगीच जन्माला घातली. पोरटी जन्माला आल्यापासून त्याच्या मनात एकच गोष्ट येत असे— ती म्हणजे, ही पोर म्हणजे नसती पीडा! ती पीडाच आता साक्षात त्याच्या समोर उभी होती, त्याच्यापुढे शेकहँडसाठी हात पुढे करून उभी होती. इतकी उंच... इतकी देखणी! ही आपली मुलगी? किती वर्षांनी... किती अचानक येतेय समोर! खरं तर त्यानं हिला तिच्या आईबरोबर केव्हाच इंडियाला

पिटाळून लावली होती. ती पोरटी आत्ता समोर उभी. ही पोरटी कायमची इथेच राहायची की काय? म्हणजे सत्यानाश, घरात कुणी भाडोत्री बाई आणायची म्हटलं, तरी अडचणच. त्या क्षणी दारात उभी असलेली रिया म्हणजे जणू त्याच्या स्वातंत्र्याचा 'दी एंड' असंच त्याला वाटलं, म्हणून त्यानं ठरवलं— हिला आत्ताच पिटाळून लावणं योग्य. त्यानं काही बोलायला तोंड उघडलंसुद्धा; इतक्यात ती पोरटीच म्हणाली, "तुम्ही मला हाकलून लावायच्या बेतात असलात तर एक सांगते, तुम्ही माझे वडील आहात. तुमच्याजवळ काही काळ राहावं, एवढीच माझी इच्छा आहे आणि तशीच आजीची— म्हणजे, तुमच्या आईचीसुद्धा इच्छा होती. मला लगेच हाकलू नका... प्लीज!"

अजूनही त्यानं तिला 'आत ये' म्हटलं नव्हतं. तो दारातच उभा होता. आपल्याशीच आश्चर्य करत होता. म्हणजे, हिचं आईकडे जाणं-येणं होतं? ती कधी बोलली नाही? तो तिला तसं म्हणाला, तेव्हा त्याच्या आश्चर्यात भर टाकत ती म्हणाली, "आईनं मला दर आठवड्याला आजीकडे राहण्यासाठी नाही पाठवलं, तर आजी आईशी भांडण काढी— तेसुद्धा अगदी जोरदार." एवढं बोलून ती हसली नि खुशाल कोचावर जाऊन चांगली ऐसपैस बसली.

आता इथे थांबण्यात अर्थ नाही, हे ओळखून जेनी सरळ रामकडून पैसे घेऊन निघूनच गेली.

मुलीला बापानं हाकलून दिली नाही त्या क्षणाला आणि एका वेगळ्या घडामोडीला प्रारंभ झाला.

रियाशी राम तोडून वागत असे. तिला जणू त्याची पर्वा नव्हती. घर तिचंच असल्यासारखी ती घरात व्हॅक्युमक्लीनर लावे. डस्टिंग... स्वॉबिंग... तिच्या कपड्याबरोबर वॉशर रूममध्ये त्याचेही कपडे नेणं... त्याच्या आजकाल वारंवार कोरड्या पडणाऱ्या हातापायांना ऑलिव्ह ऑईल गरम करून मसाज करणं... वेळच्या वेळी शॉपिंग मॉलमध्ये जाऊन तिच्या स्वत:च्या क्रेडिट कार्डवर ग्रॉसरी आणणं आणि कॉलेजलासुद्धा जाणं ती पार पाडी.

आठवड्यानंतर तिनं तिथून जाण्याचा विषय काढला, तेव्हा तो तिला 'जा' म्हणाला नाही.

आता संध्याकाळी दमून घरी आल्यावर त्याला तितकंसं एकटं वाटत नसे आणि कहर म्हणजे, तो ड्रिंक घ्यायला बसला की पाळीव मांजरासारखी ती त्याच्या अगदी जवळ येऊन बसे. त्याच्या तयार कपड्यांच्या व्यवसायातल्या उलाढालींच्या... आजवर त्यानं काढलेल्या कष्टांच्या हकिगती ती त्याला सांगायला

लावी. ज्या गोष्टी ऐकायला एरवी इतर कुणी तयार झालं नसतं... पण इथे खूप कौतुकानं ऐकणारा एक श्रोता होता. ती वस्ताद पोर इमाने इतबारे त्याच्या जोडीनं आपल्या आईच्या— म्हणजे मानसीच्या— माहेरच्यांच्या नावानं बोटं मोडी! आणि अगदी मनातलं सांगतेय, असा आव आणून त्याच्या हातून हलकेच ग्लास काढून घेऊन बाजूला ठेवी.

तर, कधी तो जाम रंगात आलायसं बघून त्याला विचारी, "बाबा, तुझा एवढा दांडगा अनुभव... माणसांची एवढी पारख... मग मला सांग— चांगला मित्र कसा ओळखायचा?"

तिचा त्याच्यावरचा विश्वास बघून तो खूष होई. म्हणे, "सोन्या... बछड्या... काळजी करू नये. फडतूस मित्र नकोत आपल्याला. मी तुला एक छानसा जोडीदारच बघून देईन." तेव्हा ती त्याच्यावर लटकं रागवे.

पोटात शिरून राहण्याची कला अवगत असलेल्या त्या मुलीनं एक दिवस कहर केला. बाईची एकच ओळख इतकी वर्षं गिरवलेल्या रामसारख्या इसमाचा हात तिनं ड्रिंक्सनंतर त्याचं विमान पार आकाशात पोचायच्या बेताला आलं असताना आपल्या डोक्यावर ठेवून घेतला नि ती म्हणाली, "बाबा, तुझा हात माझ्या डोक्यावर आशीर्वादाला असताना मला काय कमी...? मग मी कुणाला का घाबरावं? कशासाठी कुणापुढे हात पसरावेत? विशेषत: मोठे मामा आणि मधले मामा नेहमी नेहमी आपल्या लेकींचे लाड करतात. अर्थात, त्यांनी कर्तव्य म्हणून माझंही केलं रे!... पण शेवटी मी पडले रिया राम साठे! त्यांच्या घरात तशी परकीच! हा असा तू माझ्या डोक्यावर आत्ता हात ठेवलायस ना, तसा हात त्यांनी कधी ठेवला नाही म्हणून... म्हणून मी इथे आले. आजीनं, म्हणजे तुझ्या आईनं— माझ्या लग्नासाठी म्हणून ठेवलेले पैसे खर्च केले. क्रेडिट कार्डसाठी बँकेत थोडे ठेवले नि आले इथे थेट तुझ्याकडे, कारण मी रिया मानसी राम आहे. आता मोठी झाल्यावरसुद्धा मी त्यांचं मिंधेपण का स्वीकारायचं? अंऽऽ सांग ना! अर्थात मी तुला इतके दिवस त्रास दिला, हे खरं; पण मला होस्टेलला किंवा दुसरीकडे कुठे तरी जागा मिळाली की मी जाईन. तुला तरी किती त्रास द्यायचा?"

त्याला वाटलं, किती गोड पोर आहे; शिवाय आपल्या रक्ताची. आजवर एवढा आतून कुणी जीव लावला कधी? एक आई सोडली, तर बाकीच्या सगळ्या बाया भेटल्या त्या संधिसाधू... पैशाच्या लोभी. बाईचं हे रूप किती वेगळं! किती निरपेक्ष प्रेम करते! तो गुंतत चालला. त्याला आता तिची घरात

असण्याची; इतकंच नाही, तर तिनं त्याच्याकडे गोड-गोड बोलून हट्ट करण्याचीदेखील सवय झाली. सुंदर मुलीचा बाप म्हणून चार लोकांत मिरवण्यापर्यंत त्याची मजल गेली.

वैशंपायन— दी कन्फर्म्ड बॅचलरचं आज काही खरं नव्हतं. अचानक तो उठून उभा राहिला आणि त्यानं मधू परांजपेला थांबायला सांगितलं. म्हणाला, "जरा एक फोन करून येतो. मी आल्याशिवाय पुढचं सांगू नकोस." खरं तर मधू परांजपे सांगत होता ती गोष्ट तशी खास इंटरेस्टिंग नव्हती. गेला बाजार निदान त्यात चिमटभर तरी रोमान्स असेल... निदान गूढ तरी... पण अजूनपर्यंत तसं काहीच नव्हतं, तरी या मुंज्याला या गोष्टीत एवढा इंटरेस्ट का वाटावा, हे शरदला आणि विशूलासुद्धा समजेना. खरं तर ते कंटाळले होते. आजच्या सेशनमध्ये चमचमीतसं काहीच नव्हतं. वैशंपायन टेबलापासून जरा दूर आला, त्यानं मोबाईलवर फोन लावला. रिंग वाजत होती. त्यानं दोन मिनिटांनी पुन्हा फोन लावला, तरीही रिंग वाजतच राहिली. चडफडत टेबलाकडे परत येत तो पुटपुटला, "किती वेळा सांगितलंय मोबाईल बरोबर ठेवत चल, पण नाही! वेंधळी एक नंबरची."

"कुणाला वेंधळी म्हणतोयस?" न राहवून मधू परांजपेनं विचारलं.

खरं तर प्रत्येकाचं चरित्र आणि चारित्र्य एकमेकांना अमेरिकन नागरिक होताना घेतलेल्या शपथेइतकं पाठ होतं. त्यामुळे कुणी कुणापासून काही लपवून ठेवलं असेल, असं त्यांना वाटत नसे. तरीही इथे पर्सनल प्रश्न विचारायला सुप्त स्वरूपातली बंदी होती. ही बंदी मोडली मधू परांजपेनं पण त्या क्षणी तो प्रश्न इतरांच्या मनातही खदखदत असावा, त्यामुळे सगळेच गप्प बसले नि त्याच्याकडे उत्कंठेने पाहू लागले.

वैशंपायननं तो प्रश्न ऐकला नि एकदम तो सावध झाला. क्षणभर त्याला वाटलं, मधू परांजपेनं आपल्याला उघड्याबंब अवस्थेत पकडलय. घाईघाईनं त्यानं उत्तर दिलं, "माझी ॲसिस्टंट! फार बेफिकीर वागते. तरुण आणि भोळसट आहे. फार काळजी वाटते रे!" एकदम 'चीनी कम' का? अमिताभ बच्चन, तब्बू स्टाईल...! कुणीतरी टिपण्णी केली. मंडळी हसत होती. आता मात्र तो चिडला आणि ओरडून म्हणाला, "फालतू कॉमेंट्स नकोत."

तरीही शरद— दी लेडी डॉक्टरनं त्याची खेचलीच. म्हणाला, "बाबा रे तुझं कुवारपण धोक्यात आलंय की काय, याची आम्हाला काळजी वाटते रे!"

वैशंपायननं त्या दोघांकडे दुर्लक्ष करत मधू परांजपेला गोष्ट सुरू करायला

सांगितलं.

मधूनं तुटलेली लिंक पुन्हा जोडून घेत सांगायला सुरुवात केली, "रियाला कॉलेजमधून यायला उशीर झाला, तर रामला लेकीची काळजी वाटे. त्याला त्याचे कॉलेजचे दिवस आठवत; भोळसट आणि निरागस पोरींचा केलेला चोळामोळा आणि त्यासारख्या इतरही आठवणी मनात जाग्या होत. त्यामुळे की काय, तिला उशीर झाला की याला संशय येई. पोरटी गेली की काय एखाद्या मित्राबरोबर? ती घरी आली की मग तो तिला धारेवर धरी. वेडेवाकडे प्रश्न विचारी. ती रागवे त्याच्यावर. त्यामुळेच आजकाल त्यांच्यात खटके उडत.

तिनं कुठल्याही तरुण मुलाशी मैत्री करूच नये, असं रामला वाटे. कारण सगळे मुलगे एकजात महालंपट असतात; सुंदर मुलींना निरनिराळी स्वप्नं दाखवून फसवायला टपलेले असतात, असं त्याचं ठाम मत होतं. तसं त्यानं म्हटलं की तिनं म्हणावं, "बाबा, तुला असं का वाटतं; समजत नाही. अँडरसन, अभिराम, गॉक्की... किती चांगली मुलं आहेत! आमची दोस्ती जमलीय या अनोळखी शहरात."

वाद घालण्यात अर्थ नाही, हे त्याच्या लक्षात येई. तो स्वत:शीच पुटपुटे, "मित्र कसले, लांडगे आहेत साले!"

पहिली टर्म संपत आली. हवामानही बदललं. त्या सुमाराला रियानं मोठ्या उत्साहानं नव्या फॅशनचे कपडे आणले... मिनी स्कर्ट, शॉर्ट जॅकेट आणि बरंच काही. तेव्हा तर राम चिडलाच, कारण इतर पोरी घालतात तसल्या लांड्या कपड्यांत रिया क्षणभर त्याच्या डोळ्यांसमोरून तरळून गेली. लोक तिच्याकडे कसं... कसं बघतील, या नुसत्या विचारानंच त्याचं ब्लडप्रेशर वाढलं. म्हणून मग त्यानं मुळी फर्मानच काढलं, "तिनं अंगभर कपडे घालूनच कॉलेजला गेलं पाहिजे!"

मधू परांजपे गोष्ट सांगण्याच्या ऐन भरात आला असताना वैशंपायन दी कन्फर्म्ड बॅचलर एकदम टाळी वाजवून म्हणाला, "अगदी बरोबर केलं त्यानं. खरं तर पूर्वी मुलींना बुरख्यात ठेवत, ते काही अगदीच चूक म्हणता येणार नाही. तरुण पोरींकडे पुरुष नुसत्या नजरेनं कसे बघत असतात ते राम आणि त्याच्यासारख्या पुरुषांइतकं कुणाला माहीत असणार!"

"एऽऽ तू मधे-मधे तोंड घालू नकोस... अशानं ही गोष्ट संपणार कधी?" विशूनं फटकारलं. पुन्हा शांतता पसरली. गोष्ट सुरू झाली होती, पण आता वैशंपायन तिथे नव्हता. तो पुन्हा फोन करण्यासाठी तिथून उठून जरा दूर गेला

होता.

वैशंपायननं मोबाईलवर नंबर फिरवला आणि पलीकडून उत्तर आलं. सुरुवातीला हळू आवाजात चाललेलं त्यांचे बोलणं थोड्याच क्षणांत तारस्वरात सुरू झालं, तेव्हा तिथे बसलेल्या सभ्य पुरुषांनी कान टवकारले. या मुंज्याला त्याच्या त्या तरुण ॲसिस्टंटची काळजी वाटते नाही का...? त्यातून हवा ही अशी! मधू गोष्ट सांगतच होता. त्यामुळे बाकीचे दोघे ऐकू लागले आणि अतिशय डिस्टर्ब झाले.

मधू सांगत होता...

असाच शुक्रवार. दुपार टळून गेलेली आणि ही अशीच हवा. राम नुकताच घरी आलेला. इतक्यात रियाचा फोन आला. ती सांगत होती, "बाबा, मी अँडरसनबरोबर जातेय. फार उशीर झाला तर त्याच्याकडेच राहीन." तिची पहिलीच डेट. ते ऐकलं नि तो हबकूनच गेला. इतके दिवस इंडियात आजोळच्यांच्या दाबात राहिलेली ही मुलगी... काय अनुभव आहे तिच्याजवळ? तरीही इतक्या चट्‌कन डेटवर गेली? मूर्ख पोर! त्याला हे काहीच सहन होईना. कारण त्याच्या मनात भलतंच येऊ लागलेलं. म्हणून मग डोळ्यांसमोर नको ते नेमकं दिसायला लागलं. किती मुलींना लग्नाची वचनं देऊन मजा मारली; गणती नाही.

त्यानं अतिआर्जवानं तिला फोन केला आणि तो म्हणू लागला, "त्याच्या बरोबर जाऊ नकोस. तू भोळी; तो या खेळात पारंगत. तू घायाळ होशील. त्याची फक्त मौज असेल. बेटा, परत ये." तिचा खडा सवाल, "बाबा, तुला कसं माहीत तो फसवेल? आमचं पक्कं ठरलय. मी जाणार."

त्याचा संताप... पोटची पोर ऐकत नाही म्हणजे काय? त्यानं ओरडून उत्तर दिलं, "पुरुष कसे असतात, मी जाणतो." तिचा आणखी खोल प्रश्न, "पण तू पुरुषाला नेहमी लंपटच का समजतोस? माझे दोन्ही मामा असं समजणारे नाहीत." तिनं अनुभवसिद्ध दावा केला. "खूप पुरुष सभ्य असतात!" ती दावा करते.

त्यानं ठाम आवाजात उत्तर दिलं, "तू अजून बच्ची आहेस आणि तुझ्या त्या शेळपट मामांचं मला नको सांगूस. मी सांगतो, तेच खरं. पुरुष निरागस मुलींसमोर तसं भासवतात, त्यांचा मतलब काढण्यापुरते."

"तुला काय माहिती?"

"वाद घालू नकोस; ऐक माझं." तो संतापून म्हणाला. आता त्याचं ब्लडप्रेशर वाढायला लागलं होतं. एवढ्यात तिनं उत्तर दिलं,

"माझं प्रेम आहे त्याच्यावर. तू माझा अगदी अस्सल इंडियन बाप बनायला निघालास, केवळ चार दिवसांच्या सहवासाच्या पुंजीवर. खरं सांगते— नाही तरी तू मला हाकलणारच होतास... अगदी तुझ्या दारात आले त्या पहिल्या दिवशीच. मग मी आता तुझं घर सोडलं समज."

"नको! इतका जीव लावल्यानंतर आता अशी तोडून जाऊ नकोस. बछड्या... पिल्ल्या... जगात खूप वाईट माणसं असतात गं... तुझ्यावर काही सोसण्याची पाळी मला येऊ द्यायची नाही." तो घायकुतीला आल्यासारखा काळकुतीनं म्हणाला.

मधूची पुढची गोष्ट इतरांना नीट ऐकू येईना. मघाशी रेडिओवर हवामानाबद्दल वर्तवलेली शक्यता खरी होण्याच्या मार्गावर असते. त्यांना जाणवतं— वारं प्रचंड वेगानं वाहायला लागलंय, वादळ खरोखर न्यू जर्सीकडे सरकायला लागलं असणार. हवेत वाढता गारठा. वैशंपायन दी कन्फर्म्ड बॅचलर आता ओरडून बोलायला लागतो. जणू त्याचा त्याच्यावरचा ताबा सुटत चालल्यासारखा... "बबड, माझं ऐक... आत्ता तू जीमला तुला भेटायला घरी बोलवायचं नाहीस."

"................."

"जास्त बोलू नकोस. माझ्याइतकी तुझी काळजी जगात कुणालाही वाटणार नाही."

"................."

"हो .... आय ॲडमिट. मी पोरी फिरवल्या. खूप मजा केली... म्हणूनच निक्षून सांगतो. त्याला बोलवायचं नाही नि तूही एकटीनं या हवेत कुठे जायचं नाही."

"................."

"बदलत्या जगात पुरुष बदललेयत, अधिक सभ्य वागायला लागल्येत! तुला कुठल्या बदमाशांनी सांगितलं हे?"

"................."

"ऐक माझं— तू घरात एकटी. अंधार वाढत चाललाय. रस्त्यावर रहदारी नाहीये. सगळीकडे भयाण शांत आहे. तू त्याला ताबडतोब परत जायला सांग."

"................."

"ठीक आहे, बघतो मी..."

वैशंपायनचा आवाज एकदम थांबला नि मंडळींना गोष्ट नीट ऐकू येऊ

लागली. मधू रंगवून सांगत होता, "ही अशीच थंड वाहाती हवा, वादळी! बर्फ पडायला सुरुवात झालेली... वाढता अंधार... राम साठेला सहन होईना. त्याची खात्री होती— रियाचा मित्र तिला अगदी आपण वागलो होतो मानसीशी, तसं.... नकोऽऽ तो स्वतःशी किंचाळला नि त्यानं निर्णय घेतला.

घरापुढलं बर्फ साफ करून गॅरेजमधून सिएरा काढेपर्यंत अर्धा तास गेला. रस्त्यावर बर्फ थोडं-थोडं जमायला लागलेलं. गाड्या गोगलगाईच्या गतीनं सरकत होत्या. गाड्यांचे फुल लाइट्स चालू. त्याला विलक्षण घाई. त्यानं गाडी एकदम स्पीडमध्ये घेतली. खरं तर वीस वर्षे इथे राहिलेला माणूस... त्याच्या हातून असं घडायला नको, पण घडलं. गाडी रस्त्यावर साठलेल्या बर्फावरून घसरत पार कडेला लागली. ब्रेक्स लागेनात. यानं स्पीड वाढवला, म्हणून सायरन वाजवत पोलिसांची व्हॅन मागे जायला लागलेली. रामची सिएरा बर्फावरून वेगाने घसरत खोल-खोल जात होती. तरीही रामच्या डोक्यात एकच— पोरीला सांभाळायला हवं. त्या पोरासाठी ती काहीही असेल; पण मला मात्र आता ते चालायचं नाही. विचारांच्या गर्दीत त्यानं आणखी स्पीड वाढवला आणि... मधू परांजपेला पुढचं सांगायचं होतं... पण वैशंपायन मोबाईलवर रागानं ओरडला, "थोबाड फोडीन तुझं... बाप आहे मी तुझा!" आता त्याच्या डोळ्यांत पाणी. घाईनं तो टेबलाजवळ आला.

गोष्ट थांबवून सगळे त्याच्याकडे बघायला लागले न राहवून शरदनं त्याला विचारलं, "सॉरी हं! पण मला सांग— तुझं लग्न झालेलं नाही आणि तू काय म्हणलास, बाप आहे मी तुझा! कसं शक्य आहे?"

वैशंपायनचा आता खरंच तोल गेला. घशात काही तरी अडकावं, तशा आवाजात तो म्हणाला, "डॉक्टर आहेस, तरीही असा मूर्ख प्रश्न विचारतोयस? इतके दिवस नाही बोललो; पण आता नाही सहन होत, म्हणून सांगतो. गेले सहा महिने पेइंग गेस्ट म्हणून माझ्याकडे ही राहत होती. निसर्गानं पुरुषाला दिलेली अदृश्य शिक्षा मी भोगतोय... कारण ही माझीच लेक आहे, हे फार उशिरा समजलं. फार भोळी....... निष्पाप आणि सुंदर आहे ती. इथे शिकायला आलीय. एखाद्या हरिणीसारखे तिचे डोळे निरागस आहेत. पण फार मूर्ख आहे ती, अगदी आपल्या आईसारखी! कुणी जरा गोड बोललं की, झालीच खूश!... या असल्या मुली मुकाट्यानं आपल्या बापाचं ऐकत का नाहीत रे— विशेषतः त्यांच्या मित्रांच्या बाबतीत?"

सहा फुटी तगडा वैशंपायन एकदम केविलवाणा दिसायला लागला

आणि दहा वर्षांनी म्हातारासुद्धा! एरवी मुर्दाड वाटणारा हा माणूस आतून इतका मऊ असेल, यावर कुणाचा विश्वास बसला नसता; पण आता प्रत्यक्ष त्याच्याच मुलीचा विषय निघाला आणि......

वैशंपायन एकदम उठलाच टेबलावरून आणि तिथून तो घाईनं बाहेर पडला. वेगानं कार रस्त्यावर घेतल्याचा आवाज इतरांनी ऐकला. बाहेर बर्फ पडायला सुरुवात झालेली. रस्त्यावर चिकचिक वाढलेली आणि वेगात जाणारी वैशंपायनची गाडी... राम साठे गोष्टीतला... आणि इथे हा खराखुरा!

मधूनं गोष्टीचा शेवट सांगितला नाही. न्यू जर्सीत दीर्घकाळ राहिलेल्या त्या मित्रांना तो शेवट विचारावासा वाटला नाही. अर्धवट भरलेले ग्लासेस आणि अर्धवट खाल्लेलं चिकन लॉलिपॉप, कबाब, टिक्की... टेबलावर तसंच पडलं होतं. प्रत्येकाच्या मनात सुरुवातीला मधू परांजपेनं विचारलेला प्रश्न उफाळून आला...

जगात जाती किती?

या प्रश्नावर कुठलीही चर्चा करण्याच्या परिस्थितीत मंडळी आता उरली नव्हती. प्रत्येकाला वैशंपायनची प्रचंड काळजी वाटायला लागलेली. एकापाठी एक तिघांनीही हॉटेल सोडलं. वाढत्या बर्फवर्षावातही त्यांनी गाड्या रस्त्यावर घेतल्या.

- - - -

माणूसपणाचा अंश शिल्लक उरलेले ते पुरुष पुढेही दर शुक्रवारी अड्ड्यावर न चुकता येत राहिले... पण आता त्यांच्या बोलण्याचे विषय मात्र वेगळे असत!

◻◻

७. लांडग्याची शीळ

पहिला कोंबडा आरवला, तेव्हाच हौसाबाईनं डोसकीखालचं चिरगुटांचं केलेलं उसं बाजूला सारलं नि ती अंथरुणातून बाहेर आली. लोळत भुईवर गेलेल्या आपल्या पोराला— सुरशाला तिनं बळंच ओढून जाजमावर घेतलं. त्याच्या अंगावर गोधडी घातली. त्याचे कपाळावर आलेले केस मागे सारता- सारता तिचा घट्टे पडलेला हात थरथरला. आजपासून पोरगं पौडाला मोठ्या शाळेत जाणार... सगळं शिस्तवार व्हायला हवं. पोरगं शाळेत उशिरा जाता कामा नये.

तिनं हलकेच त्याला हाक मारत म्हटलं, "राजे, उठा! साळंला जायचंय... आता पवाराचा बंड्या दारात येऊन हुबा ऱ्हाईल नि मंग धांदल उडल गां... चला ऽ उठा!"

बोलता-बोलता तिनं डोईवरचा पदर नीट सारखा केला आणि परवाच बाजारातून सुरशानं आणलेल्या जर्मेलच्या मगात हंड्यातून पाणी घेऊन ती परसात आली. केळीच्या आणि आळवाच्या ओहोळात खाली वाकून तिनं खळखळून चुळा टाकून तोंड खसाखसा धुतलं. पदराला हात तोंड पुसत ती घरात आली.

चुलीला पोतेरं घालून मग तिनं ती पेटवली. ही बिनधुराची शेगडी घरात आल्यापासून डोळे चुरचुरणं नि चुलीमागची भिंत काळी होणं संपलं होतं. चुलीवर चहासाठी पाण्याचं आधण ठेवून ती पुन्हा परसात आली आणि तिनं अंघोळीचं पाणी तापवण्यासाठी हंड्याखाली जाळ सारला. एवढं सगळं उरकताना तिचं सुरशाला हाका मारणं चालूच होतं. डोईवरून पांघरूण

ओढून मस्त उबेत सुरेश मात्र पडून राहिला होता.

हौसाबाई एकापुढे एक कामं हातावेगळी करत होती, तेव्हा तिच्या डोक्यात गिरगिट चालूच होतं. पोराला चांगलं दप्तर... त्यो मागतोय तसलं... घ्यायाला होवं. मोट्या साळंत जायाचं तं नवी चड्डी... शर्ट... ही शाळा मंजी... एक कचकचीत शिवीच तिच्या तोंडून बाहेर पडली, ''येकसारका पैका आनायचा कुठून?'' तिच्या तोंडून बाहेर पडलंच.

सुळेभावीहून बशीतून रोजच्या रोज पोराला शाळेसाठी पौडाला धाडायचा त्याचा खर्च... पुन्हा रोजच्या रोज अंगातली कापडं झगझगीत हवी... साबनाचा खर्च आला. तोसुद्धा भारीपैकी साबू आनायचा... पायात बूट हवे... इतर पोरांवानी डोईच्ये केस इयाक भांग पाडून कोंबड्यावानी तुरा दिसंल अशे राखायच्ये, मंजी एकसारकं न्हाव्याकडं जाऊन थोडं... थोडं कापून घ्यायाचं... खर्च... नुसता खर्च! खाण्याच्या चवण्या तर किती या पोराच्या! भाकरी नको... वालाची उसळ नको... भात नको... जे-जे शेतात उगवतंय, त्ये-त्ये नको. बटर-बिस्कूट... वडा-पाव... भजी... सारखा पैसा खर्च करायला ताकद हवी. कसं व्हायचं? भगवंताला काळजी! नकळत तिनं हात जोडले.

तेवढा एक क्षण तिचं मन निर्विकार राहिलं नि मग दुसऱ्या क्षणी पुन्हा गिरमिट सुरू. परसातून आत येत तिनं चरवी उचलली. अजूनही गोधडी लपेटून बिनघोर पडलेल्या सुरशाला पाहून तिला राग आला. 'आता पौडाला येवढ्या मोठ्या शाळेत घातला, तरी पठ्ठ्या लवकर उठायचं ध्यानात घ्येत नाय मंजे नवल म्हनायचं!' ती स्वत:शी पुटपुटली आणि मग मोठ्यांदा म्हणाली, ''म्येल्या, रोज काय तमाशा रं तुजा? साळंला जायचास तू, का मी? साळा शिकायची नसंल, तर तसं सांग— मंजी म्या इतकी धडपड करनार नाय. तू आपला पाटलाकडं राखोळ्या म्हणून ऱ्हा कसा! गुरांसंग डोंगरावर जा. हुंदडा आणि जलमभर त्येच करा!''

माय जाम भडकलीय, हे जाणून सुरशा अंथरुणातून मुकाट बाहेर आला नि मुकाट परसात पळाला. गोठ्यातल्या एकुलत्या एका गाईचं लोटीभर दूध मिळालं, तेवढं हौसाबाईनं चुलीतला विस्तव पुढे ओढून त्यावर तापायला ठेवलं. एकीकडे चहा गाळून कपात ओतला नि ती म्हणाली, ''ल्येकरा, झटून अभ्यास कर नि दिस पालट या घराचं. पवाराचा बंड्या मदत करतो म्हनलाय. त्याच्या संगतीनं साळला जा.''

सुरशा खाली मान घालून चहात बटर बुचकळून खाताना मुकाट्यानं

ऐकत होता. चवीचवीनं बटर खाता-खाता त्याच्या अचानक लक्षात आलं— माय रागावलीय. मग पट्कन कपातला चहा पिऊन तो परसात पळाला. हंड्यातून पाणी उपसून घेऊन दगडावर बसून त्यानं अंघोळीला सुरुवात केली तेव्हा अंगणात बंड्या उभा असलेला त्यानं पाहिला.

आगगाडीच्या डब्यासारख्या एकापुढे एक दारं... खोल्या असल्यामुळे परसातून अंगणातलं नि उलट अंगणातून थेट परसातलं दिसत असे. पवार त्याच्या भावकीतले. बंड्या दहावीपर्यंत पोचला याचंच सगळ्यांना भलतं कौतुक. कारण तिथवर पोचलेला तो गावातला एकुलता एक होता. तसा तो चांगला रुबाब करी. तालमीत जाई. गावातल्या पोरीबाळींकडे डोळा वर करूनसुद्धा कधी पाहत नसे. गावकरी त्याला नावाजत, पण इथली जुनी खोडं त्याच्या केसांच्या स्टाईलवर... तंग कपड्यांबद्दल नाराजी दाखवत, तेव्हा इतर त्यांना समजावीत— तरुण, गरम रक्त हाय; चालायचंच! बाप चांगला मालदार गडी हाय, तवा पोरगा इ्याक ऱ्हायला तं आपन समजून घ्यायला पायजेलाय.

असा हा बंड्या स्वत: दारात आलेला पाहून हौसाबाई खूश झाली. झपूकन पुढे होऊन ती म्हणाली, "पयल्याच दिवशी तुला साळंला आमच्या पोरामुळं उशीर नको. तरी म्या कवाधरनं वरडत व्हते उठऽ उठऽ पन धगुर्डा हातरुनातून भाईरच यैना! त्याला उशीर झाला की बरुबर समजंल."

बंड्या हसला. म्हणाला, "काकू, काई काळजी करायची नाय. सुरशा मला ल्हान भावासारका. मी समजावतो त्याला. नाय ऐकलं तर येक दणका बी दीन!"

सुरशा एकदाचा दप्तर आणि डबा घेऊन घरातून बाहेर पडला अन् हंसाबाई भाकरी बांधून घेऊन मळ्याकडे जायला निघाली. पायवाटेनं गवत तुडवून जाताना तिच्या मनात आलं— पाठचा भाऊ काय नि थोरला दीर काय, रस्त्यानं जाताना दिसली तं सादी वळख घेत न्हाईत; पन समदी म्हनत्यात त्ये सत्य हाय— ज्याला कुनी वाली न्हाई, त्याला परत्यक्ष भगवंत पाळतोय! नाय तं माज्यासारक्या रांडभुंड बाईला यवढ्या आपुलकीनं पवाराच्या बंड्याला म्हनायला कसं सुचावं, की "काकू, काय काळजी करू नका म्हणून!" पांडुरंगा, येकदा का सुरशा शिकून शाणा झाला की, मी तुज्या दारात येऊन तुजी महापूजा बांधीन रं बाबा...! स्वत:शीच बोलत ती वाट तुडवत राहिली.

पाचवीत गेलेला सुरशा रोज बंड्याबरोबर शाळेत जाऊ लागला होता. ते एक त्या दोघांमधलं गुपित होतं. सुरशाच्या घरातून बस पकडण्यासाठी म्हणून मोठ्या धांदलीनं जरी ते निघाले तरी ते बस स्टँडवर जात नसत; बंड्याच्या मळ्यावरून मोटरसायकल घेऊन ते निघत वाटेत कुणी भेटलंच तर सांगत— शाळेला उशीर झाला वगैरे वगैरे---

खरं तर बेदम जोरात वाऱ्यासंगं उडत मोटरसायकलवरून जाणं दोघांना आवडत असे. न चुकता फाट्याला मास्तर भेटत. त्या दोघांच्या मधे सुरशा एकदम फिट्ट बसे. मास्तर त्याला गच्च धरीत, तो मोटरसायकल चालवणाऱ्या बंड्याला. हे असं भन्नाट वेगानं जाणं रोज उठून पिरीऽऽ पिरीऽऽ जाणाऱ्या बशीतून प्रवास करण्यापरीस लई मंजी लईच झ्याक होतं! पण असं मोटरसायकलीवरून जाताना नेमानं घडणारी एक गोष्ट त्याला मुळीच आवडत नसे. ती म्हणजे, मास्तर काहीबाही बोलण्यासाठी म्हणून मागून त्यांचं तोंड अगदी त्याच्या गालांजवळ आणत म्हणत, "माझं कमळ!... माझा झेंडू!... माजी निसती कवळी काकडी हाय...!" आणि मग हळूच त्याला गच्च धरता-धरता त्याच्या मांड्यावरून हात फिरवत. बंड्या तर मोटरसायकल चालवता-चालवता मधेच हात मागे घेई अन् त्याला चाचपडून म्हणे, "ल्येका, माला चांगला गच्चम धर... पडला-बिडलास तर काकू मला जित्ता ठिवणार नाहीत."

शाळेत पोचताक्षणी तो गाडीवरून डुबुकन् उडी मारून आपल्या वर्गाकडे पळत जाई. त्याला तसा चड्डी सावरत पळताना पाहून मास्तर आणि बंड्या न चुकता एकमेकांच्या हातावर टाळी देऊन खोऽ खोऽ हसत. सुरशा वर्गात शिरे, तेव्हा त्याला त्यांचं हसणं आठवत राही. ती दोघं अशी का हसतात, ते त्याला समजत नसे; तरीही ते त्याला अपमानकारक वाटे. मग त्याचे वर्गात लक्ष लागत नसे. समोर फळ्यावर सी ए टी कॅट, एम ए टी मॅट लिहिणारे मास्तर हे कुणी वेगळेच भासत. मोटरसायकलवरून येताना लाडे-लाडे त्याला जवळ घेणारे... माजी कवळी काकडी... झेंडू... म्हणणारे ते हे जणू नसतच! वर्गात ते त्याला ओळखसुद्धा देत नसत! त्याला त्या गोष्टीचे नवल वाटत राही. मग तो मुकाट्याने मास्तर जे... जे... फळ्यावर लिहीत, ते-ते समजलं नाही तरी वहीत उतरवून घेई.

एव्हाना त्याला मधल्या सुटीचे वेध लागलेलेच असत. घंटा वाजली रे वाजली की, बंड्या त्याच्या वर्गात येई आणि मग डब्यातला भाकरतुकडा खाण्याची गरज पडत नसे, कारण बंड्या त्याला घेऊन शाळेच्या बाहेर पडे. मग

झपाझप चालत ती दोघं मधलं मोकळं मैदान ओलांडून तिथल्या पडक्या महादेवाच्या मंदिरात शिरत. बंड्यानं बसच्या तिकिटासाठी खर्च न झालेल्या दोघांच्या पैशातून गोड शेव... भजी... वडापाव असलं काही तरी चटकमटक आणलेलं असे. इथे मास्तर कधीही येत नसत. पण खाता-खाता मजेत बंड्याला अचानक काय होई, देव जाणे! तो पट्‌कन सुरशाला जवळ ओढी... इतकं जवळ ओढी की, सुरशाचा जीव घाबरा होई. सुरशा त्याच्यापासून सुटका करून घेऊ बघे, तेव्हा तो गोड आवाजात म्हणे, "मला लईऽ आवडतोस तू!" आणि मग सहज घेतल्यासारखा तो त्याच्या गालाचा मुका घेई. सुरशा घाईनं त्याच्यापासून दूर होत खसाखसा आपला गाल पुसे. तिथून रागानं जायला निघे, तेव्हा त्याचा हात पकडत काकुळतीला येत बंड्या म्हणे, "एऽ रागावू नको आसा! मी पुन्हा असा आईशप्पत, तुजा मुका घेनार नाय."

सुरश्याला बंड्याचं बोलणं खरं वाटे; शिवाय त्याला त्या चटकमटक खाण्याचा मोहही आवरत नसे. त्यातून बंड्या त्याला आश्वासन देई— मास्तर परीक्षेत मदत करतील... चक्क वरच्या वर्गात घालतील, एवढा 'वट' त्याचा त्यांच्यापाशी आहे. त्यामुळे मधल्या सुटीत पडक्या मंदिरात तो जात राहिला. पण एक दिवस फारच झालं. बंड्या मोठ्या प्रेमानं त्याला गोड शेव भरवता-भरवता एकदम पुढे सरकला नि गपूकन त्यानं त्याला मिठीत घेत त्याचे मटामटा मुकेच घ्यायला सुरुवात केली... त्याचा श्वास भलता जलद झाला होता... कानशिलं तापली होती. सुरशा त्याच्या मिठीतून दूर सरायचा प्रयत्न करू लागला, तरीही आज तो त्याला दूर होऊ देईना. तो वेड लागल्यासारखा म्हणत राहिला, "सुरशा, ल्येका, माला भारी आवडतोस तू! काय लाजतो ल्येका, ये की आपनहून जवळ...!"

सुरशानं मोठ्या हिकमतीनं आपली सुटका करून घेतली नि तो रागानं म्हणाला, "आता मी कंदी तुझ्यासंगं बोलनार बी नाय. ह्ये आसलं आंगचटी येनार नाय, आसं तू वचन दिलंस इतक्यांदा; तुज्या आईची शप्पत घ्येतलीस तरी त्येच!... मी उद्या माजा-माजा येईन शाळेला."

बंड्या आज रागावला होता. नेहमीसारखा तो सुरशाशी अजीजीनं बोलला नाही; उलट डोळे गरागरा फिरवत तो म्हणाला, "परीक्षेत कसा पास होतोस, त्येच बगतो!" आणि मग त्यानं सुरशाला एक कचकचीत शिवीच घातली.

सुरशा आज बसनं सुळेभावीला परत आला. खरं तर तिकिटासाठी त्याच्याजवळ पैसे नव्हते, पण कसं तरी कंडक्टरला रडून-भेकून-रंगवून पैसे

चोरीला गेल्याची कहाणी ऐकवून त्यानं ते जमवलं. रोजच्यापेक्षा घरी यायला उशीर झाला होता. चांगलं अंधारून आलं होतं आणि रानवारा बेभान वाहत होता. पावसानं या खेपी दिलेला ताण स्वाती नक्षत्राच्या आकाशातल्या आगमनाबरोबर संपण्याची चिन्हं दिसू लागली होती. पायातळी किरमिजी किडे सापडू लागले नि पहाटे पावश्यांनी ओरडायला सुरुवात केली होती. पण नेमका तो आजच अवतरेल, हे कुणी म्हणालं नव्हतं.

सुरशा घरात पाऊल ठेवेपर्यंत चिंब भिजून गेला. त्याला बघताच हौसाबाई धावत पुढे आली. तिनं आपल्या पदरानं त्याचं डोकं पुसलं नि ती पुटपुटली, "सोन्या, माज्या ल्येकरा... कसा रं भिजलास!" बोलता-बोलता तिनं त्याला मायेनं जवळ घेतलं. अंग पुसून जुना शर्ट घालायला दिला. लगबगीनं तिनं चूल पेटवली नि गरमागरम दशमी करून त्याच्या ताटात वाढली.

त्याला भूक लागलीच होती, तरीही सदानकदा करवादणारी आपली माय एवढी मऊ वागताना त्याने आजवर पाहिली नव्हती. मागचं आवरून हौसाबाईनं पुन्हा आपल्या पोराचा ताबा घेतला नि त्याला जवळ घेत, त्याच्या पाठीवरून हात फिरवत मऊपणे ती म्हणाली, "ल्येकरा, आपन गरीब मानसं... येवढा राग आपल्याला झ्येपत नाय. त्ये लोक लई तालेवार. त्यांच्या संगं गोडीत ऱ्हायचं नि येक सांगून ठ्येवते— त्यो तुला न्हान भावासारका संभळतोय तं कधी त्यानं रागावलं तं ऐकून घ्यायचं. माझ्या राज्या, या घराचं दिस तू साळा शिकलास तरच पालटनार हाईत. त्यो अब्यासातबी मदत करीन म्हनलाय न्हवं? मंग त्याचं समदं ऐकायचं. काय समजलं?"

सुरशा इतका वेळ शांतपणे ऐकत होता; पण तिचा सुरुवातीला मऊ असलेला आवाज शेवटच्या वाक्याला चांगला चढल्याचं लक्षात येताच तो ताड्कन उठून बसला. अंगावरची गोधडी झटकून टाकत त्यानं रागानं विचारलं, "त्यो आल्ता इथं?"

"हो! त्यानं समदं सांगितलं. माला म्हनाला, रागाच्या भरात आंगावं हात टाकलान् त्यानं तुज्या, पन पुन्यांदा आसं घडनार नाय. सुरश्या, माजं ऐक— बंड्यासंग तंटा घिऊ नको; सांगून ठ्येवत्ये."

आता त्याला त्याच्या मायचा रागच आला. हिला बंड्या काय करतो ते कसं सांगायचं; त्याला समजेना. नाइलाजानं त्यानं भिंतीकडे तोंड फिरवलं नि तो पडून राहिला. त्यानं आपल्या मायच्या पुढच्या समजावण्याकडे लक्षसुद्धा दिलं नाही. भिंतीचे पोपडे बघता-बघता त्याला पडक्या देवळात बंड्यानं त्याला धरून

कसा मुका घेतला, ते आठवलं नि अचानक त्याच्या तोंडात कडू जहर थुंकी गोळा झाली. बंड्याला चांगला उभा-आडवा फोडून काढायला हवा, असा काही तरी विचार करता-करता त्याला झोप लागली.

तो सकाळी उठला, तेव्हा हवेत छान गारठा होता. आज शाळेला सुटी होती. त्यामुळे उन्हं पार घरात शिरेपर्यंत त्यानं मायच्या— म्हणजे हौसाबाईच्या आरड्याओरड्याकडे लक्ष दिलं नाही. आता पाऊस थांबला होता. पागोळ्या गळत होत्या आणि झाडं चकचकीत स्वच्छ दिसत होती. अंगणात तुळशीपाशी 'दानऽऽ पावलं... दानऽऽ पावलं' असं म्हणत उंच टोपी घातलेला वासुदेव आला होता आणि त्यानं चिपळ्या वाजवत देवाची गाणी म्हणायला सुरुवात केली होती. मायनं चिपटीभर जोंधळे त्याच्या झोळीत घातले, तेव्हा तो नाचत पुढे गेला.

दारातल्या शेवग्याच्या झाडावर चिमण्या चिवचिवत होत्या आणि मेंदीच्या कुंपणावर बसून कावळा 'कावऽ काऽ व' ओरडत होता. शेवटी सुरशा उठला नि परसात आला. पायागती पोपटी गवतावर पाण्याचे थेंब चमकत होते. छोटी-छोटी जांभळी-पिवळी फुलं डुलत होती रोजच्यासारखी. त्यानं ती फुलं त्यांच्या लांब दांड्यासकट तोडली नि टिचक्या मारून दूर पाडली. माजलेल्या टाकळ्याच्या पिवळ्या फुलांवर काळ्या ठिपक्यांची पिवळ्या रंगाची फुलपाखरं बसली होती. त्यानं एक छोटा दगड त्यांच्या दिशेनं भिरकावला नि तो केळीच्या बुंध्यात खळखळून चूळा टाकून आत आला.

मायनं कोपऱ्यात आदित्य-राणूबाईची पूजा मांडली होती. मधल्या आळीतल्या बामणीणीकडे कामाला जायला लागल्यापासून तिनं असं एकेक चालू केलं होतं. सुरशा चुलीपुढे जाऊन बसला. मायनं न बोलता चहा समोर आणून ठेवलाय, हे त्याला डाचलं. माय रागावली जणू... तो स्वत:शीच पुटपुटला. मग त्यानं मुद्दाम फुर्ऽ फुर्ऽ आवाज करीत चहा प्यायला. घरात बटर, बिस्कुट-फिस्कुट कायच नाय, म्हणून किटकिट करून पाहिली; पण मायनं त्याला काहीही उत्तर दिलं नाही. तिनं फक्त नागवेलीच्या पानांच्या बनवलेल्या त्या आदित्य-राणूबाईसमोर पदर पसरला नि ती हळूहळू रडू लागली. आता तिनं माथं भुईला टेकलं होतं.

सुरशा चहाचा पेला ठेवून पट्कन उठला. मायशेजारी त्यानं पण माथं टेकलं नि तो म्हणाला, "माय, मी अभ्यास करंन... या घराचं दिस पालटन!... तू अशी रडू नको गा!"

मायनं पट्कन त्याला जवळ घेतलं नि ती म्हणाली, "बंड्या काल

आल्ता तवा म्हनत हुता, तुजं अब्यासात ध्यान नसतं म्हनून, मास्तर लई खवळल्यात तुज्यावं. बंड्या तुजा अब्यास करून घ्येनार हाय. त्येच्यासंगं दावा धरू नको. ह्ये साल धकून न्ये बग— मंग तुला बी समजंल अब्यास कसा करायचा त्ये."

"माय, बंड्या लबाड बोलतो. तुज्या गळ्याशपत सांगतो, बंड्या लई ब्येक्कार हाय. सारका आंगचटी येतो."

"त्यो तुला त्याचा धाकला भाऊ समजतोय, म्हनून जवळ घ्येतो. पंढरपुरास्नं म्हाद्येवमामा आला की, त्यो नाय का तुजं लाड करीत? त्यो नाय तुजा मुका घ्येत?"

सुरशा तिच्याकडे डोळे विस्फारून बघत राहिला. हिला 'ते' कसं समजवायचं; त्याला समजेना. तो असा तिच्याकडे बघत असतानाच ती पुढे म्हणाली, "ल्येकरा, मायेची मानसं अशी झिडकारू नै. बंड्या या गावातून येकटा धावीपोतुर पोचलाय. तो तुजा अब्यास घ्येनार हाय. तसं त्यानं मला स्पष्टच सांगितलय. तवा डोचक्यातून आता राग काढायचा नि पुन्ना उद्या बंड्यासंगं साळंला जायाचं... समजलं?... शुंभासारका हुबा ऱ्हाऊ नगं! म्हन, समजलं!"

"बरं!" सुरशा नाइलाजानं म्हणाला. खरं तर हिला बंड्या... आणि मास्तर किती वाईट आहेत, हे कसं सांगायचं; तेच त्याला कळत नव्हतं.

त्येवढ्यात मायनं त्याला अभ्यासाला बसवलं नि ती कामाला लागली. त्यानं इंग्रजीचं पुस्तक काढलं नि तो वाचू लागला. "धिस इज अ गर्ल दॅ्यट इज अ बॉय!... धिस इज अ टेबल..." धिस केव्हा म्हणायचं नि दॅट केव्हा म्हणायचं हे समजत नसताना मास्तरांनी दिलेला दहा वाक्य लिहून आणायचा गृहपाठ कसा पुरा करायचा; त्याला समजेना. एव्हाना पळसुल्याचा रंग्या शीळ घालत बाहेर उभा होता. आता तर त्याला काही सुचेचना. माय आसपास नाहीसं बघून त्यानं बाहेर धूम ठोकली. बुरडाचा गंप्या... शिरसाटाचा बंब्या... सगळी एव्हाना गोळा झाली होती. ओढ्याकाठी जाताना ती पोरं त्याला एकसारखं पवारांच्या बंड्याबरोबर त्याची कशी दोस्ती झाली, तेच विचारत राहिली. तेव्हा त्याच्या लक्षात आलं— आपल्या दोस्तमंडळीत केवळ या दोस्तीमुळे आपला वट वाढलाय; मग त्यानंहून त्यांना त्यांच्या खास मैत्रीचंसुद्धा मोठ्या कौतुकानं सांगितलं. तो आपल्यासाठी कशी गोडी शेव... भजी... वडापाव आणतो, ते सांगितलं आणि फक्त तेवढंच सांगितलं.

ओढ्यावर चकमकीतून जाळ करून खेकडे पकडताना, ओढ्याच्या थंडगार

पाण्यात डुंबताना हळूहळू बंड्यावरचा राग पातळ होत गेला नि त्याला वाटलं, बंड्याला त्यवढं आंगचटी यायचं नाही म्हणून आपण सांगू; मग त्याच्याशी दोस्ताना राखण्यात अडचण नाही. त्यामुळे बंड्या जेव्हा अगदी दिव्यात वात घालायच्या टायमाला त्याच्याकडे आला नि त्यानं खांद्यावर हात टाकत गप्पा मारल्या आणि गणित... इंग्रजीची गृहपाठाची ती दहा वाक्यं वगैरे स्वत: करून दिली, तेव्हा सुरशाला बंड्याचा विश्वास वाटला.

सोमवारी सकाळी बंड्या आला आणि सुरशाला आपल्याबरोबर शाळेत घेऊन गेला. फाट्याला मास्तर उभे होतेच. मोटरसायकलीवरून सुसाट जाताना तो पडू नये, म्हणून त्याला त्यांनी गच्चम धरून ठेवलं, एवढंच आणि तेवढंच केलं. त्यामुळे सुरशा खूश झाला. मधल्या सुटीत गोड शेव... भजी सगळं चालूच होतं; फक्त बंड्यानं मुके-बिके घेतले नाहीत.

चार दिवस बरे गेले नि ते घडलं, त्या दिवशी गुरुवार होता. बाजाराचा दिवस म्हणून हौसाबाई गडबडीत होती. बंड्या लव्हाड्र्याला कुस्तीसाठी तालमीतल्या पोरांबरोबर जाणारसं काही तरी म्हणाला होता, म्हणून हौसाबाईबरोबर सुरशा घराबाहेर पडला नि बसनं शाळेला गेला. बसस्टँडवर उतरून तो शाळेकडे जायला निघाला, तेव्हा त्याला मोटरसायकलीवरून आलेला बंड्या दिसला.

बंड्यानं मोटरसायकल अगदीच त्याला खेटून थांबवत म्हटलं, "का रं, येकटा निघून आलास? जरा सुदीक वाट बघत थांबता येत नव्हतं तुला?"

"आरं, पन तूच बोलला नाय का, तुला लव्हाड्र्याला कुस्तीसाठी जायचंय म्हनून... म्हनून मी मायबरोबर निघालो."

"मी लव्हाड्र्याला जायचंय म्हनलं व्हतं, पन मी शाळेत येनार नाय, आसं कुटं म्हनलं व्हतं? खरं सांगू सुरशा— मी, मास्तर आमी तुझ्यावर यवढा जीव लावतो; पन तू मात्र दोस्ताना टिकवत नाहीस गड्या."

"मंजे?"

"मंजे काय मंजे... वाघाच्ये पंज्ये! चल, बस गाडीवर."

सुरशाच्या मनात खरं तर बंड्याला विचारायचं होतं— समोर वळणावरून गेलं की शाळा; तेवढ्यासाठी गाडीवर बसायचं? पण त्यानं विचारलं नाही, कारण प्रश्न दोस्ताना टिकवण्याचा होता. पण जेव्हा मोटरसायकल शाळेकडे न जाता दुसऱ्याच रस्त्याला जायला लागली, तेव्हा त्यानं विचारलंच, "शाळेत नै

जायचं? कुठं चाललोय आपन?''

बंड्या मोठ्यानं हसला नि म्हणाला, ''गंमत करायला जाऊ. रोज-रोज काय शाळा?''

''आनि मायला समजलं तर?''

''येडा का काय तू! आसं कसं समजंल घरी? शिस्तीत शाळा सुटल्यावर जातो तसं जायचं आणि घरात काय सांगायचं नाय हां! लक्षात ठेव! तू काय आता तुज्या मायचा पदर धरून फिरायला नि तिला समदं सांगायला कुकुलं बाळ नाहीस.''

सुरशाला बंड्या असं का बोलला, ते खरोखर समजलं नाही. तो मुकाट्यानं त्याच्यामागे गाडीवर बसला. आज बंड्याला काय झालं होतं, कोण जाणे! तो वाऱ्यालाही हरवायच्या जिद्दीनं मोटरसायकल चालवत होता. नुकता पाऊस पडून गेल्यामुळे हवेत भयंकर गारठा होता. सुरशानं घाबरून जाऊन त्याला घट्ट मिठीच मारली. मोकळ्या माळरानावर आडवाटेला गप्कन मोटरसायकल थांबली तशी सुरशा एकदम गडबडून खालीच उतरला. बंड्यानं गाडी स्टँडवर लावली नि तो म्हणाला, ''चल, जरा आता आराम करू. सुरशा, खरं खरं सांग— आसं भन्नाट वेगानं गाडीवरून येताना मज्जा आली की नाय?''

''आदी लई भीती वाटली, पन मग मज्जा आली!''

''आशीच मज्जा करायची. नायतं रोज-रोज शाळेत जाऊन नि त्येच त्येच करून जीव थकून जाईल.''

त्या उघड्या-बोडक्या माळरानावर करवंदीच्या दाट जाळ्या होत्या आणि कडेकडेने घायपात माजली होती. पळसाच्या झाडाला टेकून बसत बंड्यानं खिशातून पुडी काढली. त्यात आज तर कुरकुरीत तळलेले झिंगे... कांदा भजी... लाडू... बंड्यानं सुरशाला जवळ घेत एक भजं त्याच्या तोंडानं सारलं आणि... आणि गप्कन त्यानं सुरशाला मिठीतच घेतलं. सुरशा घुसमटायला लागला. ओरडायचा प्रयत्न करू लागला. पण बंड्याची ताकद जबर! एक हात त्याच्या तोंडावर ठेवून त्यानं त्याला झाडाच्या बुंध्याला टेकवला. त्याची अर्धी विजार... विजारीच्या गुंड्या तटातटा तुटल्या आणि दोरीनं कमरेभोवती बांधलेली विजार... बिनपट्ट्याची ती विजार टिकली नाहीच...

... जेव्हा आपला चुरगळलेला देह सावरत सुरशा उभा राहिला, तेव्हा त्याला वाटत होतं, बंड्याला लाथा-बुक्क्यांनी तुडवून काढावं. अभ्यासात याची मदत नको, तो दोस्ताना नको.... नापास झालो, शाळा सुटली तरी ब्येस. राहीन

मी जलमभर राखोळ्या... डोंगराकपारी चारीन मी गुरं... वाटलं तं मळ्यात जाईन, माळवं तोडीन... पाटलाच्या शेताला पाणी पाजीन... पन ह्ये आसलं?... बंड्यापासून दूर पळताना तो ओरडला, "लांडगा हैस नुसता! थांब, तुजं नाव मायलाच सांगतो आता! मंग बग ती तुझी कशी दैना करती ते!"

ताड्‌दिशी उठलेल्या बंड्यानं दोन ढांगांत त्याला पकडलं नि रागानं डोळे गरागरा फिरवीत तो म्हणाला, "जित्ता ऱ्हाशील तर मायला सांगणार ना!" आणि त्यानं त्याची गचांडीच धरली. सुरशाचा गळा आवळला जायला लागला. त्याला ब्रह्मांड आठवलं. त्याचा श्वास गुदमरायला लागला तशी त्याची खात्रीच पटली —हा आता आपल्याला कोंबडीची मानगूट दाबत्यात तस्सा दाबनार... आपन मरनार.

जिवावरचा प्रसंग मुंगीलासुद्धा शहाणपण देऊन जातो; इथे तर दहा वर्षांचा मुलगा होता! तो पटकन म्हणाला, "सोड मला, न्हाई सांगणार मायला!"

"नक्की?"

"द्येवा शपथ नाय सांगनार... कुणालाबी नाय सांगणार..." बोलता-बोलता तो बंड्याच्या हातांची गळ्याभोवती पडलेली पकड सैल व्हावी म्हणून त्या हातांशी झोंबू लागला होता.

त्या उघड्या-बोडक्या माळरानावर दुरून येणाऱ्या जीपची चाहूल लागली तशी बंड्याच्या हातांची पकड ढिली पडली. त्या क्षणी सुरशा त्याच्या तावडीतून पळत सुटला. जमिनीवर पडलेलं त्याचं दप्तर घेण्याचं भानही त्याला राहिलं नाही.

सुसाट पळणाऱ्या सुरशासमोर गपूकन जीप येऊन थांबली नि जीपमधल्या सायबांनी त्याला हटकलं. तो धापा टाकत उभा असताना त्याच्या अंगातल्या त्या गळलेल्या... फाटलेल्या जुनेऱ्या युनिफॉर्मकडे बघत म्हटलं, "शाळा चुकवून पळून चालला होता जणू? तिकडे आई-बाप हाडाची काडं करत शेतात राब-राब राबतायत पोरांनी शिकावं म्हणून नि तुमचे हे धंदे? चल बस मुकाट्यानं जीपमधे."

सायबानं त्याला इमानेइतबारे शाळेत मुख्याध्यापकांच्या ताब्यात दिला, तेव्हाच सुरशा समजून चुकला; आता सरांचा मार चुकत नाही.

हेडसरांनी छडी उगारली, तेव्हा मुकाट्यानं त्यानं उजवा हात पुढे केला. त्या कोवळ्या हातावर शिस्त लावण्यासाठी सरांनी सपासपा पाच छड्या मारल्या नि त्याला वर्गात हाकलला. दप्तराशिवाय वर्गात जाताना त्याला हजार हिश्शानं

वाटत होतं, हितून नक्की पळून जावं... नाय तं काही जादू व्हावी— नि शाळाच गडप व्हावी जादूगार जादूनं वस्तू गडप करतो, तशी!

समोर काहीच पर्याय नसल्यामुळे तो वर्गात जाऊन बसला. आज मास्तर शाळेत आलेच नव्हते. कुणी नवीन बाई मराठीच्या बुकातली कविता शिकवीत होत्या.

हिरवे हिरवे गार गालिचे
हरित तृणांच्या मखमालीचे...
... फुलराणी ती खेळत होती...

त्याचं लक्षच लागत नव्हतं. बाई छान चालीत कविता म्हणत होत्या. शब्द त्याच्या कानांवर येऊन आदळत होते, पण एकसारखा बंड्याच त्याच्या नजरेसमोर दिसत होता. त्याच वेळी त्याच्या मांड्या दुखत होत्या नि बूड टेकून बाकावर नीट बसतासुद्धा येत नव्हतं. त्याला यातना होत होत्या आणि त्याचे डोळे पुन:पुन्हा भरून येत होते.

घंटा होताच शाळेत नव्या आलेल्या बाईंना 'डोकं भयंकर दुखतंय' सांगून तो तिथून बाहेर पडला. बसस्टँडवर सुळेभावीला जाणारी बस त्याला मिळाली, तेव्हा त्याचा जीव भांड्यात पडला. पावसाला सुरुवात झाली होती. तो ज्या बाकड्यावर बसला होता तिथल्या बंद खिडकीच्या सापटीतून पाणी गळत होतं. तो बसला होता, तो बाकही पार ओला झाला होता.

एकदाची एस. टी. गावात येऊन पोचली. अवेळीच चिंब भिजून आलेल्या पोराला पाहून हौसाबाईचा जीव उडाला. पोरगं तापानं बेजार झालं, की मास्तरनं मारलं? काय झालं लेकराला? झपाझप पुढे होऊन तिनं त्याला जवळ घेतलं. त्याच्याजवळ त्याचं दप्तरसुद्धा नाही, हे पाहून ती धसकलीच. त्याचं अंग पुसून त्याला भाकर खायला दिल्यावर तिनं विचारायला सुरुवात केली, "काय झालं तुला?"

खरं तर त्यानं आल्या-आल्या त्याचं डोकं दुखत असल्याचं सांगितलं होतं आणि दप्तर... ते रंग्या आनीन म्हनलाय... अशीपण जमली तशी थाप त्यानं मारली होती; तरीही हौसाबाई खोदून-खोदून विचारीतच राहिली. शेवटी त्यानं समोरची पितळी दूर सारली नि तो ओरडला, "मी म्येलो ना, मंजी बसशीला रडत— सुरश्याऽ सुरश्याऽऽ म्हनून! धा येळा सांगितलं तरी पुन्ना... पुन्ना बैल चिखलात रुतावा, तसं तुजं चाललंय!"

त्याची सहनशक्ती आता संपली होती. त्याला चांगलं गळा काढून रडावसं वाटत होतं आणि बंड्यानं जे... जे केलं, ते-ते सगळं सांगून टाकावं,

अशी तीव्र इच्छा त्याला झाली. नालायक बंड्यानं चड्डी उतरवून... पण त्याच क्षणी त्याला जाणवलं— माय बंड्याला काही बोलली नि त्यानं आपल्याला मारून टाकलं तं?... नको!

हौसाबाई काहीबाही बोलत राहिली, ते त्याच्या कानातही शिरलं नाही. तो आता थकला होता. गोधडीत त्यानं अंग सारलं नि डोळे मिटले.

त्याला जाग आली ती बंड्याच्या आवाजानं. हातात प्रगतिपुस्तक नाचवत तो हौसाबाईशी बोलत होता, "काकू, तुमी काळजी करू नका. आजकाल आमच्या शाळेतली मोठी मुलं लई इरसाल झाल्येत. ल्हान-ल्हान पोरांना मुद्दाम हेरून रॅगिंग करतात. हा काल शाळेतून पळाला त्यामुळे, पण इथून पुढे मी सांगंन त्यांना— सुरशाला रॅगिंग नाय करायचं!"

"रॅगिंग मंजी?" हौसाबाईनं आश्चर्यानं विचारलं तेव्हा बंड्या हसत म्हणाला, "पोरांना काय पन तरास द्यायचा— आपली गंमत!"

हौसाबाईला हे सगळं नवीनच होतं. ती कळवळून म्हणाली, "त्या डांबीस पोरांना बदडून काढा येक डाव समदी मिळून. तू हायेस म्हणून मला काळजी नाय पोराची."

पुढचे हळू, खासगी आवाजात उच्चारलेले बंड्याचे शब्द त्याला ऐकू आले नाहीत, तरीही त्याला त्याचा विलक्षण राग आला. त्याला वाटलं, असंच उठावं नि त्याला चांगला मरेस्तवर बुकलून काढावा. बिचाऱ्या मायला काय वाट्टेल ते सांगतोय. तो अंथरुणातून उठेपर्यंत बंड्या निघूनही गेला होता.

नागपंचमीची सुटी असल्यामुळे त्या दिवशी शाळेला जाण्याचा प्रश्नच नव्हता; पण हौसाबाईनं बंड्याचं प्रगतिपुस्तक कसं चांगलं होतं आणि त्याच्या आधारानं अभ्यास करण्यात कसा फायदा आहे, हे सांगून सुरशाला अगदी काव आणला. चिडून शेवटी सण असूनही तो घरात जेवला नाही. बंड्या खोटं बोलतोय, ही गोष्ट मायला कशी सांगावी, हे त्याला समजत नव्हतं आणि आपलं पोरगं शाळेत जाऊन शिकून मालदार झालेलं पाहायचं, हे हौसाबाईच्या मनानं पक्क केलेलं स्वप्न होतं. बंड्या हे स्वप्न सत्यात आणायला तिला मदत करणार होता. त्यामुळे बंड्याबद्दल गावातली माणसं तितकंसं बरं बोलत नाहीत, ही गोष्ट तिला डाचली नाही.

रोजच्यासारखी सकाळी उठून ती कामाला लागली आणि तिनं सुरशाला

शाळेत लवकर पाठवण्यासाठी म्हणून हाका मारण्याचा सपाटाच लावला, “राजेऽ उटा! आपली काय बापजाद्याची कमाई नाय... साळा शिकाल तर धड जगाल!” इथपासून सुरू करून ती शेवटी ओरडली, “म्येल्या ऽ उट! पवारांचा बंड्या तुला साळंत पोचवाया आनि घरी परत येईस्तोवर सोबत करायला तयार हाय— डरायचं नाय, उठ आता!”

तिला मधेच थांबवत त्याचं दोनदा तरी सांगून झालं होतं. त्याची पाठ... डोकं... पोट... पाय— सगळं दुखत होतं आणि शिवाय बंड्या लई फास्ट मोटरसायकल चालवतो, त्यामुळे लई भ्या वाटती, हेसुद्धा त्यानं सांगायचा प्रयत्न केला होता. पण तिनं जेव्हा चुलीतलं जळतं लाकूड उचललं, तेव्हा कळवळून तो म्हणाला, “मी यवडं सांगतोय तरी बंड्याबरूबर साळला जाऊ म्हनतीस...? उद्या मी खराच म्येलो, तर मग बोल लावू नगस की, सुरशानं मला सांगितलं नाय!”

एव्हान बंड्या खरंच दारात येऊन उभा राहिला होता आणि विजयी नजरेनं तो त्याच्याकडे बघत होता. नाइलाजानं बंड्यानं पुढं केलेलं दप्तर त्यानं धरलं नि तो मोटरसायकलवर बसला.

दिवसेंदिवस सुरशा खंगत चालला. त्याचं हसणं... फुलपाखरांमागे धावणं... शीळ घालून अंगणातल्या चिमण्या उडवणं... सारं थांबलं. त्याला आता चहाबरोबर बटर-बिस्कीट काहीही लागत नसे. पूर्वीसारखा तो आता घरभर त्याच्या मायच्या मागं-मागं फिरत नसे, की फार काही बोलून भांडण उकरून काढत नसे.

हौसाबाईला समजत नव्हतं— पोरगं हे असं भुई-भुईत का चाललंय ते! तिनं एकदा जवळ घेऊन विचारूनही पाहिलं, तर रागानं तिला दूर सारत तो म्हणाला, “मी साळंला नाय ग्येलो तं चालंल तुला?”

“का रं? मास्तर मारकुटं हाय का फार?”

“नाय.”

“मग?”

“मी साळंला जानार नाय; चालंल तुला? बोल!”

“माज्या ल्येकरा, अब्यास नाय केलास तं खाशीला काय?”

“माजं मी बगीन... बोल, मी साळंला नाय ग्येलो तं चालंल?”

तिनं उत्तर दिलंच नाही. तो शाळेत जात राहिला. सहामाही परीक्षा जवळ

आली होती. दीपवाळीला आकाशकंदील, मातीचा किल्ला नि काय नि काय एरवी किती बोलायचा तो, पण आता ते थांबलं होतं आणि एक दिवस चांगलं दाट अंधारून आलं तरी तो शाळेतून घरी आलाच नाही.

घरा घरातून दिवेलागण झाली, रातकिड्यांचं ओरडणं वाढलं तरी तो घरी आला नाही. ती अंगणात त्याची वाट बघत उभी असताना दारासमोर अचानक जीप येऊन उभी राहिली. जीपमधून उतरून शाळेच्या बाई आणि पोलीस आत आले.

त्यांना बघताच हौसाबाईचं काळीज धाड्धाड् उडायला लागलं. ही माणसं अशा अवेळी का आली? ती अशी धांदरली असताना बाईंनी हलकेच तिच्या खांद्यावर हात ठेवत विचारलं, ''तुम्ही सुरेश पांगारेच्या आई ना?''

''हॉ! माजं पोरगं कुटंय?'' हे विचारताना भलत्या काळजीनं तिच्या डोळ्यांना धार लागली.

कुणी तरी म्हणालं, ''बाई, बसा जीप मधे— पौडाला सिव्हिल हॉस्पिटलमधे जायला हवं लवकर.''

ते ऐकलं नि तिच्या काळजानं ठाव सोडला. तिच्या मनात यायला लागलं— पोराला काय झालंय... जनावर चावलंय?... की बैलानं हुंदडलंय?...की गाडीवरून पडला बंड्याच्या? आता तर तिनं मोठा गळाच काढला, पायातलं बळ सरल्यासारखी ती मट्कन खालीच बसली.

तो कालवा ऐकून तिच्या घरासमोर आया-बायांनी हीऽ गर्दी केली. माणसं कुजबुजू लागली होती. जीप पौडाच्या रस्त्याला लागली नि बाईंनी हलकेच सांगायला सुरुवात केली.

''दहावी-बारावीतल्या मोठ्या मुलांबद्दल तक्रारी होत्याच; पण इतका अघोरी, भयंकर प्रकार घडत असेलसं कुणाला वाटलं नव्हतं. टोक गाठलं गेलं ते अतिशय वाईट अवस्थेत सुरेश शाळेजवळच्या पडक्या देवळात पोलिसांना सापडला तेव्हा. त्याचं दप्तर तिथे पडलं होतं. अंगावरचा युनिफॉर्म फाटला होता आणि... चड्डी मागून रक्तानं भरली होती. ताबडतोब शोध सुरू झाला नि बंड्या सापडला. पोरावर डॉक्टर उपचार करतायत.''

त्या म्हणाल्या ते सगळं ऐकता-ऐकता हौसाबाईला अपराधी वाटायला लागलं. न राहवून ती म्हणाली, ''लांडगा कोवळ्या पोरासाठी घरात शिरला नि माझ्या डोल्यांना त्यो समजलाच नाय... घात झाला!''

- - - -

सुरशाला बघायला, भेटायला आया-बाया येत. त्यांना हौसाबाई सांगत, "पोरीला फकस्त नाय त कवळ्या पोराला बी लांडगा भ्येटतो... सावध ऱ्हावा गं आया-बायानू!"

⬜⬜

८. निर्वासित

यांगच्येनला जागी झाली ती घामानं चिंब भिजलेल्या अवस्थेतच. तिला अनेकदा स्वप्नं पडत. स्वप्नात तिला तिचं गाव दिसे— बर्फानं झाकून गेलेल्या पर्वतराजींत लपलेलं क्योरांग! गावातल्या मठाभोवतीची ती चौकोनी घरं... सायंकाळच्या सुमाराला घराघरांतून पेटलेल्या चुलाणांचा आकाशात पसरणारा धूर आणि थंडी हटवण्यासाठी पेटलेल्या शेकोट्यांचा लालसर केशरी जाळ... त्या अवघ्या परिसराला विविध वासांनी घेरलेलं असे. घराघरांतून तळमजल्याला ठेवलेल्या याकच्या कळपांचा वास... घरातलं ते त्या विशिष्ट वासाचं दूध... ते साठवून ठेवलेलं सोनेरी रंगाचं लोणी... शिवाय विटकरी रंगाच्या चहाच्या पानांच्या साठवणीतल्या लाद्या... या सगळ्यात मिसळणारा त्यांचाही एक विशिष्ट वास. त्या वासांच्या ओढीनं तिचं मन स्वयंपाकाच्या खोलीत जाई. तिथे तिला तिची तरुण आई दिसे. कानात... नाकात... गळ्यात किती तऱ्हेतऱ्हेचे दागिने तिच्या अंगावर, किती सुंदर आणि रुबाबदार दिसे ती!

कधी ती तिला लोखंडाच्या मोठ्या काहिलीत बार्लीची कणसं भाजताना दिसे, तर कधी बार्लीच्या ताज्या पिठाचा झांपा बनवताना दिसे. झोपेतही त्या पदार्थांची आठवण होऊन तिच्या तोंडाला पाणी सुटे. पोटात कडकडून भूक उफाळून होई व तिची झोप चाळवली जाई... तर कधी ती त्या घरात स्वत:ला गवताच्या गादीवर झोपलेली पाही. झोपेतल्या त्या अवस्थेतसुद्धा तिला लोकांचा आरडा-ओरडा--किंकाळ्या ऐकू येत. ल्हासात चिनी

सैनिकांमुळे आपल्या प्राणप्रिय दलाई लामांच्या जिवाला धोका आहे, ही बातमी समजताच किंचाळणारे, ओरडणारे लोक रस्त्यावर येत. अख्खा गाव ल्हासाच्या दिशेनं चालू लागे. तो प्रवास आणि मग ल्हासा... ते सगळं तिच्या डोळ्यांसमोर दिसायला लागे आणि ती जागी होई.

तिच्या अंगावर काटा उमटे. तिला घाम येई. आत्तासुद्धा ती जागी झाली होती ते दृश्य दिसल्यामुळेच.

तिनं चेहऱ्यावरून हात फिरवला आणि स्वत:ला समजावलं— आपला गाव... आपलं ते घर... ते सगळं केव्हाच मागे पडलंय. तिनं डोळे उघडले. खोलीत उजेडाचा पिवळा ठिपका स्थिर होता. याचा अर्थ, भगवान बुद्धाच्या मूर्तीसमोर म्हातारीनं दिवा लावला होता व हातातलं प्रार्थनाचक्र फिरवत तिचा जप चालू होता, "ओमऽऽ मणि पद्मे हूंऽऽ... ओम् मणि पद्मे हूंऽऽ..."

म्हातारी केव्हापासून जप करतेय, देव जाणे— असं काहीसं पुटपुटत ती अंथरुणातून बाहेर पडली. तिनं खोलीत दिवा लावला. मूर्तीसमोर बसलेल्या, पाठीत वाकलेल्या आणि अति थकलेल्या आपल्या आईकडे तिनं पाहिलं तेव्हा तिच्या हृदयात एक सूक्ष्म कळ उठली. म्हातारी धड जेवत नाही की झोपत नाही एकसारखा जप चालू. तिनं कितीही पुण्यसंचय केला तरी ती पुन्हा कधीही क्योरांगला तिच्या हक्काच्या घरात जाणार नाही, हे सगळं कसं समजवायचं हिला?... स्वत:शीच विचार करत शेवटी तिनं दुपट्टा अंगाभोवती लपेटून घेतला, कोपऱ्यातली प्लॅस्टिकची बादली व हंडा उचलला नि ती पाणी आणण्यासाठी खोलीतून बाहेर पडली. पण त्याआधी तिनं आपल्या पोराला— थांगमला हाकारलं, "बेटे उठ्ठोऽ स्कूल जाना है नं...? नहीं तो लेट हो जाएगाऽ..."

वातावरणात नोव्हेंबरमध्ये दिल्लीत असतो तसा गारठा आणि त्याच्या जोडीला धुकं होतं. अंधार नॉयडातल्या गल्ली-बोळांतून फिरतच होता आणि नेहमीसारखीच बेकायदा बांधकाम असलेल्या अनेक वस्त्यांना हळूहळू जाग येऊ लागली होती. रस्त्यावरच्या सार्वजनिक नळाच्या कोंडाळ्यावर दुपट्टे-सलवारी सावरत बादल्या-घागरी घेऊन बायामाणसं यायला लागली होती.

भांडणं-मारामाऱ्या सुरू व्हायच्या आत पाणी भरून घ्यावं हे बरं, असा सरळ विचार करून तिनं झटपट तोंड धुतलं. पाणी भरलं नि ती आपल्या खोलीकडे परत आली. म्हातारी जप करायची थांबली होती आणि तिनं भल्या

सकाळीच थांगमचा ताबा घेतला होता. त्याला समोर उभं करून तिचा जोरात सुरू होतं. स्वत: किंचित डोकं झुकवून, जीभ बाहेर काढून ती त्याला म्हणून दाखवत होती, "खाम्ऽऽ जाम्ऽऽ मेऽऽ... खाम्ऽऽ जाम्ऽऽ मेऽऽ"

दहा वर्षांच्या थांगमला तिबेटी पद्धतीचं अभिवादन शिकवून काय करायचंय? तो कधीही ल्हासाला जाणार नाही आणि आता इतरत्र भेटणारी तिबेटी माणसं एकमेकांना अशा तऱ्हेचं अभिवादन करीत नाहीत, हे सगळं म्हातारीला अनेक वेळा सांगून झालंय, तरीही ती त्याला शिकवत राहते. आत्ता सकाळच्या गडबडीच्या वेळी खरं तर तिनं इतर काही मदत करावी, पण नाही.... यांगच्येनला त्या क्षणी म्हातारीची चीड आली, तरीही ती पोरावरच खेकसली, "अबे! तू तो समझदार है चल जल्दी कर, नहीं तो लेट हो जाएगा!"

थांगमला तिबेटी भाषा मुळीच येत नाही. शाळेत, शेजारी-पाजारी सगळीकडे, फक्त हिंदी आणि थोडं-थोडं इंग्रजी; त्यामुळे तिला त्याच्याशी बोलताना हिंदीतून बोलावं लागतं; शिवाय आता इतकी वर्षं इथे काढल्यावर हिंदीच येतं तोंडात. म्हातारीला मात्र हे सगळं जाम खटकतं. त्यामुळे थांगम सापडेल तेव्हा ती त्याला शिकवायचा प्रयत्न करते. आत्तासुद्धा तिनं आपल्या लेकीच्या ओरडण्याकडे लक्ष दिलं नाही. एक बोट वर करून तिनं त्याच्याकडे बघत म्हटलं, "चिंग-" मग दोन बोटं दाखवून ती म्हणाली, "नि---"

ते बघितलं नि यांगच्येन चांगलीच चिरडीला आली, कारण थांगमबरोबर तिलाही नोकरीसाठी घराबाहेर पडावं लागत असे. ती त्याच्या शाळेत फिजिकल एज्युकेशनची शिक्षिका होती. या सगळ्या गोंधळात उशीर झाला तर पडणारा लेटमार्क; शिवाय हेडमिस्ट्रेसची खावी लागणारी बोलणी--- हे सगळं टाळायचं तर, तिनं दुसऱ्या क्षणी थांगमला म्हातारीपुढून खस्कन ओढलं, तशी म्हातारीनं रागानं डोळे गरागरा फिरवले. तिचं ते रूप पाहताच यांगच्येनच्या अंगावर भीतीनं सरसरून काटा आला. म्हातारी तिच्या अंगावर ओरडली, "मिंडू ऽऽ मिंडूऽऽ" जिवाच्या आकांतानं ती मोठमोठ्यांदा काहीबाही सांगत राहिली. यांगच्येननं तिच्याकडे लक्षसुद्धा दिलं नाही, तरीही त्या सगळ्याचा अर्थ तिच्या मनात झिरपलाच. म्हातारी पुन: पुन्हा म्हणत होती, "क्योरांगहून ल्हासाला आलो, ते चिन्याना हुसकावून लावण्यासाठी. आता तुझ्या पोराला हे काम करायचंय. तेवढ्यासाठी त्याला तिबेटी शब्द समजायला हवेत... रीतीभाती यायला हव्यात..." बोलता-बोलता म्हातारीच्या मुठी वळल्या गेल्या.

एवढ्यात दारात कुणाची तरी चाहूल लागली तशी म्हातारीनं रागानं

हाताला सापडलं ते भिरकावलं दाराच्या दिशेनं. दात-ओठ खात ती ओरडू लागली आणि मग निपचित पडली.

रात्रपाळी संपवून सरखांग घरात शिरतच होता. त्यानं चट्‌कन अंग चोरून घेतलं म्हणून बरं; नाही तर त्याचं डोकं चांगलंच सणकलं असतं. एकूण प्रकार त्याच्या लक्षात आला तसा विषादानं तो हसला. चिनी सैनिकांना मारण्याचं खूळ म्हातारीच्या डोक्यात अजूनही घट्ट होतं, त्याची ही खूण म्हणायची! त्यानं मग यांगच्येनला खुणेनंच, 'तू निघ, मी बघतो बाकीचं—' असं सांगितलं.

ती थांगमला घेऊन घराबाहेर पडली, तेव्हा आपल्या समजूतदार नवऱ्याबद्दल तिचं मन आदरानं भरून आलं होतं.

दोन बसेस बदलून ती जेव्हा करोलबागेत स्प्रिंगडेल स्कूलमध्ये पोचली तेव्हा प्यून काशीराम प्रार्थनेसाठी पहिली बेल देत होता. तिला हायसं वाटलं. थांगम त्याच्या वर्गात केव्हाच पळाला होता. प्रार्थना संपताच तिनं इयत्ता पाचवीच्या सर्व मुलांना मैदानावर बोलावून घेतलं. आज त्यांचा पहिला तास फिजिकल एज्युकेशनचा होता. ती त्यांना कवायत शिकवू लागली, "कदम खोऽल!--- होशियाऽर... एक साथ..." तिची अखंड बडबड चालू होती. मधूनच शिट्टी वाजवत ती कवायत घेऊ लागली. मुलं कवायत नीट करतायत याची खात्री पटल्यावरच तिनं त्यांना इतर खेळ खेळण्यासाठी परवानगी दिली.

तिला बरीच कामं उरकायची होती. बालदिन! १४ नोव्हेंबर जवळ येत होता. दर वर्षीप्रमाणे यंदाही बालदिनाची तयारी जोरात सुरू झाली होती. यंदा तर हेडमिस्ट्रेस मारिया थॉमस यांनी जोशयुक्त अशी नवी गाणी स्वत: निवडून तिच्याकडे दिली होती. ही असली समूहगीतं मुलांकडून बसवून घेणं एव्हाना तिच्या अंगवळणी पडलं होतं. १५ ऑगस्ट--- १४ नोव्हेंबर--- २६ जानेवारी म्हणजे गाणी--- कवायत--- बँड याने के सबकुछ यांगच्येन! पगार दर महिन्याला नक्की पाच हजार रुपये नगद. प्रायव्हेट स्कूल है--- चलता है!

या आठवड्यात हेडमिस्ट्रेस स्वत: सगळ्या मुलांना असेम्ब्ली हॉलमध्ये गोळा करून भारताच्या स्वातंत्र्यलढ्यात बलिदान केलेल्या देशभक्तांच्या कथा— आता आख्यायिका वाटाव्यात, अशा कथा— मुलांना ऐकवतील. शिवाय आपली संस्कृती, आपल्या परंपरा मुलांना समजाव्यात म्हणून मुद्दाम बाहेरचा वक्ता बोलावून त्याचं भाषण ठेवलं जाईल. एवढं सगळं करत असताना मॅडम एकदा

तरी म्हणतील, "जो लोग अपना इतिहास, अपनी संस्कृति... अपनी थोर परंपरा अनेक बच्चों तक नहीं पहुंचा सकते, वो लोग... वो देश सिर्फ नपुंसक प्रजाही पाता है, इसलिये ये सब बार बार करनाहि चाहिये."

यांगच्येन दिवसभर या सगळ्या गोष्टींच्या तयारीत खपत राहिली. अधून-मधून मात्र तिला सकाळी घरातून बाहेर पडताना निपचित पडलेल्या म्हातारीची आठवण होई. आपण केलेली चिडचिड आठवे. तेव्हा ती विलक्षण बेचैन होई. त्यामुळेच की काय, कोण जाणे; पण आज शेवटच्या तासाला गेस्ट लेक्चर आहे, हेच ती विसरली. पण इतर शिक्षक आपापल्या वर्गांना घेऊन असेम्ब्ली हॉलमध्ये गेले, तेव्हा तीदेखील स्टाफरूममधे न जाता तिकडे गेली. हॉल मुलांनी खच्चून भरलेला होता. मिसेस भल्ला आणि मिसेस रामन बसल्या होत्या, त्या ओळीत फक्त थोडीशी जागा शिल्लक होती. ती तिथे जाऊन बसली.

शिक्षकांनी कितीही सांगितलं तरी मुलं दंगामस्ती करतच होती; पण मग हेडमिस्ट्रेस प्रमुख वक्त्यांना घेऊन हॉलमध्ये शिरल्या तशी ती एकदम शांत झाली. वक्त्यांची ओळख... हारतुरे वगैरे शिस्तवार पार पडल्यावर प्रमुख वक्त्या बोलायला उभ्या राहिल्या, "बच्चो, आप बडे भाग्यशाली है, जो स्वतंत्र हिंदुस्थानमें पैदा हुए! हम सबको अपनी संस्कृति अपनी उज्ज्वल परंपराओंका अभिमान होना चाहिये । अब मैं आपको एक कहानी सुनाती हूं, ध्यानसे सुनिए—"

बाईंनी गोष्ट छान रंगवून सांगितली. ती गोष्ट होती कधीही, कुणाच्याही वाटेला न जाणाऱ्या साध्या भोळ्या टिटवीची. नि:शस्त्र, गरीब टिटवी... मस्तवाल समुद्रानं तिची पिल्लं की हो पळवली. तिनं आकांत मांडला— आसमंत हादरवून टाकणारा आकांत! त्या आकांतानं अगस्त्यमुनी बेचैन झाले. त्यांनी तिची विचारपूस केली आणि मग न्यायप्रिय मुनींनी समुद्राला तिची पिल्लं परत द्यायला सांगितलं. पण समुद्र जेव्हा त्यांच्या विनंतीला धूप घालीना, तेव्हा मात्र त्या बिचाऱ्या टिटवीसाठी त्यांनी आपलं तप पणाला लावलं व तो मस्तवाल समुद्रच पिऊन टाकला. टिटवीला तिची पिल्लं परत मिळाली आणि अगस्त्यमुनी पुन्हा तप करायला बसले...

कथा चालूच होती, पण आता यांगच्येनचं तिकडे लक्ष नव्हतं. तिचे डोळे पाण्यानं भरून आले होते. अंगाला दरदरून घाम फुटला होता. आधीच मिसेस भल्लांना ती त्यांच्या शेजारी बसलेलं आवडलं नव्हतं. त्यातून तिचा हा अवतार! तिच्याकडे तुच्छतेनं बघत त्या मिसेस रामनच्या कानात कुजबुजल्या, "इस बार बहुतही इमोशनल होनेका नाटक है। पिछले साल कोई दूसरा नाटक था—

कितने रंगढंग छुट्टी मिलानेके लिये! इन लोगोंका तो यही दस्तुर है, ये कोई नयी बात नहीं!''

त्या दोघी या बाबतीत अगदी एकमत असल्यासारख्या एकमेकींकडे बघून हसल्या. तिनं त्या दोघींच्या नजरेतली तिच्याविषयीची तुच्छता पाहिली, तेव्हा तिचा अगदी संताप-संताप झाला. खरं तर करोलबागेत प्रशस्त फ्लॅटमध्ये राहणाऱ्या आणि वेळेचा सदुपयोग करायचा म्हणून केवळ नोकरी करणाऱ्या मिसेस भल्लांना ती त्यांच्या स्टेटसची नाही, म्हणून तिच्याशी बोलणं आवडत नसे. ती शेजारी येऊन चुकून बसली तरी त्या जागा बदलत. आज ती त्यांच्या शेजारी बसली, तेव्हा त्यांना जागा बदलता आली नाही त्याचा राग त्यांच्या मनात होताच. आणि मिसेस रामन!... बाप रे, नकोत त्या आठवणी! या बाईच्या दूरच्या नात्यातल्या बाईचे केवढे उपकार यांगच्येनवर!

निर्वासितांच्या छावणीत राहणाऱ्या आणि दारोदार काम मागायला जाणाऱ्या एका बारा वर्षांच्या मुलीला कसं का होईना घरकामाला ठेवून घेतलं, शिवाय रात्रशाळेत जाण्याची परवानगी दिली. एवढे उपकार तिच्यावर केले, तरी फुसक्या कारणासाठी तिनं त्यांचं काम सोडलं. त्यांच्या मुलीची महत्त्वाची परीक्षा असताना ही निघून गेली. खरं तर त्यांनी मदतीचा हात दिला म्हणून तर पोचली इथवर. पण तिला कुठे जाण आहे या सगळ्याची? मिसेस रामननं खुद्द मदत केली नसली, म्हणून काय झालं? शेवटी मिसेस रामनच्या नात्यातली बाईच ना ती? तरीही उर्मटपणानं डोळ्याला डोळा भिडवून बोलते— आहे ना कम्माल!

मिसेस रामननं स्टाफरूममध्ये सगळ्या जणांना ही गोष्ट सांगितली होती; पण पुढचं अर्धसत्य फक्त यांगच्येनलाच माहीत होतं. दिल्लीत घरकामाच्या मुलीला द्यावा लागणारा पगार, द्याव्या लागणाऱ्या सुट्ट्या--- अन्न-वस्त्र कधीच बोलीप्रमाणे मिळालं नव्हतं. अगदी तिच्या परीक्षेच्या वेळीसुद्धा तिला रजा मिळाली नाही, तेव्हा ती तिथून बाहेर पडली. ती इथवर येऊन पोचली ती केवळ तिबेटच्या निसर्गानं तिच्यात मुरलेला काटकपणा आणि परिस्थितीनं लादलेला कष्टाळूपणा यांच्या जोरावर. आयुष्य फक्त कष्ट... कष्ट आणि कष्टच करून जगलेल्या तिला, म्हणूनच त्यांची कधी पत्रास वाटली नाही. पण आत्ता त्यांना सणसणीत उत्तर देण्याची तिला तीव्र इच्छा झाली. त्यासाठी तिनं तोंड उघडलंसुद्धा. पण त्या वेळी तिच्या तोंडात इतकी कडू जहर चव आली की, शब्द फुटलाच नाही ओठांतून... कारण त्या इवल्याशा टिटवीची कथा ऐकताना तिच्या इच्छेविरुद्ध तिच्या डोळ्यांसमोर येत राहिल्या ल्हासात आणि छोट्या-छोट्या वस्त्यांमधूनसुद्धा

ऊर बडवून रडणाऱ्या हजारो स्त्रिया... त्यांची मुलं---भाऊ, पती... चिनी सैन्यानं मारून टाकलेले. रक्त---मांस, भय आणि एकाकीपणाचं दुःख भोगणाऱ्या अन् जिवाच्या आकांतानं रडणाऱ्या त्या हजारो स्त्रिया... छोटी, नुकती वयात आलेली एक मुलगी बघत होती.

एक वेडी आशा पायदळी तुडवली जाताना तिनं अपार दुःख झेललं होतं. भाले, तलवारी, लाठ्या— काय हाताला सापडेल ते हत्यार घेऊन तिबेटी माणूस रस्त्यावर उतरला होता. रोज नव्या जोमानं भारत सरकारकडे खलिते पाठवले जात होते. माणसं एकमेकांना सांगत होती— थोडा धीर धरायला हवा. संकटनिवारणार्थ मठातून अनुष्ठानं चालू झाली. पण हळूहळू वातावरण बदलू लागलं. गल्ली-बोळांत प्रेतांचा ढीग वाढू लागला. माणसांची वाचा बसली. हळूहळू ल्हासातून मनानं पांगळ्या झालेल्या निराश माणसांचे जथे बाहेर पडू लागले.

अशाच एका जथ्यात आकांत करून थकलेली आपली आई घेऊन कुटुंबातली एकटी उरलेली एक मुलगी चालू लागली. बर्फ, पठार, उंच कडे, दाट जंगल, अंधार तुडवता-तुडवता भुकेल्यापोटी प्रचंड थंडीत घामानं भिजलेल्या आईनं पोरीला घट्ट धरून ठेवावं आणि म्हणावं, ''यांगच्येन ग्वांदा--- ग्वांदा---'' याचा अर्थ— एकच— मला माफ कर! कशासाठी? तर ती इथवर आली, त्यामुळे इतरांना त्रास झाला. पण.... पण काय!... आपण ल्हासाला परत जाऊ! अजून तोच आशावाद. भारतातून नक्की मदत मिळेल आणि मग आपण चिन्यांना मारून टाकू. चिन्यांनाच मारतो आहोत, या भावनेनं माणसांना दगड मारणाऱ्या आईला समजावत-सावरत लहानगी पोर रस्ता तुडवत राहिली. भारतातल्या पहिल्या खेड्यात— नामग्यान येईपर्यंत तिची पावलं विसावली नाहीत.

सभागृहातला टाळ्यांचा कडकडाट ऐकून ती भानावर आली, तेव्हा वक्त्या म्हणत होत्या, ''तो बच्चो, एक छोटीसी टिटवी के लिये हमारे अगस्त्य मुनीने अपनी पूरी तपस्या दाव पे लगाई और मस्तवाल समुद्रको शासन किया. तो बच्चों समझ गये ना आप, दुर्बलकी रक्षा करना ये हमारी संस्कृति है! भारत के पहले पंतप्रधान जवाहरलाल नेहरू--- हम सबके चाचा नेहरू— इसी महान संस्कृति के पाईक थे!

''चाचा नेहरू जिंदाबाद!'' वक्त्या हात उंचावून म्हणाल्या आणि भारताच्या पहिल्या पंतप्रधानांच्या जयजयकारानं असेम्ब्ली हॉल दुमदुमून गेला, तेव्हा हेडमिस्ट्रेसना अगदी कृतकृत्य झाल्यासारखं वाटलं. वक्त्यांना घेऊन हेडमिस्ट्रेस चहापानासाठी

म्हणून त्यांच्या ऑफिसच्या दिशेनं चालू लागल्या. इतर शिक्षकही त्यांच्यामागे जाऊ लागले. यांगच्येन मात्र त्यांच्यात नव्हती. ती धावत स्टाफरूममधे शिरली नि बेसिनपाशी जाऊन भडाभडा ओकली. तिनं घाईनं मुलाला निरोप पाठवून बोलावून घेतलं नि मग कुणाला काही सांगायच्या फंदात न पडताच ती तिथून बाहेर पडली.

ती घरी पोचली, तेव्हा प्रचंड थकली होती आणि तरीही शेजारणीनं 'रेशनिंग शॉपमधे रॉकेल व साखर आलीय,' असं सांगताच तिच्या अंगात नवं बळ आलं. म्हातारी कोपऱ्यात निमूटपणे झोपली होती. तिच्याकडे एकवार दृष्टी टाकून तिनं घाईनं क्योरांगहून उरापोटी वाहून आणलेली लाकडी संदूक उघडण्यासाठी आधी त्या बंद पेटीवर रचून ठेवलेलं म्हातारीचं सगळं सामान--- ते प्रार्थनाचक्र, धर्मग्रंथाची पोथी, दिवा, बुद्धाची मूर्ती— सगळं काही जमिनीवर काढून ठेवलं. मग ती उघडून तिच्या तळात रेशमी कापडात गुंडाळून ठेवलेलं महत् प्रयासानं मिळवलेलं रेशनकार्ड काढलं आणि इतक्या वर्षांत अगदी पहिल्यांदा स्वत:चं नाव असलेलं कार्ड घेऊन ती रेशनिंग शॉपकडे धावली.

तिथे तुफान गर्दी होती. कार्डावर मिळणारी माणशी २०० ग्रॅम साखर... ५०० ग्रॅम तांदूळ... रॉकेल घेऊन रांगेतल्या बाया बापड्या पुढे सरकत राहील्या पण ती जेव्हा पुढे सरकली, तेव्हा दुकानदारानं एकदम सांगितलं, "रॉकेल और शक्कर खतम...!"

रांगेत उभं राहूनसुद्धा काहीच न मिळालेली माणसं 'उद्या--- परवा--- नक्की साखर-रॉकेल मिळेल का?' या चिंतेत वैतागून माघारी फिरत होती. एव्हाना दिवस उलथून तिन्हीसांजा झाल्या होत्या. हातातल्या पिशव्या सांभाळत ती फुटपाथवरून चालत वस्तीकडे निघाली, तेव्हा तिच्या कानी तिच्या पाठी बराच वेळ उभ्या राहिलेल्या बाईचे शब्द आदळले, "इन लोगोंने तो दिल्लीका गेस्टहाऊस बनाया है!" आणि यांगच्येन मागे वळून तिच्याकडे बघत असताना मग ती बाई अतीव तुच्छतेनं पचूकन थुंकली नि रागानं पुढे निघून गेली.

यांगच्येन भराभर रस्ता तुडवत राहिली. तिचं डोकं भणभणायला लागलं होतं. एकच प्रश्न तिला एकसारखा छळायला लागला. खरंच आपण इथे येऊन काय मिळवलं? इथे आलो, म्हणून जिवंत राहिलो, मुलाला जन्म दिला; पण आपण काय म्हणून जगतोय? अगस्त्यमुनींच्या या देशात इतक्या वर्षांनंतरसुद्धा भूतदयेपोटी यांना येऊ दिलं, हेच उपकार वागवायचे... शेवटी निर्वासित हाच शिक्का!

विचार करता-करता तिचे डोळे पाण्यानं डबडबले. तिच्या मनात आलं— आपल्या बौद्ध विहारांमधून... मठांमधून लाखो भिक्खू जिच्यासाठी जप करत असत ती शांतता, तिच्यावरची श्रद्धा श्रेष्ठ; की लाखो माणसं क्षणात मारून टाकण्याचं ज्ञान श्रेष्ठ? तिची नस अन् नस तापवत तो प्रश्न तिच्या मनात रुतला तशी ती कमालीची अस्वस्थ झाली.

रात्री सगळी कामं आटपून ती गादीवर आडवी झाली, तेव्हा तिला थांगमला खूप काही सांगावंसं वाटत होतं. म्हणून मग तिनं आपणहून त्याला आपल्या कुशीत ओढून घेतलं नि ती त्याला तिच्या लहानपणीच्या गोष्टी त्यानं न विचारतासुद्धा सांगायला लागली.

गावातून पायवाटेनं चालत डोंगराकडे गेलं की, तिथे दूरवर पसरलेली हिरवीगार कुरणं लागत. शेजारच्या घरातला सरखांग आणि तिचे चार मोठे भाऊ सगळी मिळून तिथे मेंढ्या चरायला नेत. वाटेत जर्दाळू, पीच, अक्रोड, सफरचंदाची अगणित झाडं भेटत. भरपूर खाणं होई. कधी तरी एखादा कस्तुरीमृग दूरवर पळून जाताना दिसे. कधी कधी झारांग आणि सामड्युप फोड्रँग यांच्यात जंगी मारामाऱ्या होत. थंडी वाढायला लागली की, सगळ्यांनी घरी यायचं. घरात प्रार्थनाचक्र फिरवताना बुद्धाच्या मूर्तीसमोर बसलं असतानासुद्धा मोठ्या माणसांनी कितीही विचारलं तरी हातापायांना झालेल्या मारामारीतल्या दुखापतींबद्दल बोलायचं नाही. त्या सगळ्या आठवणींनी मनात गर्दी केली तशी ती खुद्कन हसली आणि मग तिचे डोळे पाण्यानं भरून आले. कारण यातलं आता काही---काही उरलं नव्हतं. झारांग नव्हता, सामड्युप फोड्रँग नव्हता, ती हिरवी कुरणं--- ती वेगानं पळणारी हरणं... सगळं संपलं! उरलंय फक्त जिवंत राहणं.

ती बोलायची थांबली. मोठ्या आशेनं तिनं आपल्या मुलाकडे पाहिलं. हे सगळं त्यानं आधी कधी तरी ऐकलं होतं म्हणून की काय, त्याच्या चेहऱ्यावर प्रचंड कंटाळा होता. त्या क्षणी तिला तीव्रतेनं जाणवलं— आपण आपल्याजवळचं अमूल्य असं भाषेचं चलन गमावून बसलोय... त्यामुळे आता आपल्याला आपल्या मुलाच्या मनापर्यंत तिबेटी म्हणून जगलेलं आपलं आयुष्य, आपल्या इच्छा, आपली स्वप्नं— यातलं काही पोचवताच येत नाहीये; मग त्याच्या मनात पेरणी तरी कसली करणार? यापुढे या पोराला तिबेटी भाषा शिकवताना म्हातारीला मदत करायला हवी, कारण निर्वासितांसाठी भाषा हा महत्त्वाचा ठेवा आहे. आपलं म्हणून असलेलं सगळं मुलांपर्यंत पोचवण्यासाठी भाषा हवी आणि मग अधिकच जोमानं ती त्याला सांगू लागली, तिबेटमध्ये साजऱ्या होणाऱ्या नववर्षाच्या

'मोनलॅम'च्या सणाबद्दल.

नववर्षाच्या स्वागताला तिथे प्रत्येक घरावर पाईन वृक्षांच्या फांद्यांना नवे प्रेअर फ्लॅग्ज बांधायचे. धार्मिक ग्रंथांचं पठण करायचं. मठातल्या बुद्धाच्या मूर्तीसमोर दिवे लावण्यासाठी प्रत्येक घरातून ते सोनेरी रंगाचं लोणी पाठवलं जाणारच आणि मग सगळ्यांनी मठासमोर जमून गाणी म्हणायची. नाचायचं. 'छांग' प्यायची... मग दंगामस्ती! नव्या वर्षाचं स्वागत हे असं जल्लोषात, धर्मगुरूंचे आशीर्वाद घेऊन करायचं. या वेळी आपल्या बार्लीच्या शेतालासुद्धा आशीर्वाद मिळावेत म्हणून मठातल्या लामा रिंपोचे कुन्हपेन्लांना बोलावून आणायचं. या दिवसांत आपल्या मित्रांना, नातेवाइकांना बोलावून मेजवान्या द्यायच्या आणि घ्यायच्यासुद्धा! तो काळच मोठा शांत सुखमय होता आणि ते ल्हासा तर केवळ अप्रतिम!

दलाई लामांच्या जिवाला धोका आहे, असं समजताच सगळं गाव सहाशे मैलांचं अंतर तुडवून ल्हासाला गेलं. किती आठवणी तिथल्या! दलाई लामांच्या पोतालाच्या राजवाड्याच्या सोनेरी पिवळ्या छपराच्या टोकावर सूर्याची मावळती किरणं क्षणभर विसावून सफरचंदांच्या बागांमधून पसरत, तेव्हा तो परिसर सोन्याचा बनून जाई. तसंच तिथलं ते अदभुत वातावरण... ल्हासाच्या अरुंद गल्ल्यांमधून चांदण्या रात्री भयाण वारं वाहत असे, तेव्हा आकाशात उडणारे राजहंस आणि चक्रवाक पक्षी आवाज करत... ते त्या देवभूमीची स्तुती गाताहेत, असा अनेकांना भास होई. ही शांतता, नीरवता नष्ट केली चिनी सैनिकांनी. त्यांच्यामुळे ती पवित्र भूमी रक्ताळली.

बोलता-बोलता तिच्या घशात हुंदका दाटून आला. ती बोलायची थांबली तशी थांगमनं विचारलं, "तो आप वहाँसे दुम दबाकर भाग आये, क्योंकि आप चिनी सैनिकोंसे डर गये थे! सच है नं माँ?"

तिनं एकदम त्वेषानं म्हटलं, "गलत— एकदम गलत! हर एक तिबेटी देशप्रेमी था... दस दस सैनिकोंके लिये सिर्फ एक एक तिबेटी काफी था, लेकिन..."

"लेकिन क्या?"

"लेकिन हमारे शस्त्र पुराने थे," मधेच ती असंबद्ध बोलली, "दुसरोंकी मदद चाहनेवाले निर्वासित होते है..." आणि मग आपल्या मुलाला ते सगळं समजलंच पाहिजे, या निर्धारानं ती पुढे सांगू लागली... संतापलेले तरुण चिनी सैनिकांना दगडांनी... जंबियानं... तलवारींनी— जे मिळेल ते हाती घेऊन मारत

सुटले. चिन्यांनी आपल्या भूमीतून निघून जावं, म्हणून त्यांनी शर्थीचे प्रयत्न केले. दलाई लामा पोतालाच्या त्यांच्या राजवाड्यातून सुखरूप बाहेर पडले आणि भीषण कत्तलीला सुरुवात झाली. हवालदिल झालेली माणसं मठांमधून अनुष्ठानं करू लागली. आपल्या प्रियजनांच्या रक्षणासाठी भविष्यकारांकडून गंडे-ताईत आणू लागली. आपल्या मदतीला कुणीही येणार नाही, याची मनोमन खात्री पटल्यावर निराश-दुःखी माणसांचे समूह नाइलाजानं ल्हासातून बाहेर पडू लागले. दुष्ट शक्तींनी या दुःखी जिवांना त्रास देऊ नये, म्हणून कुणी तरी रस्त्याच्या दुतर्फा पांढरे छोटे दगड मांडू लागलं.

काही तरी चमत्कार घडून परमेश्वरकृपेनं चिन्यांना पिटाळून लावण्यात आपल्याला लवकरच यश यावं आणि मग आपल्या प्रियजनांचे पाय पुन्हा ल्हासाकडे वळावेत, म्हणून तिबेटी चहानं भरलेलं अगणित पेले घरांच्या गच्च्यांवर मांडले जाऊ लागले.

एक दिवस सामड्युप फोड्रँग आणि झारांग— दोघांनाही सैनिकांनी कापून काढलं, कारण त्यांनी रात्रीच्या अंधारात अनेकांना कंठस्नान घातलं होतं. इतरांनी मोठ्या हिकमतीनं मिळवलेला झारांगचा अगणित जखमांनी भरलेला मृतदेह मुद्दाम मिरवत नेऊन जाळला— जणू ते मूर्तिमंत शौर्याचं प्रतीक होतं! तिच्या डोळ्यांसमोर ते सगळं उभं राहिलं तसा तिला हुंदका फुटला. जरा वेळानं डोळे पुसून तिनं कूस बदलली, तेव्हा तिच्या लक्षात आलं— आपण जे बोलत राहिलो, ते पोरानं ऐकलंच नाही! तो तर अगदीच गाढ झोपी गेलाय.

ती मात्र त्यानंतर टक्क जागी! बर्फानं गोठलेली झापांग नदी ओलांडतानाच्या आठवणी तिला आता त्रास देऊ लागल्या. प्रवासात दाट जंगलात जळवा डसत, रक्त पीत. पांढरी अस्वलं जथ्यातल्या कुणावर तरी हल्ला करीत. तहान व भूक माणसांची उरली-सुरली सहनशीलता नष्ट करून टाकी. मग छोट्या-छोट्या गोष्टींसाठीसुद्धा भांडणं होत. ते सगळं भोगून आपण इथवर आलो ते केवळ निर्वासित म्हणून जगण्यासाठी? —त्या एका प्रश्नापाशी तिचं मन रुतून बसलं. तिला काही सुचेना. तिनं मग मोठ्या निग्रहानं जप सुरू केला, 'ओम ऽ मणि प्रद्मे हूं... ओम ऽ मणि प्रद्मे हूं' केव्हा तरी तिला झोप लागली. त्या वर्षी १४ नोव्हेंबरला ती शाळेत गेलीच नाही.

दर वर्षीप्रमाणे यंदाही १४ नोव्हेंबरला स्प्रिंगडेल स्कूलमध्ये प्रचंड गडबड

सुरू होती. एकूण चार बसेस शाळेतून बाहेर पडल्या. यमुनेच्या तीरावर असलेल्या चाचा नेहरूंच्या— भारताच्या पहिल्या पंतप्रधानांच्या— समाधीवर बालदिनी मुलं ओळीनं फुलं वाहू लागली. त्यानंतर मुलांना घेऊन बसेस पुन्हा शाळेत परत आल्या. तिथे त्यांना खाऊ वाटण्यात आला. आठवडाभर चाललेल्या कार्यक्रमाची आता सांगता झाली होती. प्रत्येकाच्या मनात एक गोष्ट ठसठसली— यांगच्येन आणि तिचा मुलगासुद्धा पंडितजींच्या समाधीवर फुलं वाहण्यासाठी आले नाहीत. मिसेस भल्लांनी तसं हेडमिस्ट्रेसना बोलूनसुद्धा दाखवलं.

हेडमिस्ट्रेस मारिया थॉमस समजूतदार होत्या, तरीही ही गोष्ट त्यांना खटकल्याशिवाय राहिली नाही. मागेसुद्धा दोन वेळा ती या कार्यक्रमाला आली नव्हती, तेव्हा तिनं त्यांच्यापुढे मेडिकल सर्टिफिकेट टाकलं होतं. दोन्ही वेळा तिनं कारण दिलं होतं— 'ॲक्युट पेन इन द स्टमक!' असली कारणं लिहिलेली मेडिकल सर्टिफिकिटं पाच रुपड्यात दिल्लीत कुठेही मिळतात याची स्टाफरूममधील प्रत्येकाला खात्री होती, तशीच ती हेडमिस्ट्रेसनाही होती. पण हे सगळं सिद्ध करणं महाकर्मकठीण आहे याची त्यांना जाणीव होती. यंदा मात्र कहर झाला.

१५ नोव्हेंबरला थांगम वर्गात शिरताच त्याच्या वर्गशिक्षिकेनं— मिसेस भल्लानं त्याला विचारलं, "थांगम, कल क्यों नहीं आये?"

थांगम गप्प. मग तिनं जोरात आवाज चढवून तोच प्रश्न पुन्हा विचारला, तर तो रडायला लागला. पण मग तिनं पवित्रा बदलला. गोड शांत आवाजात ती म्हणाली, "अच्छे बच्चे रोते नहीं. क्या हुआ बोलो बेटे..." तिनं त्याच्याकडे रोखून पाहिलं. मग क्षणभर थांबून ती म्हणाली, "नहीं तो...!" नही तो क्या? हे त्याला माहीत होतं. नहीं तो हेडमिस्ट्रेसके पास ले चलुंगी!

बाप रे! ते सगळं लक्षात आलं तशी रडता-रडता मधेच थांबून धीर करून तो म्हणाला, "ममाने बोला नहीं जाना!"

"क्यूँ? उनकी तबीयत खराब थी?"

"नहीं."

"तो?... घरपे रहकर क्या किया? घुमने गये?"

"नहीं. हमने प्रेअर फ्लॅग्ज बनाये और प्रेअर की!"

"इतनी प्रेअर क्यूँ? दिनभर सिर्फ प्रेअर?"

"हाँ! ममा बोली प्रेअर करके इतना पुण्य कमाना कि हम सब एक दिन वापस ल्हासा जा सके."

"इतने सालों बाद वहाँ क्या है, आपने पूछा अपनी माँ को?"

“हाँ! वो बोली— वो तो... वो तो हेवन है, सबसे अच्छी जगह! वहा सुख है, शांती है!...” बोलता-बोलता पोरगा एकदम बोलून गेला, “मैने पाँच रंगों के प्रेअर फ्लॅग्ज बनाये और अच्छी प्रेअर की इसलिये शामको गोलगप्पे खाने गये.”

“अच्छा, अब मैं देखती हूँ!”

मिसेस भल्लानं संपूर्ण वर्गाला टू टु टेन टेबल्स लिहायचं काम दिलं नि ती वर्गातून बाहेर पडली. तिसऱ्या मजल्यावरून तळमजल्यावरच्या हेडमिस्ट्रेसच्या ऑफिसात जाईपर्यंत तिच्या डोक्यात संतापानं भुईनळे उडायला लागले होते. ती स्वत:शीच चिडून म्हणाली, “यांगच्येन, तू... तू एक रेफ्युजी... हमारे फर्स्ट प्राइममिनिस्टरकी कृपासे जिंदा यहाँ तक पहुँचे ये लोग... और अब सब कुछ भूल गये! ये चुडैल तो बारा तेरा सालकी थी तबसे अपनी माँ के साथ कभी लाल किले के पास तो कभी कश्मिरी गेटके सामने वूलन के कपडे बेचती थी! तब तो इन लोगोंको ठीक तरहसे पैसा गिनना भी नहीं आता था— और अब? हमारे प्राइममिनिस्टरके समाधी पे मथ्था टेकने नहीं आती? उप्परसे झूठा मेडिकल सर्टिफिकेट! यहाँ का अन्न... वस्त्र... निवारा सब कुछ चाहिये... नोकरी में भी हक चाहिये, लेकिन प्रेअर्स ल्हासाके लिये!... अब तो यहाँ पैदा हुए अपने बच्चे को भी वही तालीम! बहुत हो चुका.”

बडबडतच ती हेडमिस्ट्रेसच्या ऑफिसमध्ये शिरली. तिनं हेडमिस्ट्रेसना थांगम काय म्हणाला, ते सविस्तर सांगितलं नि मगच ती तिथून बाहेर पडली. ती बाहेर पडायला नि यांगच्येन ऑफिसमध्ये शिरायला एकच गाठ पडली. तिला बघताच मिसेस भल्ला तिच्याकडे रागानं बघून म्हणाली, “कृतघ्न!” आणि मग तरातरा निघून गेली.

यांगच्येन पाठमोऱ्या मिसेस भल्लाकडे बघत राहिली. त्या क्षणी तिला वाटलं, मिसेस भल्लाला ओरडून सांगावं, ‘तुम्ही समजता तसं नाहीये! आम्ही कृतघ्न नाही... आम्ही फक्त तुमच्या आधाराची, थोड्याशा मदतीची अपेक्षा केली. कैलास... मानसरोवर... बौद्धमठ नष्ट होताना तुम्ही शांत राहाल, ही गोष्ट आम्ही स्वप्नातसुद्धा पाहिली नाही. तिथली अगणित संपत्ती... सोनं... मौल्यवान... हिरे... मोती चीन लुटून नेईल तेव्हा हा अन्याय होतो आहे हे, तुमच्या लक्षात येणार नाही, हे आम्हाला समजलंच नाही.’

सगळंच असह्य होऊन ती मोठ्यांदा बडबडू लागली...“आपने सुनी नहीं हजारो औरतोंकी रोने की आवाज... आप अगस्त्य मुनी की... एक मामुलीसी

टिटवी कि कहानी सुनानेवाले लोग... आप तब नारे लगा रहे थे... हिंदी... चिनी भाईऽ भाईऽऽ!

"मेरा वतन... जब इस दुनियाके नक्शेसे हटाया गया तब यही पंडित जवाहरलाल नेहरू प्राइममिनिस्टर थे... मैं... मेरा बेटा इनकी समाधी पे मथ्था टेकने... फूल चढाने आऊँ?"

...आणि मग ढसढसा रडत ती म्हणाली, "ये कहानी सुननेवाले छोटे बच्चे बडे होकर स्वतंत्र भारत का इतिहास पढेंगे, तब क्या होगा?"

हेडमिस्ट्रेस मारिया थॉमसनी तो प्रश्न ऐकला तशी ताड्दिशी खुर्चीतून उठून त्या केबिनबाहेर आल्या. असा प्रश्न खरोखर कुणी विचारला, तर कसं नि काय सांगावं लागेल...? त्यांना खरोखर काही सुचेना. पण थोडा विचार केल्यानंतर एखादी राजकारणी व्यक्ती बोलेल तसं त्यांच्या मनात आलं— कुठलाही प्रश्न झटकून टाकता येतो तसं याही बाबतीत म्हणता येईल, शेजारी राष्ट्रानं मदत मागितली तरी ती दिलीच पाहिजे असा कुठेच कायदा नाही. शिवाय वेळीच मदत मिळाली नाही, म्हणून कुणालाही दोषी ठरवून रागावणं चूक आहे. अनेकांचे उपकार असलेल्या, शिवाय आता या देशात रेशनकार्ड मिळवलेल्या यांगच्येनसारख्या बाईला तर तो अधिकारच नाही. तिच्यावर शिस्तभंगाची कारवाई करता येईल. तरीही एक प्रश्न उरतोच— एकूणच माणसं निर्वासित का होतात? ही अशी स्वभूमीतून उखडून टाकलेली माणसं आपल्या इतिहासाचे दोर कापून तर टाकत नाहीतच; पण दुबळी असूनही ती घडलेल्या इतिहासाला अवघड प्रश्न विचारण्याचं धाडस करतात... खुशाल अशक्य कोटीतली स्वप्नं बघतात— हे असं का? म्हटलं तर हा त्यांचा गुन्हाच!... पण या गुन्ह्याला शिक्षा करता येईल का? यांगच्येनला शिक्षा करता येईल?

त्या अशा स्वत:तच गुंतल्या असताना यांगच्येन रडू आवरत हलकेच म्हणाली, "मै मजबूर हूँ!"

त्यांनी तिला नजरेनंच जायला सांगितलं. त्या विलक्षण बेचैन झाल्या होत्या. त्यांना काही सुचत नव्हत. शेवटी किती तरी वर्षांनी आज प्रथमच शाळा सुटायच्या आधी त्या शाळेतून बाहेर पडल्या. बाहेर वादळ सुरू झालं होतं आणि अवेळीच पावसाचे टपोरे थेंब गळायला लागले होते.

❑❑

९. संदर्भ

त्रिपुरी पौर्णिमा होऊन गेली, तरी मुंबईत थंडीचं नाव नाही. कार्तिकात आमच्या गावाला म्हणजे रत्नागिरीला काय मस्त थंडी असते आणि शरदात तसंच कार्तिकातही मिऱ्या बंदरावर गेलं की डोईवर असतं लाखो नक्षत्रांनी भरगच्च भरलेलं आकाशाचं झुंबर आणि समोर असतो आसमंतापर्यंत पसरलेला नेहमीच मोहवणारा अथांग सागर.

ते सगळं निरखताना मन भरून येतं आणि एकदम शांत-तृप्त वाटतं. आज त्या सगळ्याची खूप आतून आठवण येतेय. जिवाला अचानक ओढच लागून राहिलीय... त्या आसमंतापर्यंत पसरलेल्या पाण्याची... आकाशीच्या लखलखणाऱ्या त्या झुंबराची! असंच्या असं इथून पळत सुटावं नि समुद्राच्या पाण्यात खोल-खोल जात राहावं, अशी एक तीव्र इच्छा एकसारखी मनात उचंबळून येतेय.

नेमका आज अमरचा वाढदिवस नि मन हे असं भरून यावं... आठवणी इतक्या साद घालत राहाव्यात! रत्नागिरीतलं सारस्वतांच्या आळीतलं अमरचं घर... ही मंडळी अगदी अट्टल सारस्वत. त्यांच्या जमिनी, त्यांच्याजवळचं पिढ्यान्‌पिढ्या सावकारी करून गोळा झालेलं घरातलं सोनं-नाणं.... ती मिजास... पण पुढे कूळकायद्याच्या एका फटकाऱ्यात ते सगळंच खतम होऊन त्यांचे पाय जमिनीवर आदळलेले आणि गोळपेवाडीला कुणब्यांच्या वस्तीतलं आमचं घर!... ते तर पहिल्यापासूनच जमिनीवरून सरपटणाऱ्यांच्या जातीतलं. खरं तर मुरलेल्या दुखण्यासारखी

अमरच्या कुटुंबाला चिकटलेली मिजास नि जात सोडली, तर आम्हा दोन कुटुंबांत आता फरक उरला नव्हता. तरीही दोन्ही कुटुंबांत आमची दोस्ती डाचली. मग जी परिस्थिती निर्माण झाली, त्या परिस्थितीत मिऱ्या बंदरानं जो आश्रय दिला, तो खासच! विशेष काही असलं की, आम्ही एकमेकांना तिथे भेटणार, हे अगदी ठरलेलं. हातात हात घालून निळ्याशार समुद्राकडे आम्ही नुसते बघत बसायचो. आमची मनं तिथे शब्दांच्या अंदुळ्यावर न झुलतासुद्धा एकमेकांना वाचता यायची. आज २६ नोव्हेंबर... अमरचा वाढदिवस! वाटतंय, बंदरावर जावं नि अमरचा वाढदिवस त्या ओढ लावणाऱ्या ठिकाणीच साजरा करावा.

तिन्हीसांजा केव्हाच होऊन गेल्या. खरं तर आज मुलं नि तो लवकर घरी येणार होते. नेहमी सात बेचाळीसच्या लोकलनं येतात तेव्हा एव्हाना घरी पोचतात. आज तर त्याहूनही लवकर येणार म्हणाली होती. कुठे एवढी अडकल्येत, देव जाणे! मुलं कॉलेजला जायला लागल्यापासून ती नि अमर एकत्र घरी येणं, ही अगदीच क्वचित घडणारी गोष्ट होती. आज आम्ही सगळे बाहेर जेवायला जाणार होतो. म्हटलं, मिऱ्या बंदराची मजा नाही तं नाही, निदान आज बाहेर तरी जेवण करू. सकाळीच मी तसं अमरला बजावून सांगितलंच होतं आणि आज नेमकी ही मंडळी लेट आहेत. रात्र पसरत चालली, आजूबाजूचा अंधार वाढायला लागला तसतसा माझा रागही वाढत चालला.

मी अशी मंडळीची वाट बघत असताना माझा मोबाईल वाजला. नेमका अमरचा फोन. तो म्हणत होता, घरी आल्यावर त्याच्याजवळ म्हणे माझ्या रागावरचं सोल्यूशन होतं. मी मनात म्हटलं, नेहमीसारखंच काही तरी गोड-गोड बोलून वेळ मारून नेणार; दुसरं काय! आज म्हणे, तो नि मुलं एकत्र घरी येण्याचं त्यांनी आधीच ठरवलं होतं. ते ऐकलं नि वाटलं, आपण मुलांच्या एवढ्या खस्त्या खाल्यात पण मुलं अगदी बापाला धार्जिणी आहेत. त्यांच्या या बेताचा त्यांनी मला थांगपत्ता लागू दिला नाही हं! मी अशी माझ्यातच गुंतले असताना एकदम तो म्हणाला, "मी काय सांगतोय, तिकडे लक्ष दे." आणि मी ऐकू लागले. तो सांगत होता, आत्ता एक नंबरच्या प्लॅटफॉर्मवर गाडीची वाट बघत ते सगळे थांबले होते. त्यांच्या बरोबर बिल्डिंगमधले पाटीलसुद्धा होते. साडेनऊच्या लोकलनं ते सगळे एकत्र येणार होते. मिसेस पाटलांना मी हा निरोप लगेच जाऊन सांगावा, असं त्यानं मला बाजावून सांगितलं तेव्हा मी त्याला म्हटलं, "मिस्टर पाटील का नाही स्वत: फोन करून सांगत त्यांच्या घरी?" तर

तो म्हणाला, "अगं, नेहमीचंच कारण आहे! पठ्ठ्या विसरला, त्याला आज लवकर घरी जायच होतं ते आणि गेला नेहमीसारखा त्याच्या मित्रांच्या अड्ड्यावर. बायकोशी फोनवरसुद्धा बोलण्याची हिंमत नाहीये त्याच्यात, माहिताय ना ती बाई एवढ्या-तेवढ्यावरून घर कशी डोक्यावर घेते ते! माझ्याजवळ घरी सांगण्यासाठी निरोप ठेवून आत्ता तो गेलाय पान खायला."

एवढं सगळं अमर माझ्याशी बोलला, म्हणून मग मी मिसेस पाटलांना तसा निरोपही देऊन आले; तर पुन्हा फोन वाजला, म्हणून मी मोबाईल कानाला लावला. तर, पुन्हा अमरचाच फोन! मी ऐकू लागले. तो वेगळ्याच धुनकीत बोलायला लागला होता, "आज माझा वाढदिवस आहे, म्हणून मी सांगतो, आपण आधी ठरवलेला बाहेर जेवायला जायचा बेत रद्द. रागावू नकोस, पण आज खरंच गावाकडची फार आठवण येतेय."

मी क्षणभर चकित झाले. माझंही आज तसंच नव्हतं का झालं! इतकी वर्षं मुंबईत काढूनसुद्धा आज नेमकी आम्हा दोघांनाही गावाकडची आठवण यावी! तो त्याच्या मनाच्या तळातल्या त्याच्या लहानपणीच्या गावाकडच्या आठवणी सांगायला लागला. कधीही इतकं न बोलणारा अमर आज आसुसून बोलत होता... ते मिऱ्या बंदरावरचं आमचं चोरून भेटणं आणि समुद्राच्या त्या निळ्याशार पाण्याकडे तासन्तास बघत बसणं... मी ऐकत राहिले. राहून-राहून माझ्या मनात यायला लागलं— आजच काय एवढं सुचतंय याला? इतकं मन भिजलंय याचं गावाकडच्या आठवणींनी?

त्यानं बेत सांगून टाकला. म्हणाला, "आज घरीच जेवू. मस्तपैकी कुळथाचं पिठलं-भात कर. शिवाय जोडीला मिरगुंड, सांगडे, पापड... तुला बाकी जास्त सांगायला नकोच. मी येताना कराची भवनमधून सुकं मटण आणि मच्छी फ्राय घेऊन येतो. मुलांना हा बेत फार आवडेल. हल्ली क्वचित कधी तरीच सगळे एकत्र घरी येतोय, तर आज आपण सगळे गावाकडल्यासारखं साधंसं असं गप्पा मारत आरामात एकत्र जेवू."

त्यानं हे असं मनापासून बोलत राहावं, असं त्या क्षणी मला फार वाटत होतं. पण एकदम फोन कट झाला नि वाटलं, त्याला आणखी बरंच काही बोलायचं होतं...

गरमागरम पिठलं-भात जेवायला करायचा, तर इतक्यात स्वयंपाक करण्यात अर्थ नव्हता. मी उगाचच काहीबाही करत वेळ काढू लागले. घड्याळाचा काटा पुढे सरकू लागला.

आमच्या पॅरडाईज मॅन्शनमधले आणि आमच्यासमोरच्या हॅपी कॉलनीतले बहुतेक सगळे जण त्यांची ऑफिसेस सुटली की छत्रपती शिवाजी टर्मिनलला जाऊन लोकल पकडत असत. आज असं काय खास घडलं होतं; कळत नव्हतं... कारण या दोन्ही बिल्डिंग्जमधलं कुणीही अजूनपर्यंत घरी आलं नव्हतं. तळमजल्यावर राहणारे सावंत तेवढे एकटे घरी आले होते. पण ते आज बसनं आल्याचं सांगत होते आणि मग कुणाला तरी ती बातमी समजली— छत्रपती टर्मिनलला कुणी तरी बेधुंद गोळीबार केला होता. प्रेतांचा खच पडलेला... रक्ताच्या थारोळ्यात माणसं पडलेली पाहिली म्हणे कुणी तरी!

जिकडे-तिकडे नुसती पळापळ सुरू झाली होती. खरं काय घडलंय, ते कुणाला नि कसं विचारावं; समजत नव्हतं. पळत घरात शिरून आधी टी.व्ही. लावला, तर तिथे हॉटेल ताजवर अतिरेक्यांनी हल्ला केल्याची बातमी दृश्यांसकट दाखवली जात होती. आता तर रात्र चहू अंगांनी पसरली होती.

इतक्यात समोरच्या कॉलनीत राहणारे कामत धावत सांगायला आले— आपल्या इथली काही माणसं उभी होती, तिथेच नेमका गोळीबार झाला. मी नि पाटील पान खायला गेलो होतो, म्हणून केवळ वाचलो. एवढ्यात पाटील खरोखरच घरी परत आले. त्यांना पाहिलं तशी मी धावत पुढे झाले नि रागाने त्यांना विचारलं, "अमर आणि मुलं तुमच्याजवळ उभी होती ना; मग त्यांना तिथे तसं एकट सोडून तुम्ही कसे घरी आलात?"

त्यांनी उत्तर दिलं नाही, एवढंच नाही तर त्यांनी माझी नजर चुकवली आणि पट्कन ते आपले माझ्यासमोरून निघूनच गेले. त्या क्षणी माझं काळीज एकदम लक्कन हलल आणि मनात विचार आला— कोण कोण सापडले असतील त्या गोळीबारात देव जाणे! दुसऱ्या क्षणी म्हटलं स्वत:शीच, 'अमरचा आज वाढदिवस आहे, नाही का! त्यानं स्वयंपाक करून ठेवायला सांगितलाय, तेव्हा तो आणि मुलं येणार म्हणजे अगदी येणारच. आपण उगाच कशाला फालतू काळजीत गुंतायचं?'

ती बातमी ऐकून वरच्या मजल्यावरच्या मुतालिकांची बायको चक्कर येऊन एकदम खालीच कोसळली. अगदी प्रसंगावधान राखून मी त्यांच्याकडे अमोनियाची बाटली पोचती केली. कोपऱ्यावरच्या झोपडपट्टीतल्या शांताबाईची दोन्ही मुलं दादरच्या कुठल्याशा हॉटेलमध्ये कामाला होती, तीसुद्धा माझा नवरा

आणि मुलं जिथे उभी होती तिथेच उभी होती. तिथे झालेल्या बेधुंद गोळीबारात खल्लास झाली, असं बोललं जात होतं. तिच्या घरातून बोंब उठली, तेव्हा मी सगळ्यात प्रथम तिथे गेले नि तिला जवळ घेत समजुतीच्या चार गोष्टी सांगितल्या. त्यानंतर मी पुन्हा घरात येऊन खुर्चीवर मुटकुळं करून बसून राहिले.

किती तरी ओळखीची आणि तेवढीच अनोळखी माणसं माझ्या दारासमोर जमली होती. किती वाजले होते, माहीत नाही; पण अचानक दादरला राहणारे अमरचे चुलत भाऊ नंदू सामंत आले नि माझ्यासमोर खाली मान घालून दारात उभे राहिले. ते एकसारखे काही तरी बोलत होते, पण मला त्यांच्या बोलण्याचा संदर्भच लागत नव्हता.

जमलेल्या माणसांची चिंतातुर नजर मला अस्वस्थ करत होती. असे पाच-दहा क्षण गेले नि एकाएकी माझ्या दारासमोरची ती गर्दी नाहीशी झाली आणि भेसूर रडारड कानी आली. वरच्या मजल्यावर राहणाऱ्या सरलाबाई कांबळ्यांच्या मोठ्या मुलीचा नवरा सापडला होता म्हणे त्या गोळीबारात; त्याची डेडबॉडी ताब्यात घ्यायला माणसं चालली होती. हे असंच चाललेलं समोरच्या हॅपी कॉलनीत आणि आमच्याही बिल्डिंगमध्ये. जीव गहाण टाकून देवाची प्रार्थना करत बसलेल्या कुठल्या तरी कुटुंबात कुणी तरी ती खात्रीलायक बातमी घेऊन यायचं आणि मग दुःखाचा महाडोंब उसळायचा.

पोलीस येऊन मला काही फोटोशिवाय बुशकोटच्या चिंध्या, पेन, पाकीट असल्या चीजवस्तू एकदा दाखवून गेले. पण माझ्या नवऱ्याचं आणि मुलांचं त्यातलं काही आहे, हे मी नाकारलं; कारण ते त्यांचं नव्हतंच. कुठले तरी आयडेंटिटी कार्डचे ओळखूसुद्धा येणार नाहीत असे काळे पडलेले फोटो आणि अमरचं म्हणून आयडेंटि कार्ड मला दाखवलं. इतकं चुरगळलेलं नि फाटलेलं कार्ड अमरसारख्या व्यवस्थित माणसांचं असणं कधी तरी शक्य होतं का? मग मी ते त्याचं आहे, असं कसं मान्य करीन? नंदू सामंत आणि इतर काही माणसं मला काही सांगण्याचा प्रयत्न करत होती. मी मात्र कुणालाही बधले नाही. मी ठाम राहिले. म्हटलं, माझी पक्की खात्री पटल्याशिवाय मी कुठल्या तरी डेडबॉडीज ताब्यात घेणार नाही...

हजारो लोक ज्या वेळी दूरदर्शनला डोळे लावून हॉटेल ताजमध्ये चाललेला तमाशा बघण्यात दंग होते, तेव्हा मी आणि आमच्या अपार्टमेंटमधले लोक, तसंच माझ्या नवऱ्याच्या ऑफिसमधले त्याचे कलिग्ज आणि नंदू सामंतासारखे त्याचे काही थोडे नातेवाईक अखखी मुंबई पालथी घालत होतो. या हॉस्पिटलमधून

त्या हॉस्पिटलमध्ये भिरकवले जात होतो. मार्ग पालथे घालत होतो. बरोबरची माणसं, पोलीस सगळे जाम थकून गेले, तेव्हा नाइलाजानं मला त्यांच्याबरोबर परत फिरावं लागलं.

छिन्नविच्छिन्न अवस्थेतले देह... ओळखण्याच्या पलीकडे असलेले ते देह... त्यांचं सार्वजनिक अंत्यकर्म केलं गेलं. शांताबाईला सोबत म्हणून मीही त्या वेळी तिथे हजर होते. तिथे जमलेल्या सगळ्यांनाच वाटत असलं पाहिजे, निदान शेवटचं तरी सविस्तर असं बोलणं व्हायला पाहिजे होतं. त्या गडबडीत कुणीसं म्हणालं, खरच कौतुक आहे प्रमिला मॅडमचं. त्या धैर्यानं उभ्या आहेत... नुसत्या उभ्याच नाहीत, तर इतरांना धीर देतायत. शांताबाई यांची कोण? दोघींच्या परिस्थितीत जमीनआसमानाचा फरक. शांताबाईसुद्धा रत्नागिरीची, एवढाच एक धागा म्हटला तर दोघींना जोडणारा. मॅडमनी आपलं दु:ख बाजूला ठेवलं नि धावल्या तिला सावरायला. तेव्हा तसं म्हणणाऱ्या त्या व्यक्तीला मी हात जोडून म्हटलं, "ही वेळ फक्त स्वत:पुरतं पाहण्याची नव्हे; जसा जमेल तसा आपण एकमेकांना धीर द्यायलाच हवा." तेव्हा ती व्यक्ती डोळ्यांत पाणी आणून म्हणाली, "तुमच्यावर एवढा आघात झालाय आणि..." मी त्या व्यक्तीचं बोलणं मधेच तोडत म्हटलं, "दु:ख कुरवाळत बसण्याची ही वेळ नाही आणि आमच्यापैकी कुणालाही ते आवडायचंही नाही. त्याची गरज तरी काय आहे म्हणा!"

माझं ते उत्तर ऐकून तो माणूस माझ्याकडे बघतच बसला. मग मात्र मी कुणाला कसलंही उत्तर द्यायच्या फंदात न पडता सरळ उठून घरी आले. इथे माझ्या डोक्यावर पाणी घालायला कुणाला बोलवायचं आता? म्हणून मग मीच माझ्या हातानं डोक्यावर चार तांबे ओतून घेतले आणि चट्कन स्वयंपाकघरात कामाला लागले. आधीच किती उशीर झाला होता— भूक कुणाला चुकलीय! मुलं तर कॉलेज्यातून परत आली की, अशी भुकेजलेली असतात की जे टेबलावर करून ठेवलेलं असेल त्या अन्नावर अगदी तुटून पडतात. अमरला सगळं कसं टेस्टी नि खमंग हवं. लोखंडाची कढई घासलेली नव्हती, ती घासून घेतली मग कुळथाचं पिठलं नि भात केला. पापड भाजले, मिरच्या-सांडगे तळले. किती घरी आज चूल पेटण्याची शक्यताच नव्हती. माणसं केव्हापासून धावपळ करत होती.

सरलाबाईंची चंचल अगदी नावाप्रमाणे चंचल. तिला आपलं एकसारखं वाटायचं— आपली फिगर फारच सुंदर आहे, त्यामुळे एक ना एक दिवस आपल्याला अगदी डायरेक्ट फिल्ममधे नाही तरी निदान मॉडेल म्हणून तरी चान्स मिळणार! म्हणून मग ती सदैव मेकअप करून तयारीत असे. आजही ती त्याच तयारीनं नटून बसलेली होती. पण नेमका आज तिचा जीजा खतम झालेला, घरात नुसती रडारड चाललेली. इतकं नटून बसल्यावर आता काय करावं, हे तिला नेमकं सुचतच नव्हतं बहुधा. मी तिला चांगली ओळखून असल्यामुळे ती जेव्हा अंतराळी नजर लावून बसून राहिलेली पाहिली, तेव्हा तिला मी चांगली झापली. म्हटलं, "ही वेळ काम करण्याची आहे. तुला खरंच काम करताना कुणी पाहिलं, तरच या सगळ्यांचा उपयोग होण्याचे चान्सेस जास्त आहेत— चल माझ्या मदतीला."

तिला धरली हाताशी आणि मग जसं जमलं तसं भात-पिठलं कुणा-कुणाकडे पोचतं केलं. शांताबाईकडे मी स्वत: गेले नि समजावून सांगितलं. म्हटलं. "जगलं पाहिजे! जगात खूपच अजब आणि अतर्क्य गोष्टी घडत असतात. सार्वजनिक अंत्यविधी उरकून आलेली आपण माणसं... शास्त्रानुसार काही तरी खाल्लं हे पाहिजेच." तिला चार घास भरवले, तिच्या नवऱ्यालासुद्धा खायला लावलं नि मगच मी माझ्या घरी परत आले.

घरात अगदी मिट्ट अंधार होता. म्हटलं, रोजच्या सवयीच्या जागी वावरताना घरातल्या माणसांना नाही जड जात आणि आत्ता दिवा लावला तर नेमकं कडमडायचं कुणी तरी मग जेवणाचा सत्यानाश. त्यापेक्षा, आहे ते बरं आहे. टेबलावर पानं मांडली. पापड, सांडगे, मिरगुंड... सगळं व्यवस्थित वाढलं. आता फक्त भात वाढायचा राहिला होता. तेवढ्यात दार वाजलं आणि अनोळखी माणसं घरात आली. कुणी तरी दिवा लावला होता. ती माणसं घरात शिरल्यानंतर लक्षात आलं, दार बंद करायचं राहिलं. इलाज नव्हता; पानावरून उठावंच लागलं.

घरात शिरलेल्या त्या अनोळखी माणसातली एकच व्यक्ती ओळखीची होती, ती व्यक्ती म्हणजे मिसेस पाटील. त्यांनी एकदा जेवणाच्या टेबलाकडे पाहिलं नि त्यांचे डोळे एकाएकी भरून आले. त्यांनी एकदम मला मिठीच मारली आणि त्या रडायला लागल्या. मग मीच त्यांचे डोळे पुसले. तेव्हा त्या रडक्या आवाजात मला म्हणाल्या, "खरंच सहन करण्याच्या पलीकडचं आहे हे. या

डॉक्टर गोखले! त्या मुद्दाम आल्यात तुला भेटायला—'' मी त्या अनोळखी बाईकडे बघत होते, पण ती बाई मात्र टेबलावर मांडलेल्या आमच्या पानांकडे बघत होती...

आत आता आलेल्या त्या अनोळखी माणसांच्या डोळ्यांतही पाणी होतं. त्यांच्यापैकी एक जण पट्कन माझा हात हातात घेत म्हणाले, ''माझंही असंच झालं. रोजच्या सवयीनं तिची वाट पाहत मीही केव्हाचा खोळंबलो होतो. ही अशीच टेबलावर दोघांची ताटं मांडलेली होती आणि...'' पुरुषासारखा पुरुष तो— पण अचानक हुंदके देऊन आपला रडायलाच लागला. डोळ्यांतून येणारं पाणी त्याला आवरताच येईना. तशी डॉक्टर म्हणवणाऱ्या त्या बाई एकदम पुढे झाल्या नि म्हणाल्या, ''खूप अवघड आहे हे, तरी परमार सर तुम्हाला सावरायला हवं. एकमेकांना मदत करत मार्ग काढायला हवा.''

मला समजत नव्हतं— ही मंडळी माझ्या घरात येऊन, तेसुद्धा इतक्या अवेळी येऊन— हे असलं काय बोलतायत? ज्यांना गरज आहे, त्यांना जा नं मदत करायला! मी त्यांना तसं सुचवणारही होते, एवढ्यात मिसेस पाटील डॉक्टर गोखल्यांकडे बघत म्हणाल्या, ''एकटेपण अगदी खायला उठलं असेल तिला. तिचे नातेवाईक कोणी आले नाहीत अजून—'' आणि मग माझ्या खांद्यावर हात ठेवत त्या मला म्हणाल्या, ''मी राहते इथे आजची रात्र सोबत म्हणून.''

क्षणात माझ्या खांद्यावरचा त्यांचा हात मी दूर केला. हा काय आचरटपणा चालला होता या मंडळींचा? हे सगळं आता मात्र माझ्या सहनशक्तीपलीकडे जात चाललं होतं आणि सगळ्यात भयंकर म्हणजे, मला आता कुठल्याही क्षणी रडू कोसळेल की काय, अशी भीती वाटायला लागली होती आणि भरल्या घरात वाटेल तेव्हा रडायच नसतं, हे मला माहीत होतं. म्हणून मग मी अत्यंत ठामपणे म्हटलं, ''माझं मी मॅनेज करीन; माझ्यापेक्षा जे जास्त गरजू आहेत, त्यांच्याकडे लक्ष केंद्रित करा. आपल्याच घरात कसलं आलंय एकटेपण! इथली प्रत्येक वस्तू... या घराच्या भिंती, ही दारं, हे पडदे, या खिडक्या... अगदी सगळं आहे माझ्या सोबत. या रडणाऱ्या पुरुषाला वाटलं तर सोबत करा तुम्ही. टेबलावरचं जेवण गार होतंय उगाचच... तुमची जेवणं नसली झाली तर बसा जेवायला.''

मिसेस पाटलांची नजर टेबलावर मांडलेल्या ताटांकडे वळली तशा त्या मागे सरल्या आणि त्यांनी घाबरून डॉक्टरांकडे पाहिलं. डॉक्टर गोखले हलकेच पुटपुटल्या, ''शी इज स्टिल इन अ शॉक!'' आणि मग माझ्या हातावर चार

गोळ्या ठेवत त्या म्हणाल्या, ''खूप भूक लागली असेल ना, पण आता कुणाचीही जास्त वाट पाहू नकोस. सरळ जेवून घे नि मग या गोळ्या घे, म्हणजे डोकं शांत होईल आणि तुला थोडा तरी आराम मिळेल.'' बोलता-बोलता त्यांनी मला जवळ घेतलं नि त्या माझ्या पाठीवरून हात फिरवू लागल्या. त्यांच्या त्या स्पर्शानं एकदम रडू येईल, अशी भीती मला पुन्हा वाटायला लागली. म्हणून मग मी त्यांच्यापासून घाईघाईनं दूर झाले नि म्हटलं, ''धन्यवाद! तुम्ही आपणहून इथवर आलात नि...'' आपोआप माझ्या तोंडातून एक कडकडीत जांभई बाहेर पडली.

ही मात्रा बरोबर लागू पडली होती. ते सगळे एकदम दाराकडे वळाले. दारातून बाहेर पडताना मघाशी डोळ्यांतलं पाणी आवरू न शकलेला तो धिप्पाड माणूस मला अगदी हलक्या आवाजात म्हणाला, ''मी डॉक्टर परमार. विल्सनला सायकॉलॉजी शिकवतो. मीही होरपळलोय या गोळीबारात. आपण समदु:खी. तेव्हा येईन पुन्हा भेटायला.''

मंडळी निघून गेली. आता मात्र आठवणीनं दार लावून घेतलं. ते तसं लावता-लावता माझ्या तोंडून पट्कन बाहेर पडलं, काय बावळट माणूस आहे! म्हणे, आपण समदु:खी! हं! माझं घर भरलेलं आहे आणि आम्ही पूर्ण सुखात आहोत. दुसऱ्या क्षणी डॉक्टर गोखल्यांनी माझ्या हातावर ठेवलेल्या गोळ्या दिल्या केराच्या टोपलीत भिरकावून नि बसले जेवायला. जेवताना सगळं कसं शांत होतं. मनात आलं— खरी भूक लागली की, हे असंच होतं. हाता-तोंडाची गाठ घालताना कुणाला सुचतच नाही बोलायला! इतका उशीर झालेला— साहजिकच आहे.

उरलेल्या अन्नाची झाकपाक करताना वाटलं— आज जरा जास्तच उरलं. असू दे, आता उद्या न्याहारीला फोडणीचा भात सगळ्यांना. मी तसं जाहीर करून टाकलं नि म्हटलं, ''आता झोपा जरा स्वस्थ. उशीर झालाय...'' दिवा बंद करून पलंगावर आडवी झाले नि डोळे मिटून घेतले. खोलीतला वाढता अंधार... त्यात मिसळत चाललेले बोलण्याचे आवाज... किती बडबड करतात ही सगळी! दिवसभर बाहेर असतात, तरी दमत कशी नाहीत? हे असलंच माझ्या मनात रात्रभर काहीबाही चाललेलं. बाहेर चांगलं फटफटलं, तेव्हा उठले नि लागले कामाला.

- - - -

कित्येक तास चाललेलं ताज हॉटेलमधलं नाट्य संपलं नि मीडिया

आमच्याकडे वळाली. पंधरा मिनिटांत येणार टीव्हीवाले म्हटल्यावर बिल्डिंगमधल्या अनेकांची भलतीच धावपळ सुरू झाली. चंचलला तर काय करू नि काय नकोसं झालेलं... ती त्याच धुनकीत धावत माझ्या घरात शिरली नि म्हणाली, "प्रमिला आंटी, तुझी वो मरून कलर साडी लई चोक्कस दिसेल नै? आनि परवा अंकलनं आनलेले झुमके पन येकदम खास हाँ! दोनी पन देते का घालायला?"... या बयेला धड मराठीत बोलायला काय धाड भरते, देव जाणे! मधेच हिंदी-गुज्जू एकत्र करून बोलत सुटते. तिला वाटतं, असं बोलणं म्हणजे एकदम स्मार्ट असतं. आत्तासुद्धा तिचं आपलं चालूच होतं, "कॅमेऱ्यापुढं लई शायनिंग नाय पन... पन थोडं स्मार्ट देखना मंगता भिडू! प्लीज, मंग त्ये दोनी पन आइटम्स दे हाँ! आनी प्रमिला आंटी, घुस्सा नको करू! पन मला वाटते, ते लोक तुजापन इंटरव्ह्यू घेनार. काय मेकप-बिकप करत न्हाइस तं निदान तोंड धून तरी रेडी ऱ्हा... लई पब्लिक बघनार तुला!" आपले मिचमिचे डोळे जास्तीत जास्त मोठे करून बोलण्याचा प्रयत्न ती करू लागली, तेव्हा मात्र मला तिची कीव आली. किती बेताच्या अकलेची मुलगी ही? आपल्या भावना कधी नि कुणापुढे उघड्या कराव्यात; कधी कळणार हिला? मी तिला हवी होती ती साडी आणि झुमके नाहीच दिले. अमरच्या वाढदिवसाची पार्टी व्हायची होती, तेव्हा नसते का लागले ते मला? कसं अगदी काहीसुद्धा कळत नाही या मुलीला!

खरोखरच तासाभरात दूरदर्शनवाले आले. मुलाखत घेणारी सजला गोखले सुरुवातीलाच एकदम भावनांना हात घालत म्हणाली, "अतिरेक्यांनी खरोखर किती नि कसं नुकसान केलंय... किती माणसं आयुष्यातून उठलीयत याची मोजदाद करणं खरंच अशक्य आहे, तरी हा एक आरसा दूरदर्शनच्या प्रेक्षकांसाठी— नि तिनं मुलाखती घ्यायला सुरुवात केली. लाईव्ह टेलिकास्ट होता म्हणे तो.

अत्यंत अधीर झालेली चंचला आपणहून कॅमेरासमोर आली, पण तिला काही म्हटल्या काही सुचलंच नाही. ती आपली नुसती म्हणत राहिली, "लई वाईट... लई वाईट लोक त्ये—" आणि मग तिनं आपला डोळ्यांना पदरच लावला. तेव्हा मग सजलानं एकदम चंपीलाच फोकसमधे घेतली तेव्हा चंपा हलकेच कॅमेरामनला म्हणाली, "तिनं अजून भोगलं नै ना, म्हणून!" आणि मग ती बोलायला लागली. भरभरून बोलताना तिच्या डोळ्यांत एक दोन वेळा पाणी आलं खरं, पण तशी व्यवस्थित बोलली. तिनं सरळ-सरळ म्हटलं, "ज्या मुडद्यांनी बंदूक चालवली, त्यांच्या नातेवाइकांना त्यांच्या समोर गोळ्या घालून ठार करा, मंजी मंग नवा कुनी पुन्न्यांदा आसा गोलीबार करताना सापडायचा नाय."

एरवी कधी मान वर करूनसुद्धा न बघणारी ही मुलगी एवढं घडाघडा बोलली की, असले इंटरव्ह्यू कंडक्ट करण्याचा अनुभव असलेल्या सजलाचे डोळेसुद्धा त्या वेळी पाणावले. कुणी तरी कुजबुजत होतं, एकदा वास्तव स्वीकारलं की हे असं असतं— नवरा मेला, त्यापेक्षा ज्या क्रूर पद्धतीनं त्याला मारलं, ते तिला जास्त लागलंय.

शांताबाईची परिस्थिती खूपच वेगळी होती. एकसारखी ती दोघं एकच पालुपद लावून बसली होती. ''जवान पोरं... आजकालचा जमाना... जीव रमवत असतील हितं-तिथं, जातात कुठं! आज ना उद्या येतील घरला...'' आणि असंच बरंच काही. ती इतकं असंबद्ध बोलत होती की, शेवटी त्यांच्यासाठी मीच बोलले. म्हटल ''यांना ताबडतोब मदत मिळाली पाहिजे. अक्षरश: त्यांची चूलच खोळंबलीय!'' माझी ती मुलाखत अनेक जणांना आवडली. किती तरी जणांनी माझं कौतुक केलं. माझं धैर्य, माझा नि:स्वार्थपणा वाखाणण्यात आला होता.

त्यानंतर एक पर्वच सुरू झालं. 'त्या' घटनेनंतर डिप्रेशनमधे गेलेल्या अनेक जणांना डॉक्टर गोखले माझं उदाहरण द्यायला लागल्या. म्हणायला लागल्या, ''बघा, प्रमिला कशी धैर्यानं उभी राहिलीय. त्यामुळेच आज ती आमच्या गटाची आघाडीची मदतनीस बनलीय.''

एक दिवस त्या माझ्याकडे आल्या नि म्हणाल्या, ''ती शांताबाई आणि तिचा नवरा— भलतीच प्रॉब्लेम केस होऊन बसलीय. त्यांच्यासाठी खटपट न करता मदत मंजूर झाली म्हणून मी त्यांना सांगायला गेले. मुलं नुकतीच गेलेली त्यांची... त्या फॉर्मकडे पाहिल्यावर त्यांच्या दु:खावरची खपली निघेल, म्हणून मी फार जपून अन् हळुवारपणे बोलत होते. मुलांचे वारस म्हणून तुम्ही फक्त या फॉर्मवर सही करा, सही येत नसली तर अंगठासुद्धा चालेल. परिस्थितीचं भान यावं म्हणून बराच वेळ समजावत राहिले. पण त्यांच्यावर मात्र शून्य परिणाम होता. त्यांनी त्या फॉर्मकडे साधं पाहिलंही नाही. माझ्याशी चकार शब्दही न बोलता ती दोघं घराबाहेर पडली आपली.

मग आमचा नाइलाजच झाला, म्हणून शेवटी त्यांच्याकडून मुकाट्यानं बाहेर पडलो. पण मग त्यांना मंजूर झालेली मदत त्यांच्यापर्यंत पोचवणार तरी कशी? म्हणून मग दोन दिवसांनी कार्यकर्ते गेले शांताबाईकडे, तर त्या बाईनी शिव्या देऊन त्यांना हाकलूनच काढलं. दोघंही भयंकर हट्टी आहेत. कुणाचं काही म्हटल्या काही ऐकूनच घ्यायला तयार नाहीत. आता सांग— या जोडप्याला मदत कशी पोचवायची? प्रमिला, तू जाशील त्यांच्या घरी नि या फॉर्मवर घेऊन

येशील सही?''

ते ऐकलं नि मी एकदम दचकलेच. मला अशी दचकलेली पाहून त्या म्हणाल्या, ''तू त्यांची गाववाली. शिवाय त्या दिवशीच्या त्या अंत्यसंस्काराच्या वेळी तू तिथे होतीस. तूच त्यांची समजूत घातलीस त्या वेळी, हे सगळं मला माहीत आहे. शिवाय तू त्यांना सांगितलेलं जसं पटेल तसं आम्ही सांगितलेलं नाही पटायचं. कारण या घटनेत आमचं प्रत्यक्ष असं कुठे कोण गेलंय! तेव्हा नाही म्हणू नकोस. तू जा त्यांच्याकडे. ते फक्त तुझंच ऐकतील.''

मी 'बरं' म्हटलं नि त्यांना वाटेला लावलं. माझा स्वत:चाच जीव नव्हता थाऱ्यावर. अमर माझ्यापासून खूपच दूर गेलाय, असा मला संशय यायला लागला होता. कारण त्याचं ते घरी उशिरा येणं नि गुपचूप राहणं सहन करण्यापलीकडचं होतं. आमच्यातला तो प्रेमाचा धागा तुटल्यासारखाच झाला होता जणू.

विचार करता-करता लग्नाला खूप वर्षं झाली की दोघांतली ओढ कमी होते आणि सारं शिळं वाटायला लागतं, असं काहीसं कुठल्या तरी लेखात वाचल्याचं मला आठवलं. त्या लेखात पुढे असंही म्हंटलं होतं का, 'पुन्हा तुमच्या दोघांत तेच लग्नापूर्वीचं सगळं असावं, असं तुम्हाला वाटत असेल; तर धक्का तंत्राचा वापर करा. आपल्या पार्टनरला अचानक भेटलंसं भासवून अगदी पूर्वीसारखं एकत्र फिरणं, मग छानसं डिनर— असं काही तरी पूर्वीसारखं फक्त दोघांचं जग असल्यासारखं करा. आणि त्या भेटीच्या वेळी उगाच आंबल्यासारखं काय नेहमीचाच तर आहे नवरा, मग कशाला हवा मेकअप आणि नटण्या-मुरडण्याची भानगड!— असं म्हणत भाजीपाला आणायला जायला निघाल्याच्या थाटात सेलिब्रेशनला जायचा गैदीपणा करू नका. तुम्ही तुमच्या प्रियकराला भेटायला जाताय, त्याला तुम्ही आकर्षक आणि अगदी टवटवीत दिसल्या पाहिजेत! बघा मग प्रयोग करून आणि यश आलं तर हे गुपित फक्त आपल्या खास मैत्रिणीलाच सांगा; बरं का!'

विचार पक्का झाला तशी मी घड्याळात पाहिलं. अमर ऑफिसमधून बाहेर पडून बसस्टॉपपर्यंत यायला तब्बल दोन तास होते. मग मी तयारीला लागले. छान सलवार-कमीज घातला आणि आरशासमोर जाऊन उभी राहिले. या कपड्यांत मी चांगली पाच वर्षांनी तरी लहान दिसत होते. पुन्हा जरा निरखून पाहिलं, तर या स्लीव्हलेस कुडत्यामधून केवढे तरी जाड दंड दिसत होते. मग मी जरा मागे वळून पाहिलं, तर ढुंगणसुद्धा जास्तच सुटलेलं दिसत होतं! वजन

इतक्या भसाभसा कधी वाढलं; लक्षातच आलं नाही कधी. मला माझीच शरम वाटली. पट्कन तो ड्रेस काढला नि सगळीकडून बहरलेला देह शिताफीनं झाकणारी साडी नेसले. सुंदरशी लेमन कलरची मोठमोठ्या ऑरेंज कलरच्या फुलांचं डिझाइन असलेली सुरेख झुळझुळीत साडी. गळ्यात छान मोत्यांची माळ घातली— अगदी लग्नापूर्वी त्याला भेटायला जाताना घालायची, तशी. ही माळ घातली की, अमर नेहमी विनोद करायचा. म्हणायचा, ''माझी नजर नेमक्या पत्त्यावर पोचण्यासाठी तू ही व्यवस्था केलेली माझ्या आलीय लक्षात!'' त्या आठवणीनं आत्ताही मला हसू आलं आणि माझा उत्साहसुद्धा वाढला. मग थोडा मेकअपही केला. कानांत ते नवीन आणलेले झुमकेही घातले आणि पुन्हा त्या आरशाची साक्ष काढण्यासाठी त्याच्यासमोर जाऊन उभी राहिले. नसेन वयाच्या मानानं लहान दिसत, तरीही सुखाची तृप्ती ल्यायलेली-भरलेली अनुभवी बाई म्हणजे एक्सपर्ट पार्टनर— सुखाच्या राशीवर लीलया घेऊन जाणारी याची खात्रीच! मी अगदी तशीच सुखाची साय धरलेली एकदम मस्त बाई दिसत होते. मनोमन म्हटलं, आज तरी राजेश्री खूश होऊ देत आणि पुन्हा पूर्वीचं ते ओढ लावणारं आयुष्य सुरू होऊ दे.

चट्कन घरातून बाहेर पडले. वरच्या मजल्यावरच्या मिसेस पाटील डोकावून बघत होत्या. त्यांनी नाक मुरडलेलं मी पाहिलं, पण तिकडं दुर्लक्ष करून चालू लागले. शेवटी माझं घर सुधारायला त्या थोडीचं मदत करणार होत्या? अमर आणि मी— आमच्यात निर्माण झालेला गैरसमज असो किंवा एकमेकांचा एकमेकांना आलेला कंटाळा असो; तो आमचा आम्हीच नको का दूर करायला?

नशीब जोरावर होतं म्हणून सचिवालयाला जाणारी बस लगेच मिळाली. अलीकडे अमर कटाक्षानं लोकल टाळत असे. साहजिकच होतं ते. त्यामुळे तो ज्या बसनं घरी यायचा, त्या बसस्टॉपवर बसमधून उतरल्याबरोबर जाऊन उभी राहिले. घड्याळात पाहिलं. ऑफिस सुटायची वेळ झालीच होती. समोरून अबोलीची फुलं नि मोगरीच्या कळ्या एकत्र गुंफलेले वळेसर घेऊन एक मुलगी चालली होती. एकदम आठवलं, हा धुंद करणारा वास अमरला तर एकदम चेतवूनच सोडायचा. पट्कन दोन वळेसर घेतले आणि माळले तिथल्या तिथे केसांत. त्या वासानं मला स्वत:लासुद्धा किती रोमँटिक वाटायला लागलं होतं!

एक बस आली नि गेली. मी आपली बसस्टॉपवर उभीच होते. दुसरी... मग तिसरी... मग मी बसेसकडे बघायचं सोडूनच दिलं. हा अजून कसा येत नाही; मला समजत नव्हतं. रस्त्यावरची गर्दी वाढायला लागली होती. दिवेलागण

झाली. सगळीकडे जाहिरातींचे निऑन साइनमधले बोर्ड चमचमायला लागले. एकदा वाटलं, एव्हाना मुलं घरी आली असतील आणि आपण घरात नाही, रागावली असतील का ती? पण आजकाल ती तरी कुठे वेळेवर घरी येतात! त्यांचे ते कसले कसले क्लास नि मित्रांच्या टोळक्यातल्या गप्पा संपतील तेव्हा त्यांना घराची आठवण व्हायची आणि आपण मात्र या लोकांची डोळ्यांत अगदी प्राण आणून वाट पाहत असतो— तेही अगदी रोजच्या रोज. बरं झालं; आज समजेल दोघांनाही, वाट बघायला लागली की किती कंटाळा येतो ते! नेमकं आज घरातही काही खायला करून ठेवलेलं नाही. इकडे येण्याच्या नादात राहिलं खरं. बरं झालं. एक प्रकारे चांगली अद्दल घडेल दोघांनाही. त्यामुळे उद्यापासून चट वेळेवर येतील घरी.

अरे, हा पाठमोरा अमर असा कुठे चाललाय? तीच ती त्याच्या नेहमीच्या वापरातली निळी गॅबर्डिनची पँट आणि फिकट निळा मॅनिला घातलाय त्यानं... किती रुबाबदार दिसतोय पाठमोरा असूनही. आपण आपल्या मुलांच्या विचारात गर्क, त्यामुळे तो शेजारी येऊन उभा राहिलेला कळलापण नाही आपल्याला! आपण तशा पहिल्यापासून जरा वेंधळ्याच. त्यानं आपल्याला नक्कीच खुणावलं असणार "ये म्हणून!" भलताच रोमँटिक मूड दिसतोय स्वारीचा.

मग मी मंत्र टाकल्यासारखी त्याच्यामागे चालायला लागले. मला एक समजत नव्हतं लग्नाच्या बायकोबरोबर चालायला एवढं काय लाजायचं? तो एका गल्लीत शिरला नि त्यानं टॅक्सीला हात करून थांबवलं. मग स्वत: आत जाऊन बसला नि त्यानं टॅक्सीचं दार उघडं ठेवलं. मला जरा रागच आला. ही काय वागण्याची रीत झाली? मी इतकी छान नटून-थटून आलेली... कौतुकाचा एक साधा कटाक्षही नाही टाकलान् ह्यानं! मग पूर्वीसारखं काही रोमँटिक बोलणं तर दूरच राहिलं. मन कुरकुरलं. हा पूर्वी असा नव्हता. पुळणीवर भेट झाली की, आधी मिठीत घेणार, चुंबनं घेऊन बेजार करणार... आणि कौतुक तर इतकं करेल की, त्या कौतुकातच गुदमरून जायला व्हायचं. कुठे हरवला तो माझा अमर?

"ए... ज्यादा नखरे मत दिखा. इतनी दूर तक पीछे पीछे आयी और अब क्यों नहीं बैठती अंदर?"

अरे! हा कोण इसम? हा माझा हात का ओढतोय? तो देखील इतक्या निर्दयपणानं?

"ए लौंडी, अब मुझे पागल बनाकर तू नहीं जा सकती. बोल कितना

पैसा चाहिये तुझे?'' आणि... आणि त्यानं त्याच्या त्या गॅबर्डिनच्या पँटची झिप खाली खेचली नि म्हणाला, ''देख, सब कुछ है मेरे पास— अब ज्यादा नखरे मत दिखा.''

त्याची हातावरची पकड भलतीच घट्ट होती. मी फसले होते. मी काय अशी-तशी बाई थोडीच होते? आता माझ्या डोळ्यांत पाणी होतं. मी पट्कन म्हटलं, ''भाइसाब, कुछ गलतफैमी हुई है।'' आपले पान खाऊन रंगलेले दात दाखवत त्यानं जी काही शिवी हासडली, ती ऐकली नि त्या क्षणी वाटलं— शरमेनं तिथल्या तिथे मेले असते, तर बरं झालं असतं! अंगातली सगळी ताकद एकवटून त्याच्या हातातून स्वत:ची सुटका करून घेतली नि अक्षरश: धावत सुटले.

रात्र भलतीच गडद झाली होती. टॅक्सीला हात केला, तर एकही टॅक्सी थांबायला म्हणून तयार नव्हती. मग भराभर चालायला सुरुवात केली, तर ओळखीचा आवाज आला, म्हणून मागे वळून पाहिलं— तर शांताबाई नि तिचा नवरा येत होते माझ्यामागून! मी मागे वळून पाहिलं, माझ्याकडे बघून आधी शांताबाई म्हणाली, ''ताई, तुलाबी गुंगारा दिला ना तुझ्या पोरांनी? आमची बी पोरं डोळ्यांसमोर पशार झाली बघ. काय नाद लागलाय समजंना झालंय गं अगदी. पन तू अशी पावसानं सपाटून झोडपलेल्या केळीगत का दिसती गं?''

मी त्यांच्याशी बोलण्याच्या मन:स्थितीत नव्हते. मला धड श्वासही घेता येत नव्हता. मी मग कसंबसं हां-हूं केलं नि सटकले पुढे आणि पुन्हा टॅक्सीला हात केला, तर या वेळी नशीब बलवत्तर होतं. टॅक्सी मिळाली. दाराचं कुलूप काढत असताना जाणवत होतं— पाटीलबाई आणि इतरही कुणी कुणी बघत होती माझ्याकडे भलत्याच चमत्कारिक नजरेनं. घरात शिरले नि धाय मोकलून रडले. म्हटलं, तुम्ही मंडळींनी अगदी फोन करून त्या दिवशी कळवलंत वाढदिवसाचं घरीच जेवायचंय आणि तुम्ही येताय म्हणून. तुम्ही येता, मला दिसता, पूर्वीसारखी बडबड करता; पण तरीही अन्न एवढं का शिल्लक राहतं? पूर्वीसारखं घर पण भरलेलं का वाटत नाही? आज तर माझी अक्षम्य अशी चूक झालीय. पण त्या गलिच्छ माणसाच्या नुसत्या स्पर्शानं मला पुरेपूर शिक्षा मिळालीय. तेव्हा आता माझ्यावर राग धरू नका आणि आता अगदी पहिल्यासारखं छान, हसरंखेळतं घर होऊ द्या.

मग मी मोरीत गेले नि त्या माणसाचा स्पर्श झाला होता, तो हात दहा वेळा चांगला खसखसा घासून धुतला आणि मग गादीवर जाऊन पडले. इतकी

थकले होते की, कधी गाढ झोप लागली, ते कळलंच नाही. सकाळी उठायला जरा उशीरच झाला होता, तरीही पटपट सगळी कामं उरकली. डोकं जाम दुखायला लागलं होतं, म्हणून मग दुपारी जरा पडले आणि झोपून उठल्यावर छान गरम चहा पोटात ढकलला. आता डोकं जागेवर आलं होतं.

मग फोन करून मी डॉक्टर गोखल्यांना म्हटलं, ''ती बाई फारच अपमान करते. मी नाही जाणार तिच्याकडे.'' तेव्हा शांतपणे त्या म्हणाल्या, ''असं म्हणून चालणार नाही. त्या दोघांनी आपला हट्ट असाच चालू ठेवला, तर एक दिवस असा येईल की, त्यांना खरंच रस्त्यावर भीक मागायला यावं लागेल. पण आपण ही परिस्थिती टाळू शकतो. म्हणून म्हणते, ही वेळ अपमान वगैरे भावनांना थारा देण्याची नाही. त्यातून तुझ्यासारखीनं तर असं मुळीच मनात आणता कामा नये. तुझं उदाहरण आम्ही किती ठिकाणी मोठ्या अभिमानाने देत असतो. तूच अशी मागे हटलीस, तर कसं व्हायचं! शिवाय जाताना एकटी जाऊ नकोस; आपले चार कार्यकर्ते घेऊन जा. वाटलं, तर परमार सरसुद्धा येतील तुझ्याबरोबर.''

थोड्या दिवसांनी त्यांनी खरोखरच इतर कार्यकर्त्यांबरोबर मला शांताबाईकडे पिटाळलं, म्हणून मी त्या झोपडपट्टीत शिरले. शांताबाईच्या घराजवळ आम्ही आलो, तर घरातून गोड्या पाण्यातल्या अगदी स्वतात मिळणाऱ्या मासळीचा वास येत होता. अस्सल कोकणी उपाशी मरेल, पण असलं कदान्न कधीही खाणार नाही. नाकाला रुमाल लावून आम्ही शांताबाईच्या झोपडीत शिरलो. आम्हाला आत आलेलं बघताच पट्‌कन तिनं ते सगळं झाकलं. या खेपेला घरातला रॉकेलचा स्टोव्हदेखील नाहीसा झाला होता. त्याची जागा भुश्श्याच्या शेगडीनं घेतली होती. आता तर दैन्य अगदीच उघडं पडलं होतं.

''गरिबाचं मोठं अवघड असतं सगळंच!'' कुणी तरी पुटपुटलं. काही एका निश्चयानं मी पुढे सरसावले नि तिथे ठिय्याच मारून बसले. मला तशी ठिय्या मारून बसलेली बघताच शांताबाईनं सुरू केलं, ''काय सांगायचं ताई, आजकाल पोरांच्या लई मिजाशी झाल्यात. आता बगा ना कालवनात थोडंसं मीठ जास्त झालं, तर ग्येली की रागवून. आता ह्ये येवढं थोरलं केल्यालं खानार कोन! हाय का नाय पंचाईत? पोरं ग्येलीत डोक्यात राख घालून. म्हनं— त्यान्‌ला तिस्त्याचंच कालवन हावं! म्या काय करनार न्हायी, असा बोलल्यालो नाय. येतीन् चट. जातात कुटं? हाय का नाय ताई! तुजी बी पोरं तरनी. घालत आसतीन आशीच डोचक्यात राख. अन्न लई वाया जातं. हाय की नी! लई

काटाकालजीनं वाढवलंय आपन त्यांना... आपली लेकरं चांगली घट हायेत आपल्या आई-बाचं बघाया...''

आम्ही दोघी एकमेकींना मिठी मारून रडायला लागलो. ''खरं गं खरं! या मुंबैनं अगदी घात क्येला.'' आम्ही दोघी एका सुरात म्हणालो तसे कार्यकर्ते आपले टकामका बघायलाच लागले. थोडं सावरल्यावर शांताबाई नि तिचा नवरा दोघं मिळून परिस्थिती अजूनही कशी त्यांच्या आवाक्यात आहे हे तिथे असलेल्या सगळ्यांनाच पटवत राहिली. वाक्या-वाक्यागणिक माझ्याकडे बघत म्हणू लागली, ''व्हय का नाय ताई? इतक्या काटाकालजीनं वाढावल्याली आमची ल्येकरं परत यायालाच होवीत. हाय का नाय ताई?'' जेव्हा जेव्हा त्यांनी माझी साक्ष काढली, त्या त्या वेळी मी हसून मान डोलवत राहिले...

आणि एका क्षणी मी बोलून बसले, ''चार दिडक्यांसाठी त्या दीडदमडीच्या फडतूस कागदावर... कोनच्या द्येवानं सांगितलं... छ्या... छ्या''... माझं वाक्य पुरं व्हायच्या आत कुणी तरी एकदम ओरडलं ''ताईऽऽ काय बोलताय? आपण कशासाठी आलोय इथे?'' मी त्या कार्यकर्त्याकडे हसून बघत वाक्य पूर्ण केलं... ''मुंबैनं मला तुमच्यासारखं बोलायला... खायला... ल्यायला शिकीवलं म्हणून काय झालं, मी खरं तर कुणबीण! मी शाप सांगते— आमचं दोघींचं सगलं सारकंच हाय. जीव जगवायचा तं इपरीत परिस्थितीत वायला विचार करायला होवा. खरं ना शांताबाय?'' मी या दोघांकडे बघत म्हटलं तशी त्या दोघांनी माना डोलावल्या.

—आणि मग फॉर्म तिथेच सोडून आम्ही झपकन तिथून बाहेर पडलो. सगळी भलती खूष होती माझ्यावर. शांताबाईला जिंकण्यासाठी म्हणून केवळ मी तिच्या गळ्यात पडून रडले. नाही तरी ती झोपडपट्टीत राहणारी बाई कुठे आणि माझी पोझिशन काय! एका जातीच्या असलो म्हणून काय झालं? सगळी म्हणत राहिली— ''याला म्हणतात झोकून देऊन कार्य करणं!'' परमारसरांनी सुद्धा सर्टिफिकेट दिलं!

या वेळची भेट बरीच शांततेत पार पडली. शांताबाईनं शिव्या घातल्या नव्हत्या आणि आम्ही तिथे फॉर्मही ठेवून आलो होतो. त्यामुळेच या खेपेला आपलं प्यादं एक घर का होईना पुढे सरकलं असं सगळ्यांना वाटत होतं. अर्थात परमार सर जेव्हा अगदी तोंड पाडुन म्हणाले की, ''मला परिस्थिती गंभीर वाटते.'' तेव्हा कुणी त्यांच्याकडे लक्षसुद्धा दिलं नाही.

डॉक्टर गोखल्यांना हे सगळं सांगितलं, तेव्हा त्या म्हणाल्या, ''प्रमिला,

कुणाचंही अगदी जवळचं माणूस असं अचानक जातं ना, तेव्हा तो एक प्रचंड शॉक असतो. त्यातून बाहेर पडताना अनेक स्टेजेस पार करतात माणसं. अनेकदा या धक्क्याची पहिली प्रतिक्रिया म्हणून काही जण प्राप्त परिस्थितीच नाकारतात. आपलं माणूस गेलेलंच नाही, असं समजतात आणि मग जगाला फसवत राहतात. सत्य समोर आणणारी परिस्थिती किंवा माणसं अशा सगळ्यांपासून ती सतत पळ काढत राहतात. इट इज अ स्टेज ऑफ कम्पलीट डिनायल. शांताबाई आणि तिचा नवरा अजूनही या स्थितीतून बाहेर यायचंच नाकारतायत आणि म्हणून त्यांना तो फॉर्म अगदी डोळ्यांसमोरसुद्धा नको आहे. याउलट काही जण रडतात, इतरांबरोबर आपले दुःख शेअर करतात आणि मग सत्य स्वीकारून परिस्थितीशी समझोता करून ती जेव्हा आपला मार्ग पुढे चालू लागतात; तेव्हा आम्ही समजतो यांनी दुःखासोबत चालायचं मान्य केलंय. सरलाबाईंच्या मोठ्या मुलीनं आता त्यांच्या घरच्या धंद्यात लक्ष घालायला सुरुवात केलीय. हळूहळू ती नीट जगायलाही शिकेल. आता तुझंच बघ ना— ती घटना घडली, त्या दिवशी रात्री तू टेबलवर जेवणासाठी चार पानं मांडली होतीस. तुझी माणसं या जगात नाहीत, हे तू स्वीकारलं नव्हतंस... पण मग किती पट्कन तू परिस्थिती स्वीकारलीस. तू तुझं आयुष्य पुढे न्यायला समर्थ आहेस, हे तू अनेक प्रकारे दाखवून दिलंस. मला वाटतं, तरीसुद्धा तूदेखील फॉर्म भरून द्यावास. महागाई फार झपाट्यानं वाढतेय; शिवाय तू नोकरीसुद्धा करत नाहीस. तू फार ठामपणे मदत नाकारलीस; पण मला वाटतं, तूसुद्धा पुन्हा विचार करावास.'' त्यांच्या त्या सूचनेवर मी फक्त हसले नि त्यांच्या ऑफिसमधून बाहेर पडले. त्यानंतर माझं पुन्हा तिथे जाणंच झालं नाही.

घरातच किती कामं असायची! मुलं एवढी मोठी झाली तरी त्यांचे कपडे किती मळतात... बुशकोटांच्या कॉलरी, जीन पॅन्टस, टी-शर्टससुद्धा जाम मळवून आणतात. अमरना घाम खूप येतो. त्यामुळे त्यांच्या शर्टच्या कॉलरी, शर्टच्या बाह्यांच्या कडा खूप घासाव्या लागतात. आणि अमर! आमच्या लग्नाला आता वीस वर्षं झाली की! तरी पहिल्या रात्रीसारखा त्याचा उत्साह अजून कायम आहे. एकही रात्र कोरडी म्हणून जात नाही आणि त्याला घाईसुद्धा किती होते! मग होते फजिती... सांडतं सगळं वीर्य चादरीवरच! मग चादर धुवायची आपली; आपण कोरडच राहिलो असलो तरी! हल्ली तर हे अगदी वारंवार होऊ लागलंय. आजही एक नाही, तर चांगल्या दोन चादरी धुवायला काढाव्या लागल्या. त्या दिवशी सगळे कपडे स्वच्छ धुऊन नुकतेच वाळत टाकले होते, तर अचानक

परमार आले नि त्या चकाचक धुतलेल्या कपड्यांकडे बघतच बसले. मग माझ्याकडे बघून म्हणाले, "अशी कशी दिसू शकतेस तू? संग अपुरा राहिलेल्या बाईसारखी... विस्कटलेली, अतृप्त..." अचानक त्यांच्या डोळ्यांत आपलं पाणीच आलं. एकदम म्हणाले, "आपापल्या परीनं आपण दोघं तशी एकटीच आहोत आणि भोगतोही आहोत... पण ते काही खरं नाही. मला हे एकटेपण आता सोसत नाहीये... प्रमिला, यातून बाहेर पड... आपण एकत्र येऊ आणि आपलं दुःख... आणि... आणि सगळंच वाटून घेऊ."

अत्यंत भावुक झालेल्या त्या माणसाशी काही बोलण्यात अर्थच नव्हता. म्हणून मग गोड बोलून, कपभर चहा पाजून त्यांना वाटेला लावलं. मला माझ्या घरात कसलं आलंय एकटेपण! या लोकांचं मला काही समजतच नव्हतं.

रविवारी जरा निवांतपणा असतो, कारण डब्यांची घाई नसते. म्हणून मुगाचं बिरडं करायला घेतलं. मूग सोलायला तसा वेळच लागतो, त्यामुळे स्वयंपाक उशिराच झाला. नाही म्हटलं तरी दमले होते मीही, म्हणून मग चंचलानं दोन-चार हाका मारल्या तरी मी तिला दाद दिली नाही, तशी आली घरात. कोळंबीचा भात, मुगाचं बिरडं आणि सुकटाची चटणी केलेली. तिनं ते सगळं पाहिलं तशी एकदम म्हणाली, "यवढं सगलं कुनासाटी बनवलंय सांग प्रमिला आन्टी, तू एकटी नैच खाऊ शकत इतकं. बिल्डिंगमधले लोक काय काय बोलायला लागलेत... तुमच्या घरातून बोलन्याच्ये आवाज येत असतात. तू कुनाशी बोलत असते गं? अंऽ सांग ना! अमर अंकल, अजय, विजय दिसतात का तुला? हाका मारून तू त्यांना जेवायला काय बोलावतेस... उशिरा घरी आले म्हणून रागावतेस सुद्धा म्हने. आणि 'इश्श!' आशे उदगार काढत मोठमोठ्यांदा उसासत काय असत्येस! प्रमिला आंटी, ह्ये काय हून बसलं गं!" आणि तिन मोठ्यांदा गळाच काढला.

चट्‌कन काय बोलावं, ते मला सुचेचना. या मुलीला काहीही सांगणं म्हणजे... जाऊ दे! तिची बेताची अक्कल मला माहीत होती, तरीपण मग थोडं स्वतःला सावरून झाल्यावर मी तिला म्हणाले, "आपल्या बिल्डिंगमधली लोकं कशी आहेत; माहीत नाही तुला? खुशाल वाट्टेल ते उठवायला कमी नाही करणार ही मंडळी. तू नको विश्वास ठेवूस त्यांच्या बोलण्यावर. गावाकडलं कुणी येतं अचानक— मग जेवू-खाऊ घालावं लागतं. आयत्या वेळी धावपळ करण्यापेक्षा आधीच करून ठेवलेलं बरं ना?"

"आज कोन येनाराय?" तिनं चौकशी केली.

मी वेळ निभावून नेली काहीबाही बोलून आणि ठरवून टाकलं, या महाभोचक मुलीला यापुढे जास्त जवळ येऊच द्यायचं नाही. म्हणून मग तिला म्हटल, "खातेस का चार घास? बघ जमलंय का बिरडं आणि सुकटाची चटणी... दोन्ही वस्तू पोरांच्या भारी आवडीच्या हो!" क्षणभर तिनं माझ्याकडे टक लावून पाहिलं आणि मग डोळे पुसत समजूतदारपणे ती म्हणाली, "तू थोडे दिवस तुमच्या गावाला का जात नाहीस?"

मी हसून म्हटलं, "इथली कामं उरकली की जाणारच आहे." तशी तिला हायसं वाटलं आणि ती भाबडेपणानं बोलून गेली, "आंटी, मी तरी म्हनतच होती, तू वाईट चालीची नाहीस आणि तशी येडीबिडी न्हाईस म्हनून... पन म्हनलं, येकडाव सोता बगून यावं, म्हनून आले." एवढं बोलून हे सगळं कुणाला तरी सांगायला म्हणून ती पळालीसुद्धा.

माझ्या मनात मात्र आल्याशिवाय राहिलं नाही की, कसं कळत नाही या लोकांना— दुसऱ्यांच्या घरात जास्त नाक खुपसू नये म्हणून? आता माझी मुलं, नवरा भक्कम खाणारी आहेत. त्यांच्या भुकेचा अंदाज मला की, या फालतू चौकश्या करणाऱ्या लोकांना? त्यानंतर मात्र मी कुणालाही घरात घ्यायचं बंदच करून टाकलं.

घरात अगदी भाजी शिल्लक नव्हती. म्हटलं, उद्या डब्याला बोंब होऊन चालायचं नाही. अमर म्हणजे दुर्वासमुनी नुसता. रागावला की असा रागावतो! जरा उशीर चालत नाही त्याला आणि मुलं... तीही तशीच. उगाच पंचाईत नको, म्हणून गेले बाजारात. कांदे, बटाटे, फ्लॉवर, कोबी, घेऊन झालं; थोडी मच्छी घेतली नि अंडी घ्यायला म्हणून दुकानात शिरले, तर नेमके परमार भेटले. म्हणाले, "एवढी मच्छी, शिवाय भाजी? प्रमिला, कुणासाठी ही एवढी खरेदी?" ते नुसता प्रश्न विचारून थांबले नाहीत; त्यांनी माझ्याकडे असं काही बघितलं की, माझ्या डोळ्यांत पाणीच उभं राहिलं. प्रत्येक वेळी मला टोकण्याचा अधिकार या माणसाला कोणी दिला? संतापच आला मला त्यांचा. मुलं माझी आहेत, नवराही माझाच आहे; जगू दे ना आम्हाला सुखानं! तुम्ही कशाला पंचाईत करताय? असतील सायकॉलॉजीमधले एकदम किडा; पण म्हणून मला येता-जाता खोटं पाडायलाच हवं का?

मनात हे सगळं खदखदलं म्हणून मग सुनावलं त्यांना. म्हटलं सरळ, "मी भाजी किती खरेदी करावी नि मच्छी किती खरेदी करावी याच्याशी तुमचा काय संबंध?" आणि मग स्पष्ट बोलून त्यांच्याशी संबंध तोडून टाकले साफ.

पुन्हा म्हणून बोलायला यायची हिम्मत करायचे नाही एवढी चोख व्यवस्था केली.

दिवस जस-जसे जाऊ लागले तसतसं अवघड व्हायला लागलं. आणि आयुष्यात पहिल्यांदाच आपण काही कमवू शकत नाही, म्हणून खंत वाटली. सोन्याचे दागिने संपले, त्या जागी बेंटेक्सचे आले. घरातलं घंगाळं, जड-जड पातेली वाट चालू लागली. म्युझीक सिस्टीम गेली, परवा नव्हती. संसार म्हटल्यावर चालणारच. असं काही विकावं लागलं की, आमची आपसात बोलणी होत. अगदी तावा-तावात भांडणंसुद्धा होत. मग मला बिल्डिंग मधल्यांच्या चमत्कारीक नजरांना तोंड द्याव लागे. मी मनात म्हणे, आमच्या घरातल्यांचे आवाज भलतेच, भक्कम म्हणून दारं दरकटून ठेवली, तरी ते पोचतात शेजारीपाजारी.

दिवस रेटता रेटता गौरी, गणपती आले घरून आई एकसारखी बोलवत होती. शिवाय अमरचे मोठे भाऊ सुद्धा, मागचं सगळं विसरून घरी ये म्हणू लागले. एकदातर त्यांनी कहरच केला, मला फोन करून सांगितलं, "आर्थिक मदत मिळवण्यासाठीच्या आवश्यक त्या कागदपत्रांवर सही करत नाहीस असं कळलं, पण म्हणूनच म्हणतोय चार दिवस इथे येऊन राहीलीस की तुझ्या मनाला आराम मिळेल. तुला धीर येईल." मला एक समजत नव्हतं, माझ्या घराच्या जबाबदाऱ्या टाकून मी अशीकशी जाणार कुणाकडे? आणि माझी मी सुखी असताना कागदपत्रांचं यांना काय पडलंय एवढं! मी आलेय का तुमच्या दारात पैसा मागायला? मी माझं बघायला समर्थ आहे. आमचा संसार आम्ही चालवू कसाही. हळूहळू एक गोष्ट माझ्या लक्षात आली बाहेरच्यांना कटवणं सोपं गेलं पण या घरातल्यांच काय करू? तुला ना नोकरी ना चाकरी मुंबईत एकटी राहून काय करणार आहेस? मंडळींच्या या प्रश्नांनी हैराण केलं अगदी.

आणि निर्वाणीचं सांगावं तसं अमरच्या भावानं फोन करून सांगितलं, "नंदू सामंत आपल्या भावकीतला आमच्या रक्ताचा नसला, तरी अखेर आमचा भाऊच. त्यानं सर्व सांगितलं, अमरच्या कलिग्जनी तुला हजार वेळा विनवलं, तरी तू ऑफिस मध्ये गेली नाहीस. एवढा कसला माज करत्येस कळू दे एकदा आम्हाला. आमच्या भावाला नि त्याच्या मुलाना शेवटी मंत्राग्नी न मिळता भडाग्नी मिळाला, तिथेही तुझा हट्टीपणाच नडला. पण आता आम्हाला हे बघवत नाही, म्हणून आम्ही शेवटी सर्वपितरी अमावस्येला अमर, अजय आणि विजयसाठी पिंडदान केलं आणि रीतसर श्राद्ध सुद्धा केलं..." मला पुढचं ऐकवेना... कसले हे नातेवाईक! जगू देत नाहीत अगदी... त्यानंतर मी मुळी माझ्या मोबाइल मधलं कार्डच बदलून टाकलं, आणि पुन्हा दुसऱ्या ग्रुपमधून सोशलवर्कला म्हणून

जास्तीतजास्त वेळ घराबाहेर राहू लागले.

आजकाल कितीही दमलं तरी झोप म्हणून लागत नसे. एकसारखी आपली हाकच ऐकू येई. आणि एकूणच हल्ली अमरचा आणि मुलांचा घरातला वावर भलताच कमी झालाय असं वाटायला लागलं. मी एकदा त्रागा करून म्हटलं सुद्धा त्यांना की, "हल्ली किती बाहेर-बाहेर असता, तुमची वाट पाहून थकायला होतं अगदी."

एक दिवस डॉक्टर गोखल्यांचा माझ्या मोबाईलवर फोन आला. त्यांना माझा नंबर कसा मिळाला देव जाणे. रात्र बरीच झालेली, घरातल्या माणसांचा अजून पत्ता नव्हता, त्यांची वाट पाहून मी अगदी कंटाळले होते. डॉक्टर सांगायला लागल्या, "बरेच दिवसांत अगदी फिरकली नाहीस संस्थेत, दुसरी संस्था जॉइन केलीस असंही समजलं, पण तुला ही बातमी सांगायलाच हवी— शांताबाई आणि तिचा नवरा परागंदा झाले!" ते ऐकलं नि मी बोलून गेले, "बरोबर आहे— त्यांना त्यांच्या मुलांच्या हाका ऐकू येत असतील... मला हल्ली ऐकू येतात तशा!"

"काय बोलतेस प्रमिला तू?" डॉक्टर म्हणाल्या, तेव्हा त्यांना बसलेला धक्का त्यांच्या आवाजात स्पष्ट उमटला होता. तो मला जाणवता क्षणी मी एकदम म्हणून टाकलं, "अहो, मी गंमत केली!" या उत्तरानं त्यांना एकदम हायसं वाटलं आणि मग त्या म्हणाल्या, "आता शांताबाईकडे जायचा प्रश्न संपलाय तेव्हा ये पुन्हा आमच्याबरोबर काम करायला." मी फक्त हसले तसा त्यांनी फोन ठेवला.

माझ्या घरातलं हाकांचं प्रकरण आपलं वाढतच चाललं होतं. अलीकडे तर या हाका फार दुरून मारल्यासारख्या वाटत. रात्री अमर घरात आहे, असं वाटतच नसे— इतका तो शांत झोपलेला राही किंवा एकेक रात्र तर घरी येतच नसे. अशा वेळी त्यानं मारलेल्या हाका तेवढ्या ऐकू येत...

त्या दिवशी तर खरंच मी अमरनी मारलेली हाक ऐकली... मला जाणवलं— अमर किती तरी दुरून हाका मारतोय. मुलंसुद्धा आहेत त्याच्याबरोबर! रत्नागिरीचा मिऱ्या बंदराजवळचा समुद्र... दूरवर पसरलेलं अथांग पाणी... पूर्वेला पसरलेला रक्तिमा! अगंबाई! रक्तासारखा लाल रंग आणि मला हाका मारत चाललेली ती सगळी... ही अशी फार मोहवणारी चित्रं अलीकडे मला सतत दिसायला लागली होती.

आता या जागेत राहण्यात अर्थ नव्हता. रात्रंदिवस हाकांचा सपाटा तर चालूच असे, म्हणून मग एक दिवस घरातून बाहेर पडले नि कुणालाही भेटायच्या

फंदात न पडता सरळ मिऱ्या बंदर गाठलं... तर समोर अथांग पसरलेला समुद्र आणि ते तसंच नक्षत्रांनी भरगच्च भरलेलं झुंबर! पाण्यात उतरून खोल-खोल जावं, अशी ओढ लावणाऱ्या त्या तशाच उंचच उंच उसळणाऱ्या लाटा...! पण आत्ता मात्र या दृश्यात एक भर होती. त्या लाटांपलीकडे एका रांगेत एका-पाठोपाठ चालली होती ती सगळी. एक मध्यमवयीन बेताच्या उंचीचा माणूस आणि त्याच्या पाठी चार तरुण मुलं... त्यातली दोन ओळखीची आणि दोन अनोळखी. शिवाय घाईघाईनं त्यांच्या पाठी जवळजवळ धावत, त्यांना जणू गाठायचंच, या इराद्यानं चाललेली म्हातारा-म्हातारीची जोडी... इतक्यात स्पष्ट ऐकलं मी— तो सर्वांत पुढं चाललेला माणूस म्हणत होता, "तुझ्या जगात नि आमच्या जगात पडलेलं अंतर एकदाच संपवून टाक ना आता! ये लवकर!!"...

त्याच वेळी दूर कुठे तरी परमार उभे होते, तेही एकसारखे हाका मारत होते. हातवारे करत काही सांगण्याचा प्रयत्न करत होते. त्यांच्याकडे वळून मी मोठ्या आवाजात म्हटलं, "तुम्हीही नीट ऐका. तुमचीही बायको तुम्हाला हाका मारत असेल. आपल्या माणसात आलं की वाट पाहणं संपतं... माझा अनुभव आहे तसा. तुम्हीही या माझ्याबरोबर!"

आणि एकाएकी समोर दाट धुकं पसरलेलं मला दिसायला लागलं. भोवतालची हवा गार-गार होत चाललेली... पायांना ओलसर स्पर्श जाणवायला लागला. माझ्या पुढे चाललेल्या त्यांच्यातलं नि माझ्यातलं अंतर कमी-कमी होत चाललं. ती हाकेच्या टप्प्यावर आल्यावर मी त्यांना हाक मारून म्हटलं, "तुमच्या हाकांमुळे आले बरं." इतरांपासून झाकपाक करत आपल्या माणसांवर प्रेम करण्याची गरज आता पडणार नव्हती. घडत असलेल्या घटनांचे संदर्भ कुणी जुळवत राहोत बापडे; आम्हाला मात्र आमच्यातले संदर्भ नीट लागले होते. आपल्या माणसांच्या सहवासात इथे खरंच खूप शांत आणि बरं वाटायला लागलं होतं आणि मग आमची एक रांगच पाण्यावरून अनंताच्या प्रवासाला चालू लागली.

◻◻

१०. सहप्रवासी

महाराष्ट्र एक्स्प्रेसच्या बोगी नंबर ७ मधून आपली पडशी पाठीवर घेऊन जनार्दन गोखले खाली उतरले, तेव्हा सकाळचे सात वाजले होते. पण आकाशात सूर्य उगवण्याची सुतराम शक्यता नव्हती, कारण आकाशाची शिवण उसवल्यासारखा पाऊस अव्याहत गळत होता. रेल्वे रुळांवर पाणी साचलं असल्यामुळे एकूणच रेल्वेचं वेळापत्रक विस्कळीत झाल्याचं एकापाठोपाठ गाड्या रद्द झाल्याच्या घोषणांवरून समजत होतं.

गोखल्यांना आता काळजी वाटायला लागली. वेळ असा वाया जाणं त्यांना मंजूर नव्हतं. पण नाइलाज होता. तरीही एकदा विचारून बघावं, म्हणून त्यांनी 'पूछ-ताछ' काऊंटरला जम्मू-तावी एक्स्प्रेस कधी निघणार याची चौकशी केली. तेव्हा छोट्याशा खिडकीपलीकडच्या व्यक्तीनं जरा चिडूनच म्हटलं, "ये बारिश... ठीक समय नहीं बता सकते।"

गोखल्यांनी फलाटावरची प्रचंड गर्दी न्याहाळली. जागोजागी साचलेलं आणि डोईवरच्या छपरातून गळणारं पाणी प्रवाशांच्या हालात भर घालत होतं. प्रवासात अचानक अडकून पडलेली, हवालदिल झालेली ती माणसं जमेल तिथे जमेल तशी पथारी टाकत होती. रडणाऱ्या लहान लेकराबाळांना उराशी सांभाळत हताशपणे गळणाऱ्या आकाशाकडे पाहत होती. गोखल्यांच्या डोळ्यांसमोर वेगवेगळ्या कारणांनी अगतिक, हताश झालेल्या निरपराध माणसांचे जथे नाचू लागले तसं त्यांनी डोकं गच्च दाबून धरलं. ते तातडीनं तिथून बाहेर पडले. थोड्या काळासाठी

निवारा शोधणं त्यांच्यासाठी महत्त्वाचं होतं. अर्थात, निवारा म्हणजे एखादी धर्मशाळा किंवा इमारतीचा आडोसादेखील त्यांना त्या क्षणी चालला असता. इतक्या वर्षांत स्वतःला दुमडणं, वाकवणं ते शिकले होते. थोडक्या दिडक्या खर्चून खूप प्रवास करायचा; शिवाय एकट्याच्या जिवावर मनासारखं संशोधन करायचं, तर ते तसं जगणं आलंच.

कोसळणाऱ्या पावसाला भीक न घालता ते चालायला लागले. दुकानांच्या आडोशाला, झाडाखाली, बसस्टॉपच्या आश्रयाला पावसाचा मारा चुकवत उभी असलेली माणसं भर पावसात चालणाऱ्या या माणसाकडे आश्चर्यानं पाहत होती.

काही अंतर चालून आल्यावर गोखले थांबले. त्यांना कोपऱ्यावर चिंचेच्या झाडाजवळ बळद दिसली. तिथेच एका दुमजली इमारतीची मागची बाजू येत होती. पावसात चिंब भिजलेलं एक कुत्रं फक्त तिथे उभं होतं. मोकळ्या जागेत दगडावर चिंचेखाली निवांत बसता येईल असं वाटून ते तिकडे वळले. पाठीवरची फडशी काढून त्यांनी पायाशी ठेवली नि ते दगडावर बसले. या असल्या गारठ्यात फक्कडसा चहा मिळाला तर काय मजा येईल! त्या विचारासरशी नजर दूरवर टाकत चहाची एखादी टपरी... अमृततुल्य दिसतं का, ते पाहू लागले. वर्दळ नसल्यामुळे रस्ता एकदम शांत होता. त्या शांततेवर चरे उमटवत पावसाचे थेंब तेवढे इथे-तिथे आपटून वाजत होते. तेवढ्यात माऊथ ऑर्गनचे सूर त्यांच्या कानांनी टिपले. जवळपास कुणी तरी माऊथ ऑर्गनवर वाजवत होतं.

दुसरोंकी जय से पहेले
खुदकी जय क ऽ रें ऽऽऽ
मनको शक्ती दे ऽऽ ना ऽ
मन विजय करें ऽऽ

त्यांनी मान वळवून पाहिलं. शेजारच्या दगडी इमारतीच्या पहिल्या मजल्यावरच्या कोपऱ्यातल्या खिडकीतून सूर येत होते. ऑर्गन वाजवता-वाजवता खिडकीजवळ उभ्या असलेल्या त्या व्यक्तीच्या हातून तो निसटला, त्या क्षणी गोखल्यांनी चपळाईनं उठून चेंडू झेलावा तसा तो झेलला आणि वर पाहिलं.

- - - -

प्रशांतनं खिडकीतून खाली पाहायला आणि त्याच्या हातून माऊथ ऑर्गन निसटायला एकच गाठ... अगदी त्याच वेळी कुणी तरी झपकन् पुढे होऊन माऊथ ऑर्गन ओंजळीत झेललेला देखील त्यानं पाहिला आणि त्या दोघांची नजरानजर झाली. प्रशांत चढणीच्या वयातला, डोईवर दाट काळेभोर केस

बाळगून; म्हणूनच माऊथ ऑर्गनचा झेल घेतलेला, डोईवरचे अर्ध्याहून अधिक केस पिकलेला तो माणूस त्याला एकदम उताराला लागलेला म्हातारा वाटला.

तो घाईनं आत वळला नि जिना उतरून खाली जाण्याच्या तयारीनं खुंटीवरचा शर्ट काढून त्यानं अंगात घातला नि दार उघडलं, तर दारात हातात माऊथ ऑर्गन घेऊन म्हातारा उभा! माऊथ ऑर्गन पुढे करत त्यानं म्हटलं, "हा घ्या, बरं झालं मी पटकन् झेल घेतला, नाही तर आपटून मोडलाच असता." एवढं बोलून म्हातारा वळला नि जिन्याच्या दोन पायऱ्या उतरून खाली गेलासुद्धा.

प्रशांतला काही तो म्हातारा झेपला नाही. उन्हातान्हात हिंडल्यामुळे रापला होता, तरी चांगला गुलाबी गोरा... लखलखीत घाऱ्या डोळ्यांचा... तरतरीत नाकाचा हा इसम दोन मिनिटांपूर्वी मरतुकड्या कुत्र्याशेजारी मातीत बसला होता. काय वेळ येते एकेकावर! तो इतका हडबडला होता की, म्हाताऱ्याला 'थँक्यू' म्हणायचं विसरलाच. एवढ्यात म्हातारा पुन्हा त्याच्यासमोर येऊन उभा राहिला नि त्यानं विचारलं, "इथे जवळपास कुठे चहाची टपरी-बिपरी आहे का?"

"हो. पुढच्या कोपऱ्यावरून वळून गेलं की, डाव्या हाताला एक अमृततुल्य आहे." प्रशांतनं माहिती पुरवली पण त्याचं बोलणं ढगांच्या गडगडाटात म्हाताऱ्याला ऐकूच आलं नाही, म्हणून मग त्यानं खुणेनच विचारलं, "चहा कुठे मिळेल?" तेवढ्यात वीज पुन्हा कडाडली नि मोठ्ठा आवाज झाला.

प्रशांतला काय वाटलं, कोण जाणे; त्यानं खुणेनंच म्हाताऱ्याला आत बोलावलं. तशी चिखलानं बरबटलेली पादत्राणं दाराशीच काढून तो आत गेला तरीही खोलीत पायांना लागलेली ओली माती आलीच. शिवाय, म्हाताऱ्याच्या अंगावर इथे-तिथे इतकं पाणी होतं की, ते जमिनीवर सांडत राहिलं. इतक्यात दिवे गेले नि सकाळची वेळ असूनसुद्धा खोलीत अंधार वस्तीला आला. वेडावाकडा कोसळणारा पाऊस दारातून आत घुसायला लागला, तेव्हा प्रशांतनं दार-खिडकी सगळं लावून घेतलं. आता त्याला सगळ्याचाच वैताग आला होता. चिडक्या आवाजात तो म्हणाला, "च्यायला ऽ वीज पन् न्येमकी आगदी आत्ताच गायब! आकाशात ढगांनी पावसाची दंगल उडवली की, वीज गायब व्हनारच! साला ऽ काय नशीबय."

म्हातारा भिंतीला टेकून बसत पुटपुटला, "अभावात जगण्यात मजा असते राव! आपली ताकद जोखता येते आणि मग तुम्ही मघाशी माऊथ ऑर्गनवर वाजवलंत तसं, 'खुदकी जय ऽ करेऽ' ते खरंच जमायला लागतं."

ढगांच्या गडगडाटातही त्याला म्हातारा म्हणाला ते स्पष्ट ऐकू आलं तसा

तो म्हाताऱ्याकडे पाहत स्वत:शीच पुटपुटला, "ब्येणं लई इंटरेष्टिंग दिसतंय!" त्याला आतून एकदम म्हाताऱ्याची कीवच आली. त्यानं मग दोरीवरचं चिरगुट ओढलं. ते म्हाताऱ्याच्या अंगावर टाकत तो म्हणाला, "आंग थोडकं कोरडं करून घ्या बुवा! मी च्याचं बघतो."

म्हाताऱ्यानं पाठीवरची पडशी काढून भिंतीला टेकून आपल्या शेजारी ठेवली होती. मिळालेल्या चिरगुटानं हात-तोंड पुसून अंगाची जुडी करून म्हातारा गुमान बसून राहिला.

चहा करता-करता काही तरी बोलायचं म्हणून, प्रशांतनं म्हटलं, "अश्ये कश्ये आडकलात या घनघोर पावसात?"

"वेळ तशीच महत्त्वाची म्हणून निघालो, तर हा भलताच खोळंबा झाला. शिंची! या पावसानं भलतीच अडवणूक करून ठेवलीय."

"भलतं अर्जंट काम जणू... कुठे गावाला वगैरे?"

"हो, दिल्लीला जायचंय. जम्मू-तावी एक्स्प्रेस कधी सुटणार, कुणालाच सांगता येत नाही हो!" प्रशांतला हसू आलं. पाठीवरच्या पडशीएवढं सामान घेऊन म्हातारबुवा दिल्ली गाठणार? ब्येणं लईच तयारीचं दिसतंय! येक-येक बात सव्वा सव्वा हात...

म्हातारा मनकवडा बहुधा. प्रशांतकडे बघत पट्कन म्हणाला, "थंडी... वारा... मी काही बघत नाही. खूप फिरतो. लोक मला नादिष्ट ...वेडा असं काहीही म्हणतात; पण खरं सांगू? मला हे असं सगळं आवडतं. पायी... ट्रकनं... रेल्वे-विमान... काहीही चालतं आपल्याला. जिवंत जगायचं, एवढं खरं!"

हा फाटका म्हातारा काय विमानानं ट्र्याव्हलिंग करनार? मरो! लवकर कटवून मोकळं करू. प्रशांतनं स्वत:शीच बोलत दोन कपांत चहा ओतला. एक कप म्हाताऱ्यासमोर ठेवला, दुसरा स्वत:च्या पुढ्यात ओढत तो म्हाताऱ्यासमोर खुर्चीत बसला.

तोंड पोळेल इतका गरम चहा होता, तरी म्हाताऱ्यानं फुंकरसुद्धा न मारता कप तोंडाला लावला. दोन घोट पोटात रिचवल्यावर मग त्यानं कप खाली ठेवला. आता त्याच्या बोटांची उगाचच चाळवाचाळव सुरू झाली होती. मधेच त्यानं पडशी पुढ्यात ओढली आणि तिच्या साइड पॉकेटमधनं एक प्लॅस्टिकची चौकोनी डबी बाहेर काढली.

प्रशांतनं बसल्या जागेवरून डोळे ताणले, तर त्या डबीत त्याला कापून ठेवलेल्या सिगारेटी दिसल्या. तसं तोंड फिरवत तो पुटपुटला, "दळींदर सालं

जल्माचं!''

म्हाताऱ्याचं त्याच्याकडे लक्ष नव्हतं. पडशीत हात घालून चाचपडत शेवटी नाइलाज व्हावा तशा आवाजात त्यानं विचारलं, ''माचीस देता? एवढ्या गारठ्यात कडक चहाचा घोट घेतला नि एकदम तल्लफच आली. तुमची परवानगी असेल, तर ओढतो एक.''

म्हाताऱ्याच्या आवाजातली अजीजी ऐकली तशी याला त्याची दयाच आली. काय साली जिंदगी ही! फुंकून फुंकायचं त्ये शिगारेटचं थोटूक, पन त्यासाठी सुदीक इतकी अजीजी? नि ती सुदीक इतकं पिकलं पान झालं तरी?

चहाचा कप खाली ठेवून प्रशांत उठला. त्यानं पलंगावर उशाखाली सारलेलं 'फोर स्केअरचं' पाकीट काढलं. मग जरा शोधाशोध करून सोनेरी केसचा लायटर काढला. मस्त झोकात स्वत:ची सिगारेट पेटवून मोठ्या रुबाबात त्यानं मग अख्खं 'फोर स्केअर' पाकीटच टाकलं म्हाताऱ्याच्या पुढ्यात नि म्हणाला, ''घ्या लायटर, ओढा हव्या तेवढ्या!'' आणि मग तो स्वत:शीच पुटपुटला, 'आसलं चवल्यापावल्याचं जिणं जगन्यापरीस मरू आपन येक डाव!'

म्हाताऱ्यानं पुन्हा कप उचलून तोंडाला लावला नि मग पुढ्यात पडलेला लायटर उचलून डबीतला सिगारेटचा तुकडा काढून पेटवून एक झुरका मारत म्हटलं, ''धन्यवाद! एकदम झकास जमलं. आता एकदम दिल्लीपर्यंत पुन्हा इतका झकास बेत नाही जमला, तरी चालेल.''

मग त्यांनी सिगारेटच्या थोटकाची टिचभर राख नीट गोळा केली. ती कपात टाकली नि मग उठून कोपऱ्यातल्या मोरीत कप-बशी विसळून झाल्यावर त्यानं विचारलं, ''कुठे पालथी घालू, की पुसून ठेवू?''

प्रशांत हातातल्या सिगारेटच्या हवेत निघणाऱ्या रिंग्ज बघण्यात मग्न होता. त्यानं खुणेनचं म्हटलं. 'राहू दे तिथेच!' खरं तर प्रशांत जाम वैतागला होता, कारण या भैताड पावसात बाहेर पडायची सोय नव्हती. वीज बेपत्ता, त्यामुळे दूरदर्शन निपचित आणि नेमकी नव्या कोऱ्या कॅसेट सी.डी. रॉमची बॅटरी साफ डाऊन. एंटरटेन्मेंट कशी ती नाहीच. क्षणात त्याला कल्पना सुचली— म्हाताऱ्याचीच जरा ताणू... गिऱ्हाईक करायला येडं बरं घावलंय! म्हणून मग त्यानं त्या गडगडणाऱ्या ढगांच्या वरताण आवाजात म्हटलं, ''पाऊस थोडा हटे पोतर बसा, मग निघा.''

म्हातारा प्रसन्न हसला; जणू त्यालादेखील मनातून तेच हवं होतं. त्यानं पुन्हा बसकण मारली. पडशी चांगली समोर धरून उघडत त्यातून एक पुस्तक

बाहेर काढत म्हटलं, ''या अंधारात तुम्हाला कितपत वाचता येईल, कोण जाणे; पण जमल तर वाचा. मी माझा उदरनिर्वाह पुस्तकं विकूनच करीत असतो.''

''पुस्तक कुणी लिहिलंय?''

''मी!''

''तुम्ही?''

''हो. का? एखादी घटना अशी घडते की, तुमचं अवघं जगणंच पुरतं १८० अंशांत गर्रकन् फिरतं. मग तो माणूस वेगळंच जगतो. त्या जगण्याला जिभा... वास... गंध— असं काय काय असतं... ते तसं मी जगलो आणि मग त्याचीच अक्षरं रचली कागदावर.''

प्रशांतनं एकदम चमकून म्हाताऱ्याकडे पाहिलं, '१८० अंशात याचं आयुष्य फिरलं... मंजे अगदी होत्याचं नव्हतं झालं? म्हातारं मंजी आक्षी जत्रेतला उखाणा दिसतुय! मी कोण त्ये वळखा, मंजी देईन तुमाला साखरफुटाणा!'

त्याच्या मनात आलं, आजचा दिवस अघटित खरा! आज सकाळपासून तोंडात गावाकडची अशुद्ध शिवराळ भाषा घोळतीय. खरं तर कॉलेजात पाऊल टाकल्यापासून ती अशुद्ध रांगडी भाषा महानेटानं पुसून टाकली आपण. दातांखाली शब्द फोडावेत तशी पुस्तकी भाषा एकसारखी बोलून बशीवली जिभेवर. ह्ये थांबावायचं राव! त्यानं स्वत:ला बजावलं आणि मग जाणीवपूर्वक तो बोलला, ''मला आवडतं वाचायला.''

म्हातारा त्याच्याकडे... त्याच्या त्या शहरी संस्कार झाल्यासारख्या आवाजाकडे बघायलाच लागला तसं याचं मन सैरभैर झालं. पुन्हा त्याच्या मनात काही तरी वळवळलं. आजचा दिवस नवाच दिसतोय गड्या! हा असा किती तरी वर्षांनी गावाकडल्यासारखा थय-थय नाचत धिंगाणा घालणारा सैतानी पाऊस... त्यात किती दिवसांनी कॉलेजच्या दिवसातलं ते गाणं वाजवावंसं वाटलं— मन को शक्ती दे ऽ ना! खरं तर, ते सगळं विसरायचा किती यत्न केला; पण माऊथ ऑर्गन ओठी लावताच नेमकं तेच त्यात उमटलं आणि कहर म्हणजे, आज किती काळानंतर संपूर्ण अनोळखी इसमाला चहा दिला आत बोलावून. पुस्तकी भाषेत मनातले विचार उमटले पुन्हा एकदा! आता भीती नाही, अनपेक्षित गावरान शब्द जिभेबाहेर पडून घात होण्याची.

क्षणभर त्याला भीती वाटली. हा म्हातारा कोण असेल? ...साध्या वेशातला पोलीस? संघटनेचा माणूस पुन्हा न्यायला पाठवला असेल? की खरोखर १८० अंशांत आयुष्य भिरकावलं गेलेला एक गया गुजरा जीव?

झडप घालून त्यानं पुस्तकं उचललं नि पहिलं लेखकाचं नाव वाचलं. ते होतं, जनार्दन गोखले. क्षणात त्याच्या मेंदूत उमटलं— म्हणजे एकारांत कोकणस्थ ब्राह्मण, म्हणजेच संपूर्ण पुस्तकी... पुस्तकी भाषा, पुस्तकी विचार! पुचाट साला! आपल्यासारख्या शस्त्रांना धार पाजळणाऱ्या जमातीचा नव्हे. मग कुठे तरी त्याला थोडं हलकं देखील वाटलं. घाईनं त्यानं पुस्तक चाळायला सुरुवात केली. केवळ सत्तर पानांचं छोटं पुस्तक. पुस्तकाचं शीर्षक— 'इतिहास विकायला काढलाय' याचं कुतूहल वाढलं. किंमत फक्त ५० रुपये. हा जागचा उठला. त्यानं खुंटीला टांगलेल्या शर्टातून पन्नासाची नोट काढली नि आता नाव माहीत झाल्यामुळे नोट पुढे करत तो म्हणाला, "गोखले, घ्या पैसे. मी तुमचं पुस्तक विकत घेतो; शिवाय आता पाऊसही ओसरल्यासारखा वाटतोय.''

गोखल्यांचं त्याच्या बोलण्याकडे लक्ष नव्हतं. ते त्यांच्या जवळच्या वहीत काही लिहिण्यात मग्न होते. यानं दुसऱ्यांदा आवाज दिला, तेव्हा त्यांनी नाकावर घसरलेला चष्मा वर सारला नि विचारलं, "काय म्हणालात?... जरा एवढं टिपण पुरं करतो नि निघतोच.'' मग दोन मिनिटं गोखले सलग लिहीत राहिले नि मग वही बंद करून पडशीत ठेवत म्हणाले, "हे असं लगेचच्या लगेच टिपण काढून ठेवलेलं बरं असतं. आता हेच बघा ना— माझ्यासारख्या अनोळखी माणसाला तुम्ही चहा दिलात, अंग कोरडं करायला धडपा दिलात— हे असं कुणाकडून तरी घेताना मनात कशी दंगल उडते, ते लिहून ठेवलं. आता अर्थात नेहमी वेगळं काही मनात आलं की लगेच लिहून ठेवतो. काय आहे, तोंडात लहानपणापासून एकसारखं शहरी भाषेचे खिळे मारलेले, त्यामुळे तेच शब्द... तीच पुस्तकी भाषा... पुस्तकी विचार! सगळं काही सत्य परिस्थिती, माणसांपासून तोडून टाकणारं! म्हणजे असं बघा— लोकशाहीत माणसं... विशेषत: झोपडपट्टीतली, पैशासाठी मतं विकतात, हे वाचल्यावर तुमच्या-माझ्यासारख्याच्या मनात काय येतं, 'अकला नाहीत त्यांना! महामूर्ख लेकाचे! मत अमूल्य आहे.' वगैरे वगैरे. मग मी प्रयोग करायचं ठरवलं. प्रत्यक्षपणे ते तसं जगायचं. जवळ पैसा नाही, उत्पन्नाचं भक्कम साधन नाही. आपल्या जगण्यालाच तशी किंमत नाही, तरी चिवट जगायचं. सतत कुणाच्या तरी धाकात, नाही तर उपकारावर जगताना एकूणात सगळ्याच अभावात. एक दिवस जर कुणी अजीजीनं वागलं, आपले उपकार मागायला लागलं तर... तर लगेच उपकार करावेसे वाटतात. असा माणूस म्हणतील तिथे शिक्का मारून येतो! एक दिवस जिवंत जगताना कुणी तरी आपल्यापुढे वाकलं, याचा आनंद मोठा असतो. 'मता'साठी मिळणाऱ्या

पैशापेक्षा हे जास्त महत्त्वाचं. मी अभावात जगायला लागलो. पायांत जोडे असले तर आहेत, नाही तर नाहीत. रात्री फुटपाथवर झोपताना डास, चिलटं, थंडी, वारा, पाऊस यांची सोबत... मग अंगावर पांघरलेल्या जुन्या वर्तमानपत्राचीसुद्धा चोरी कशी होते आणि भाकरीची चोरी होऊ नये म्हणून जपताना आपल्याला खूप मुलं झाली पायजेलायत, अशी तीव्र इच्छा कशी होते— ते मला समजलं. हे असं जगावंसं वाटलं, ते आयुष्य १८० अंशांत भिरकावलं गेलं, म्हणून.''

''हे सगळं लिहिलंय तुम्ही या पुस्तकात?''

''अरेच्या! सॉरी हं! ते पुस्तक दुसरं आहे. वाटलं तं देतो तेसुद्धा; पण या तुमच्या हातातल्या 'इतिहास विकायला काढलाय' या पुस्तकात अगदी वेगळं आहे. ते माझं अलीकडचं संशोधन आहे— त्यासाठीच दिल्लीला जायचंयं.''

''कसलं संशोधन?''

''आता बघा— भूकंप झाला की खूप माणसं मरतात. संपत्तीचं नुकसान होतं. त्यामुळे या आपत्तीवर जगभर संशोधन चालू आहे. पण ज्या वेळी वंशविच्छेदासारखी घटना घडते, लाखो लोक मारले जातात उदाहरणार्थ— दुसऱ्या महायुद्धाच्या वेळी जर्मनीत हजारो ज्यूंची हत्या झाली... अगदी अलीकडे युगोस्लाव्हियाचे तुकडे झाले तेव्हा सर्बज आणि...''

पुन्हा बऱ्याच वेळानं जोराची वीज कडडाली, त्यामुळे प्रशांतला पुढचं नीट ऐकू गेलं नाही. पण त्याला एवढं कळलं— तिथे हजारो माणसं मेली. त्यानं एकदम विचारलं, ''पण त्यात संशोधन करण्यासारखं काय हे?''

''पुस्तकाचं शीर्षक पाहिलंत, 'इतिहास विकायला काढलाय'! म्हणजे आता बघा— जर्मनीत टुरिस्ट जातात; ते छळ छावण्या पाहिल्याशिवाय परत येत नाहीत. तिथली गॅस चेंबर्स... ज्यूंना ठेवलं जाई ती जागा... ते सगळं बघताना ज्यांची इतिहासाशी नस तुटलीय, त्यांना काही तरी थ्रिलिंग बघितल्यासारखं वाटतं! काही वर्षांनी सर्बियातसुद्धा हजारो माणसं वंशविच्छेदात मारून-पुरून टाकली... ती जागा स्मरणस्थळ म्हणून जपली जाईल. मग तो होईल एक महत्त्वाचा टुरिस्ट स्पॉट!''

''थूत: तिच्या आयला...! काय पन वापरायचं? दुसऱ्याच्या भावना मंजी आगदी 'व्हेंचर कॅपिटल' या भडव्यांचं! पैसा लई महत्त्वाचा...'' ते सगळं ग्रामीण भाषा शिव्या ओठांवर येता क्षणी त्यानं स्वत:ला सावरलं शहरी... स्वच्छ, शुद्ध बोलायचं— त्यानं स्वत:ला घट्ट बजावत म्हटलं, ''तुमी, हे सगळं लिहिलंय या पुस्तकात, म्हणून ते तसं शीर्षक! चित्तथरारक इतिहासाच्या खुणा... त्याचं

मार्केटिंग. इतिहास अधोरेखित करून दाखवायचा... मग थोडे त्यांचे अश्रू... थोडं वेगळं काही थ्रिल अनुभवल्याचं समाधान प्रवासी म्हणूनचं...''

''छेऽ छे ऽऽ ! माझं त्यापलीकडचं संशोधन चाललंय. मला वाटतं, या प्रत्येक ठिकाणी ज्यांनी या हत्या केल्या आणि तरीही ते जिवंत मागे उरले, त्यांना काही काळ लोटल्यानंतर दिवाभीतासारखं जगताना त्या कृत्यांबद्दल वाटलेलं सगळं त्या-त्या ठिकाणी स्वतंत्र बोर्डावर लिहून ठेवायला पायजे तर खरं! मग ते नुसतं टुरिस्टचं आकर्षण नाही राहणार. अर्थात मी अजून या दूरच्या विषयाला हात घातलेला नाही; ते आपलं उदाहरण म्हणून सांगितलं. मी सध्या संशोधन करतोय दंगलींचं— भारतातल्या अलीकडच्या काळातल्या दंगली. माणसं तशीच कापली... जाळली जाणं; नागर वस्त्या जळून नष्ट होणं— हे सगळं प्रत्यक्ष करणाऱ्या माणसांना काही काळानंतर नेमकं काय वाटतं, हा माझा विषय आहे. उदाहरण जरा जास्तच मोठ्या मात्रेचं दिलं गेलं; पण दु:ख... यातना... पैसा... सगळं ते तसंच. निरपराध, दुबळ्या, केविलवाण्या माणसांना मारून टाकायचं. आया-बाया जिवाच्या आकांतानं रडत-भेकत असताना त्यांना कुस्करून भोगायचं. त्या-त्या क्षणाला एक कैफ... एक वेड असतं. ते सगळं करताना कधी आपलीच विफलता बाहेर पडते, तर कधी कुणी तरी डोक्यात ते वेड... अख्ख्या जमातीचा द्वेष करण्याचं वेड भरवलेलं असतं. आपण श्रेष्ठ— हाच अहंकार पोसलेला दुसऱ्यांच्या विचारांवर. पण मग काळ लोटल्यावर तो माज... ते सगळं ओसरल्यावर या माणसांना काय वाटतं, ते माझ्या संशोधनाचं मूळ आहे.''

''त्या दंगलखोर हरामखोरांना नंतर काहीही वाटत असलं, तरी त्याचा काय उपयोग असतो? लाख-लाख रुपये घेतल्याशिवाय हत्यार उचलत नाईत भोसडीच्ये... शिवाय नंतर पोलिसांना पन गुंगारा द्यायचा असतो. आपलं अस्तित्व पुसता-पुसता आपल्याला त्यानंतर काय वाटलं, त्ये कोन ब्येणं सांगनार?'' एकदम तो दचकला. पुन्हा ग्रामीण शिवराळ भाषा आलीच थोबाडातून. त्यानं पुन्हा स्वत:ला सावरायचा प्रयत्न केला. खरं तर हा म्हातारा आता त्याला अगदी असह्य झाला होता. त्यानं तिरसटून त्यांच्याकडे अशा काही नजरेनं पाहिलं की, तो म्हणजे जगातला सगळ्यात मूर्ख माणूस आहे आणि आता त्यांनी इथून ताबडतोब गेलं पाहिजे.

गोखल्यांनी ते सगळं वाचलं जणू, तशी ते घाईनं म्हणाले, ''अ हो, काही तरी गैरसमज होतोय. दंगलखोरांना काही काळानंतर पश्चात्ताप वाटला किंवा केवळ पैशासाठी आपण असलं काही कृत्य केलं, ते चुकलं— या तऱ्हेचं

त्यांचं वाटणं माझ्यासाठी महत्त्वाचं नाही. मला माहीत करून घ्यायचंय, ते यातल्या किती जणांना आपण वापरले गेलो, याची जाणीव झाली?

"ग्रामीण, शहरी भागातली किती तरी मुलं शिकायला लागतात. आई-बापाचे कष्ट बघवत नसतातच. मुलं स्वप्नाळू. शहरी भाषा... पुस्तकी विचार. पण मग आपटतात जमिनीवर. मग स्वप्न पडत नाहीशी होण्याइतकी लाचार बनतात. कारण त्यांना नोकरी नाही, उद्योग नाही. अचाट गरिबी-भीक मागायला लावणारी. ती असहायता! अगतिकता! दैना! सगळं कसं यांची मनं पेटवायला उत्तम. या पोरांच्या मनात संताप मावत नसतो. परिस्थितीच अशी... महागाई इतकी जीवघेणी की, एकही गोष्ट मनासारखी घडत नसते; घडण्याची शक्यता वाटत नसते. घरी...दारी सगळीकडे जगण्याची भंकस चालू. त्यात भर पडते ती अख्ख्या जमातीविरुद्ध खुट्ट म्हणता झालेल्या अन्यायाची. मग त्याचीच एक कथा... जोडीला धर्माच्या गोष्टी... माणसं पेटतातच. लाठ्या, भाले, तलवारी, जंबिये रक्ताळतात. पैसा फेकून दुसऱ्यांना मारणारे हात सहज मिळवता येतात. मग एकच वेड!... माराऽऽ काटाऽऽ! निष्पाप माणसांना मारण्यासाठी तितकीच निष्पाप माणसं वापरली जातात. वापर इथेही, माणसांच्या भावनांचा... दुःखाचा... अगतिकतेचा. सत्तापालटासाठी, संपत्तीसाठी... आपणच 'जितं' असं सदा सर्वकाळ गाजावं म्हणून वापरलेलं व्हेंचर कॅपिटल! हे सगळं या दंगलखोरांपैकी किती जणांच्या लक्षात आलं, हाच माझ्या संशोधनाचा विषय आहे. उगाचच लांबण लावून सांगत बसलो. कशाला तुमच्यापाशी इतकं बोललो, कोण जाणे! तुमचं आयुष्य कसं प्रत्येक दान अगदी मनासारखं पडत गेलं— असं असणार. त्याशिवाय का तुम्हाला इतका चांगला माऊथ ऑर्गन वाजवता येतो? शिवाय ते गाणं— मन ऽ विजय ऽ काय हो ते...?"

"दुसरों की जय से पहेले
खुद की जय करें ऽऽऽ"

"माफ करा, खूप बोललो. हे असं होतं बघा. संशोधन... ती टिपणं, माणसं— सगळं माझ्या मनात इतकं साचत जातं की, कुणी सापडलं की माझी आपली बोलती सुरू."

पडशी उचलून पाठीवर टाकत ते दाराकडे चालू लागले. तेवढ्यात प्रशांत म्हणाला, "तुमचं संशोधन वगैरे ठीक आहे, पण अशी मार-काट केलेली माणसं कशी ओळखणार?... शिवाय त्यांना बोलतं कसं करणार तुम्ही? आणि त्याचा उपयोग तरी काय?"

"सोप आहे. माझी ही टिपणं आहेत ना, ती मी प्रसिद्ध करतो. मग माणसं हमखास भेटायला येतात. खूप बोलतात. या सगळ्या संशोधनाचा उपयोग म्हणाल, तर खूप आहे. तेवढ्यासाठी तर चाललोय दिल्लीला.

"तरुण, संवेदनशील मुलं वापरली जाण्यापूर्वी या माणसांनी आपली मनं ओतायची जागजागी... सांगायच्या कहाण्या त्यांच्या चिंध्या झालेल्या मनांच्या! मला खात्री आहे, त्यामुळे निरपराध माणसांना मारण्यासाठी तेवढ्याच निरपराध सामान्य माणसांचा वापर थांबेल."

"पोलीस? विसरलात हा महत्त्वाचा घटक? या कहाण्या सांगणाऱ्या माणसांना पकडून पयले झूट खटले भरून एकेकाला तुरुंगात डांबतील— येडपटपणा सगळा!"

"हे तुम्हाला नाही कळायचं. तुम्ही नाही ना भोगलंत ते दुःख वापरलं जाण्याचं; जाऊ दे. निघतो मी."

आणि मग दारातून बाहेर पडताना ते फक्त एवढंच म्हणाले, "अशीही एक श्रीमंत जमात आहे— ज्यांना दुःख, दारिद्र्य... कत्तली हे सगळं हवं आहे. तीच माणसं पोलिसांच्या आधी संपवतील मला... पण त्यांना आता सगळं काही नाही संपवता यायचं... माझी खात्री आहे."

गोखले निघून गेले. पाऊस जवळजवळ थांबला होता. वीजही आली होती. प्रशांतनं एक सिगारेट शिलगावली. धुराची वलयं खोलीत वाढू लागली. त्यानं डोळे मिटून घेतले. त्याला डोकं जड झाल्यासारखं वाटायला लागलं. शेवटी हातातलं सिगारेटचं थोटूक फेकून तो उठला. स्वतःवरच जाम चिडला होता. संतापून म्हणालासुद्धा, "साली नसती भंकसच झाली सगळी— कुठून अवदसा आठवली नि थेरड्याला चहा पाजला! ... मरो सगळंच!"

त्यानं अंगात शर्ट अडकवला होताच. पायांत चपला सारून तो दडादडा जिना उतरून खाली आला. पुन्हा वर गेला. दाराला कुलूप घालायला आपण विसरलो, असं त्याला वाटत होतं; पण तसं नव्हतं. सवयीनं त्यानं कुलूप घातलं होतं. त्याला काही मंजे काही सुधारत नव्हतं. एकीकडे खूप भूक लागल्यासारखं वाटत होतं, तर दुसरीकडे जोरात शिवीगाळ करावी... रडावं... राडा करावा— असंही वाटत होतं आणि मग बऱ्याच दिवसांनी तो एकटाच बारमध्ये गेला. रिकाम्या पोटी चिक्कार देशी दारू प्यायला. खरं तर हल्ली पुन्हा कॉलेजात होता, तेव्हासारख्या सामाजिक नाटकांतून रांगड्या जोरकस भूमिका करायला लागला होता. त्यामुळे आयुष्य थोडं-थोडं मार्गी लागल्यासारखं वाटू लागलं होतं

आणि आज हे घडलं. नाटकाची प्रॅक्टीस बुडाली. पुन्हा खराखुरा काळोख पडल्यावर त्याला बरं वाटायला लागलं. पुन्हा तसाच आत्मविश्वास आयुष्य उभं करण्याचा. मग तो अड्ड्यावर गेला. तिथे नव्या नाटकाच्या स्क्रिप्टचं वाचन चालू होतं.

हळूहळू आठ दिवस सरले. आजारातून बरा व्हावा तसा तो पुन्हा रगेलपणी वावरायला लागला. म्हाताऱ्याच्या आचरट संशोधनाची गोष्ट त्यानं अड्ड्यावर सांगितली तशी सगळी जाम हसली त्या येडचाप कल्पनेला. त्याला खूप बरं वाटलं

...आणि मग रविवार आला. झळझळीत सकाळ उगवली होती, पण पुन्हा आकाशात जाम झाकोळून आलं. त्यानं रोजच्यासारखं कोपऱ्यावर जाऊन वर्तमानपत्र विकत आणलं. खोलीत बसून आरामात चहा पिता-पिता तो ते वाचू लागला. पहिली दोन पानं ठीक गेली. तिसरं पान वाचताना तो एकदम थबकला. तिथे एक फोटो मयताचा. त्याखाली लिहिलेलं— एक वेडसर माणूस जुन्या दिल्लीत मरून पडलेला आढळला. श्वास कोंडून किंवा गळा आवळून मृत्यू! वरील फोटोतील व्यक्ती कुणाच्या ओळखीची अथवा नात्याची असल्यास दिल्ली पोलिसांशी संपर्क साधावा. त्यापुढे पोलीस स्टेशनचा फोन नंबर आणि पत्ता.

त्यानं फोटो निरखून पाहिला. बराच काळसर होता, तरीही घारे चमकदार डोळे... तरतरीत नाक स्पष्ट दिसत होतं. त्याला विलक्षण बेचैनी आली. तरीही त्यानं स्वत:ला समजावलं— नसत्या लफड्यात गुंतायला नको. निग्रहानं त्यानं वर्तमानपत्राची घडी केली नि खिडकीतून खाली फेकून दिली— जणू त्यानं मनातले विचारच फेकून दिले!

तरीही त्याची अस्वस्थता दिवसागणिक वाढणाऱ्या महागाईसारखी वाढतच होती. यशवंतराव चव्हाणचा दुपारचा नव्या नाटकाचा प्रयोग संपवून तो घरी आला नि पलंगावर ताणून देऊन त्यानं सिगारेट फुंकायला सुरुवात केली. सोबतीला रेडिओवर 93.9 F.M. चालू होतंच. मधेच त्याला त्या सगळ्याचाच कंटाळा आला. त्यानं स्टेशन बदललं. तिथे बातम्या चालू होत्या. उत्तर प्रदेशात मंत्रिमंडळ डळमळीत, विरोधकांचा जोर वाढला... गुरगाव येथील परिस्थिती हाताबाहेर, दंगलीचा जोर वाढला, तिथे कर्फ्यू जाहीर!

आता सविस्तर बातम्या ऐका. गुरगाव येथे गेले काही दिवस वातावरण

तंग, तरी परिस्थिती नियंत्रणखाली होती. कामगारांची सभा चालू असताना अचानक दंगलीला सुरवात झाली.

त्यानं खाड्‌कन रेडिओ बंद करून टाकला. ओह शीट! म्हातारा असा-तसा खलास झाला नसणार! संशोधक होता... काय म्हणाला त्या दिवशी? संवेदनशील परिस्थिती निर्माण झाली असेल तिथे जायचं... तरुण मनं नासायच्या आत त्यांना जाणीव द्यायची, ते वापरले जातायत याची... जितं! जितं! ओरडणारांसाठीचा वापर... माणसं मारणं थांबवायचं.

म्हाताऱ्याचा विश्वास— ते तसं थांबवता येईल. मेला बिचारा. पण काही असलं तरी तो बेवारस कसा? इतक्या दंगली झाल्या, इतकी माणसं त्याला भेटली असतील!

त्यानं हातातली सिगारेट एकदम फेकून दिली. ताड्‌कन तो उठला. त्यानं खस्‌कन पलंगाखालची पेटी बाहेर काढली. ती उघडताच माऊथ ऑर्गन लगेच हाताला लागला. त्यानं तो उचलून एकदा ओठांशी टेकवला. त्याच्यावर बोटं फिरवली. त्याच्या डोळ्यांत कित्येक वर्षांनी पाणी आलं. खूप खोल आवाजात तो पुटपुटला, ''आता येईल वाजवता ते गाणं? मन को शक्ती ऽ दे ऽ ना, दुसरोंकी जयसे पहेले... खुदकी जय? नाही जमायचं आता!''

न राहवून त्यानं भराभर पेटी उपसली. तळाला रक्तानं भरलेला इतक्या काळानंतर... लालसर काळे डाग असलेला शर्ट आणि त्याखाली धारदार जंबिया.

मोहल्ल्यात घुसून किती कापून काढले... किती पोरी अंगाखाली दाबल्या... थूत्! आता साले ओळखपण देत नाहीत.

म्हातारा म्हणाला ते खरं आपण वापरले गेलो... ती जाणीव, ते दुःख नाही सोसवत. त्या क्षणी त्याला रडू कोसळलं. त्यानं पेटीत सगळं कोंबून ती बंद केली, मग पेटी हातात घेऊन तो बाहेर पडला. खोलीला कुलूप घातलं की नाही, याची त्याला फिकीर वाटली नाही. जम्मू-तावी एक्स्प्रेस गाठण्यासाठी तो घाईनं स्टेशनकडे निघाला.

□□

११. ऑन युवर मार्च...

पुण्याचं सोवळेपण पेन्शनीत काढणारा हा परिसर महाराष्ट्राच्या नकाशावर आज इतमामानं मिरवतोय याचं कारण या परिसरात असणाऱ्या संगणक क्षेत्रातल्या फक्त भारतीयच नव्हे तर अमेरिकन, युरोपियन, ब्रिटिश राजे-महाराजे म्हणून गणल्या जाणाऱ्या मोठमोठ्या बहुराष्ट्रीय उद्योगांच्या कचेऱ्या असणं, हे होय. कित्येक एकर जमिनीवर पसरलेल्या या परिसरात काचेची उंचच उंच तावदानं असणाऱ्या अनेक देखण्या इमारती उभ्या आहेत. या इमारतींमधूनच त्यांचे कामाचे अड्डे पडलेले आहेत.

या परिसराला त्याची अशी खास संस्कृती आहे. डिझायनर शर्ट्स ट्राऊझर्स किंवा सिंपल टी-शर्ट-जीन्स्सारख्या सुटसुटीत कपड्यांतल्या तरतरीत मुली नि मुलं इथे इकडून तिकडे करताना सहज दिसतात. एकूण बघता, इथलं सरासरी वयच मुळी चाळिशीच्या आसपासचं आहे. त्यामुळे वातावरणात विलक्षण ताजेपणा आहे. चवळीची शेंग म्हणावी अशा बांध्याच्या एखाद्या गोड मुलीनं तिच्या शेजारून चालणाऱ्या तिच्या वाणाच्याच मुलाच्या खांद्या भोवती हात टाकून, 'कऽमॉन... याऽ र!' असं किंवा तसलंच काही म्हटलेलं तुम्ही पाहिलंत, तर लगेच कुठल्याही निर्णयाप्रत गडगडत जाऊ नका; कारण इथे काम करणारी ही तरुण मुलं रात्री आणि कधी कधी दिवसाउजेडीचा बराच काळ त्यांच्या कामाच्या अड्ड्यावर असतात, त्यामुळे इतपत सलगी असणं अगदीच साहजिक! या अशा कामाच्या स्टाईलमुळे इथल्या

अनेकांना ॲसिडिटीचा त्रास आहे, तरीही त्यांचा ओढा तीच स्टाईल जगण्याकडे आहे.

या परिसराचा अविभाज्य घटक बनलेली वडा-पावची भय्याची टपरी भलतीच फेमस आहे. तिचं स्थान माहाम्यच असं आहे की, इथे आल्याशिवाय इथल्या कुणालाही काम सुचत नाही म्हणतात.

याच टपरीवर अनय रोजच्यासारखा आला नि रोजच्या सवयीनं पोऱ्यानं त्याच्यासमोर झणझणीत वडा आणि जायकेदार चहाचा कप ठेवला. तेव्हा तो एकदम खूशच झाला. कॉल सुरू करण्यापूर्वी हे असं फ्रेश होणं त्याला नेहमीच जरुरीचं वाटत आलंय. अलीकडे टपरीवर पूर्वीइतकी गर्दी नसते. त्यानं निवांतपणे वडा खायला सुरुवात केली असेल-नसेल; इतक्यात त्याच्या पाठीवर थाप पडली, त्यानं मागे वळून पाहिलं तर झिनिया सैनी त्याच्या जवळ उभी होती.

खरं तर तीही त्याच्यासारखीच टीम लीडर; पण तिचे टेन्टॅकल्स म्हणजे अनेक ठिकाणी असलेले आणि तिला आपणहून माहिती पुरवणारे तिचे दोस्त याने के तिचं सोशल नेटवर्क इतकं मोठं आणि तगडं होतं की, तिच्या पोटात मावणार नाही इतकी माहिती तिच्याकडे गोळा होई, म्हणून मग असं गोळा झालेलं काही बाही पट्कन बाहेर पडे. त्यातून अनय तिचा खास दोस्त म्हटल्यावर तर बघायलाच नको. त्याच्या प्लेटमधला वड्याचा छोटा तुकडा उचलत तिनं म्हटलं, "क्या बॉस, अब पोझिशन टाईट हो गयी ना हमारी?"

"क्यो, अब क्या हुआ?" अनयनं काहीशा आश्चर्याने नि बऱ्याचशा कुतूहलानं विचारलं, तशी ती म्हणाली, "अब तक हमारा युनिट हमारी पेरेंट कंपनी ग्लोबल स्टार कॉम्प्युटर्सका लाडला बच्चा था लेकिन अब... अनय, तुम वो क्या बोलते हो— मुझे थोडा थोडा याद है. कठिण समय येता— हं?" अनयनं पुढे म्हटलं, "किसकी रिस्पॉन्सिबिजलीटी बोलो?"

"वैसाही कुछ है पेरेंट कंपनीका सिर्फ नामही हमारे साथ रहेगा."

"मतलब?"

"मतलब साफ है. यहाँ के युनिटको खुदका पेट खुद पालना होगा. कोई खर्चा उठानेवाला नहीं, याने अब हमारे लोगोंको प्रॉजेक्ट्स लाना है, पैसा कमाना है. देख, ये सब अंदरकी बात है. मॅनेजमेंट इतनी जल्दी ये सबको बतानेवाली नहीं सिर्फ हमारा रिसोर्स जबरदस्त है, इसलिये..." आणि मग ती हसायला लागली.

खरं तर अनयला या सगळ्याची कुणकुण होती. गेल्या चार महिन्यांत बदलत चाललेली परिस्थिती त्याला दिसत होती. ब्रिटिश टेलिकॉमनं सपोर्टची

कामं रद्द केली होती. जनरल मोटर्सच्या डेट्रॉइटच्या डिव्हिजनमधून येऊ घातलेले दोन प्रॉजेक्ट्स आता थंडावले होते, तर ब्रिटनमधल्या ग्लोबल स्टार कॉम्प्युटर्सच्या अख्ख्या युनिटलाच घरघर लागली होती. तरीही एशियात काम करणाऱ्या कंपनीच्या या एकमेव युनिटसाठी असा निर्णय— तोही इतक्या गुप्तपणे— घेतला जाईल, असं मात्र त्याला वाटत नव्हतं. बातमी झिनियानं दिली असल्यामुळे अजूनही घट्टमुट्ट असणाऱ्या युरोपीय चलनाइतकी ती घट्ट, खरी असल्याचीही बरीच शक्यता होती.

तो एकदम गप्प झालेला पाहून झिनिया म्हणाली, "इतना शॉक लेनेकी जरूरत नहीं है, मार्केटिंगके लोग कुछ न कुछ जुगाड जरूर करेंगे... अब मैं निकलती हूं।" तो तिला चहा तरी पिऊन जा, असं म्हणत होता; पण झिनीनं किती नाही म्हटलं, तरी त्या बातमीनं तिचाही मूड गेलेलाच होता. तिनं मग सेक्युरिटीला फोन करून गाडी मागवली नि ती निघून गेली. अनयही मग तिथून बाहेर पडला नि प्लॅनेट थ्री या इमारतीतल्या पंचविसाव्या मजल्यावरच्या त्याच्या सेक्शनला येण्यासाठी त्यानं लिफ्टचं दार उघडलं नि लिफ्ट सुरू झाल्यावर मोबाईल रोजच्या सवयीनं हातात घेऊन पाहिला, तर त्यावर चार मेसेज आलेले होते.

'होम!' एवढाच मेसेज दर खेपेला अनूनं टाइप केलेला. तो मेसेज वाचताना तो स्वत:शीच पुटपुटला— 'होम!' याचा अर्थ 'काळजी वाटते... घरी फोन कर', असं नेहमीचं पालुपद बायकोनं लावलंय. खरं तर तिच्यासाठी मेसेज टाइप करायला आता त्याच्याजवळ वेळ नव्हता. बरोबर साडेतीनला कॉल सुरू व्हायचा होता. घाईनं त्यानं त्याचा मोबाईल सायलेंट मोडवर टाकला नि लिफ्टमधून बाहेर पडून सेक्शनला येताक्षणी त्यानं हेडफोन्स् कानाला लावले, वेब कॅम नीट सेट केला नि त्यानं समोरच्या त्याच्या संगणकाच्या पडद्यावर पाहिलं.

ठरल्याप्रमाणे डॉट साडेतीनला कॉल सुरू झाला होता. समोरच्या संगणकाच्या पडद्यावर चार्ली दिसायला लागला. त्याला खुशीत हसताना बघून अनयचा संशय बळावला. चार्लीनं सुरुवात केली, "हॅलो! हाऊ आर यू?"

"फाईन."

"युवर मार्केटिंग एक्झिक्युटीव्ह नायर हॅड कॉनटॅक्टेड मी एन् नंबर ऑफ टाइम्स् सो आय ॲम हियर—" चार्लीच्या तोंडून त्यानं ते ऐकलं नि त्याला झिनिया सैनीच्या बोलण्यातली सत्यता एकदम पटली. फक्त पंधरा दिवसांपूर्वी परिस्थिती किती वेगळी होती! नेचर फ्रेंडली डेअरीच्या चीजच्या या

प्रॉजेक्टसाठी आपण अटी लादण्याच्या मूडमध्ये होतो. तासाला किती युरो बिलिंग असायला हवं, हे आपण ठासून सांगत होतो, त्याच मुद्द्यावर आपण या चार्लीला चांगलं अडवून धरलं होतं आणि आज... संगणकाची हार्ड डिस्कच अचानक उडावी तशी परिस्थिती निर्माण झालेली. आता परिस्थितीवर चार्ली स्वार झालेला. त्यानं दोनदा 'हॅलो ऽऽ!' म्हटलं, तेव्हा कुठे अनय भानावर आला. त्यानं मग आवाजात शक्य तेवढी नम्रता आणत म्हटलं, "थँक्यू सो मच सर." आणि त्या क्षणी त्याला जाणवलं— चार्लीच्या चेहऱ्यावर बाजारात घासाघीस करून सस्त्यात माल पदरात पाडून घेणाऱ्या गिऱ्हाइकाचा भाव आहे.

एव्हाना चार्लीनं या प्रॉजेक्टसाठी त्याला काय काय करून हवंय, याची यादीच सुरू केली होती— चीजचे विविध प्रकार... त्यांचं शेल्फ लाईफ... सप्लाय चेन... अनय ऐकत राहिला. हा तर फक्त पायलट प्रॉजेक्ट; तरीही या मंडळींच्या मागण्या खूपच सविस्तर. एका क्षणी त्याला ठामपणी वाटलं, या माणसाला वेळीच हटकलं नाही, तर तो या मालाच्या पॅकेजिंगसाठीसुद्धा आत्ताच प्रोग्रामिंग कर, असं म्हणायला कमी करणार नाही; म्हणून मग अनयनं तोंड उघडलं नि शक्य तेवढ्या लीनतेनं तो म्हणाला, "प्लीज अंडरस्टँड माय पोझिशन ओरॅकल प्लॅटफॉर्म वुई हॅव टु यूज... विल यू प्लीज कन्सीडर कॉस्ट स्ट्रक्चर दॅट आय..."

चार्लीनं त्याचं वाक्य पुरं होऊ दिलं नाही. एकदम आवाज चढवून तो म्हणाला, "व्हॉट? मिस्टर नायर... दॅट मार्केटिंग एक्झिक्युटिव्ह हॅज कमिटेड..."

अनयला चार्लीचं पुढचं बोलणं ऐकणं अशक्यच झालं, कारण नायरनं परस्पर अशी काही बोलणी करणं, हाच मुळी त्याच्यासाठी मोठ्ठा शॉक होता. ओरॅकलमध्ये दहाव्या-अकराव्या लेव्हलवर काम करणाऱ्या माणसांचा असलेला सततचा तुटवडा... त्यांचे लठ्ठ पगार... खूप कमी पैशात हे झेपणारं नाहीच. परिस्थिती कितीही कठीण होत चालली असली, म्हणून काय झालं! तांत्रिक गोष्टींची नायरच काय, पण एकूणच मार्केटिंगच्या लोकांना अक्कल कमीच असते; मग करतात वाट्टेल ते कबूल! पण शेवटी गळ्यात येणार आपल्या! चिडून गेलेला अनय काही बोलायला तोंड उघडणार इतक्यात इतका वेळ या कॉन्फरन्स कॉलमध्ये चूप बसलेल्या बिग बॉसनं पट्कन परिस्थितीचा ताबा घेत म्हटलं, "चार्ली, आय थिंक— कॉस्टिंग इज नॉट अ बिग प्रॉब्लेम— सो..."

आणि मग अनयला चालू असलेल्या कॉलमधून मधेच उठता येत नव्हतं, म्हणून फक्त रिकाम्या मनानं त्यांच्यातली बोलणी ऐकत बसावं लागलं.

चार्लीनं भलतंच मिष्ठास आमिष दाखवलं होतं. चीज तयार करण्यासाठी दुधाचा पुरवठा करणाऱ्या सप्लायर्ससाठी... एकूणच चीज तयार करण्यासाठी येणाऱ्या खर्चासाठी आणि बरंच असंच काहीबाहीसाठी त्यांना प्रोग्रामिंग करून हवं होतं आणि तरीही कॉस्ट स्ट्रक्चर म्हणजे— पैसे कसे नि किती येणार, याबद्दल तो तोंड उघडत नव्हता. भला मोठा प्रॉजेक्ट... त्याचं तुकड्या-तुकड्यानं करावं लागणारं काम याचा बिग बॉसच्या दृष्टीनं एकच अर्थ— या युनिटला हे काम मिळालं की, अक्षरश: श्वास घेऊन पुढची खेळी करणं शक्य होणार. चार्लीकडून कसलंही ठोस आश्वासन नाही, तरीही बॉसनं त्यानं दाखवलेल्या आमिषाला भाळायचं तरी किती? अनयचं डोकं आता भलतंच तडकलं होतं.

नशीब! एकदाचा कॉल संपला. बिग बॉसनं घाईनं अनयला सेक्शनच्या स्पेशल लाईनवर फोन करून त्याचे आभार मानले, तेव्हा मोठ्या मुश्किलीनं स्वत:ला सावरत त्यानं 'बरं!' म्हटलं. तशी लगेच बॉसनं आपलं एक प्यादं पुढे सरकवत म्हटलं, "अनय, बिलीव्ह मी— सगळ्यांच्या भल्यासाठीच हे करतोय मी. तर आता मी सांगतो त्या कॉस्ट स्ट्रक्चरच्या आधारानं या प्रॉजेक्टचं पुन्हा एकदा एस्टिमेट तयार करायला हवं आणि पंधरा दिवसांत हा पायलट प्रॉजेक्ट ऑन लाईन जायला हवा, हे विसरू नकोस" अनयनं पुन्हा एकदा पडेल आवाजात 'बरं' म्हटलं नि स्वत:ची लॅपटॉपची बॅग उचलून तो सेक्शनमधून बाहेर पडला.

पार्किंग लॉटमधून अनयनं त्याची टाटा सिएरा घेतली नि तो मेन गेटमधून बाहेर पडला, तेव्हा आकाशात शुक्राची चांदणी उगवली होती. हिंजवडीतून बाहेर पडून तो हाय-वेला लागला. रस्ता तसा निवांत होता. त्यानं त्याच्या बाजूची खिडकीची काच खाली घेतली तशी वाऱ्याची मुलायम झुळूक आत आली नि त्याला बरं वाटलं. त्याचं तापलेलं डोकंही आता थोडं शांत झालं होतं. मालानं खचाखच भरलेले ट्रक्स डावीकडून उजवीकडून कसेही त्याच्या गाडीला ओव्हरटेक करत सुसाट वेगानं पळत होते. गाडी चालवता-चालवता त्याच्या मनात आलं— असं कोणतं आमिष या सगळ्यांना दाखवण्यात आलंय की, ज्यामुळे त्यांना कशाचीही पर्वा उरलेली नाही?

हॉटेल सदानंदपाशी त्यानं हाय-वे सोडला नि गाडी कच्च्या रस्त्यावर घेतली. या आतल्या रस्त्यावरून पहाट फुटली असूनही दूधवाले, पेपरवाले,

कारखान्यात पहिल्या पाळीला जाणारे कामगार यांची वर्दळ अजून सुरू झाली नव्हती. रस्त्यात अधून-मधून भेटणाऱ्या भटक्या कुत्र्यांच्या झुंडींना चुकवत केवळ वीस मिनिटांत त्यानं अंकुर अपार्टमेंटपर्यंत गाडी आणली.

आठव्या मजल्यावरच्या आपल्या फ्लॅटचं दार त्यानं स्वत: जवळच्या किल्लीनं उघडलं नि तो आत शिरला. सवयीनं त्यानं विजेचं बटण दाबलं तशी ती भलीमोठी खोली ट्यूबच्या प्रकाशानं भरून गेली आणि... आणि तो थक्क झाला. घरात पंचवीस-तीस तरी असतील— गुलाबाच्या कळ्यांचे, निशिगंधाचे नि किती तरी तऱ्हेच्या फुलांनी सजवलेले पुष्पगुच्छ ओळीनं मांडून ठेवलेले होते. ते पाहिले नि त्याला एकदम आठवलं— आज अनूच्या पेंटिंग्ज्चं बालगंधर्वला प्रदर्शन होतं. तिनं काढलेल्या पेंटिंग्ज्चं पहिलं प्रदर्शन! आज आपण तिच्यासोबत तिथे असायला हवं होतं. असे कसे ठार विसरलो आपण? विसरलो ते विसरलो; वर तिनं तीन-तीन वेळा मेसेज पाठवूनही आपल्याला ही गोष्ट आठवू नये? आपण साधं तिच्या एसएमएसना उत्तरसुद्धा पाठवलं नाही.

घाईनं त्यानं लॅपटॉपची बॅग कोचावर भिरकावली. पायातले बूट कसेबसे काढले नि तो तडक बेडरूममध्ये आला. पलंगावर झोपलेल्या तिला खूप जवळ घेऊन त्याला अगदी मनापासून 'सॉरी' म्हणायचं होतं. तो तिच्या अगदी जवळ आला. त्यानं तिच्या केसांवरून मायेनं हात फिरवला नि तिला हाक मारत तो म्हणाला, "अनू, ऐक ना ऽ प्लीज... आय ॲम सॉऽरी!"

तिच्या अधिक जवळ जात त्यानं जेव्हा तिला मिठीत घ्यायचा प्रयत्न केला, तेव्हा शांतपणे त्याचा हात बाजूला करत तिनं टेबल लँप लावला नि घड्याळात पाहिलं. एकदम ताड्कन उठून उभी राहत ती पुटपुटली, "अरे बापरे! उठायला उशीरच झाला."

त्यानं तिला हाताला धरून थांबवायचा प्रयत्न केला, तेव्हा त्याच्या हातातून आपला हात सोडवून घेत काहीही न बोलता ती बेडरूममधून निघून गेली. तो अति थकला होता, तरीही त्याला आता तिथे झोप येणं शक्य नव्हतं. तो पिलूच्या खोलीत आला. पिलू झोपेत हसत होती. तिच्या अगम्य भाषेत बोलतही होती. किती खेळणी तिच्या आजूबाजूला... आप्त जणू तिचे! तिथे होतं टेडीबेअर... बार्बी डॉल... मंकू... अरेच्या, आज बनीचा कान तुटला वाटतं! त्यानं पुढे होऊन तिच्या डोक्यावर थोपटलं, तर ती एकदम रडवेलीच झाली. तशी त्यानं तिला कुशीत घेतलं नि तो तिला थोपटायला लागला. पिलूला जागेपणीचं काही आठवत होतं की, तिला कसलं स्वप्न पडलं होतं, देव जाणे.

तिनं एकदम उशीत डोकं खुपसलं नि ती रडायला लागली. रडता-रडता म्हणायला लागली, "भांडू नका ना... नको ना मोठ्ठा आवाज..." त्याला वाटलं, पोरीला जागं करून विचारावं— काय चाललंय तिच्या मनात, ते. त्यानं तिला हाकासुद्धा मारल्या. त्याला वाटतं होतं, अनूनं खोलीत यावं. दोघांनी मिळून पिलूशी बोलायला हवं, म्हणून मग त्यानं अनूला हाकसुद्धा मारली. तो असा घरात अडकत चालला असताना त्याचा मोबाईल वाजला तसा झपकन उठून बाहेर येत त्यानं मोबाईल कानाला लावला, बिग बॉसचा सेक्रेटरी देवांग बोलत होता, "सरांनी मुद्दाम मेसेज द्यायला सांगितलंय, प्लीज चेक युवर मेल बॉक्स अ‍ॅज अर्ली अ‍ॅज पॉसिबल."

मोबाईल बंद करून तो बाहेरच्या खोलीत आला. तिथे त्यानं मगाशी लॅपटॉपची बॅग कोचावर भिरकावली होती, ती उचलून तो त्याच्या स्टडीत आला नि त्यानं लॅपटॉप उघडला. बॉसचा मेसेज स्पष्ट होता दोन दिवसांत कामाला सुरुवात व्हायला हवी. हातात वेळ फार थोडा आहे. त्यानं लगेच मेल टाईप केली नि बॉसला कळवलं— 'येस! आय वुईल डू द नीडफुल!' त्या क्षणी त्यानं लॅपटॉप बंद करून टाकला नि तो स्वयंपाकघरात आला.

अनू स्वयंपाकाच्या कट्ट्यापाशी उभी होती. तो तिच्या अगदी जवळ आला नि अजीजीच्या आवाजात म्हणाला, "अनू, प्लीज ट्राय टू अंडरस्टँड! कामाचं प्रेशर इतकं आहे... त्यातून आता हा नवा प्रॉजेक्ट मिळणार...मिळणार मंजे मिळालाच पायज्येलाय..." बोलता-बोलता त्यानं मूठ वळली. अनूनं मागे वळून शांतपणे त्याच्याकडे पाहिलं नि ती म्हणाली, "तू मी पाठवलेल्या एसएमएसना उत्तर का पाठवलं नाहीस; किंवा आज तरी तू येशील ना बालगंधर्वला— असलं भाबडं काही माझ्या मनात हल्ली येतच नाही... मग उगाच कशाला ना!..."

"असं काय बोलतेस अनू? आय अ‍ॅम रियली सॉऽरी! प्लीज!"

"काय चाललंय तुझं हे मघाचपासून? तुला खूप काम होतं, तू विसरलास; इट्स ओ.के. फाईन. आज मंदाबाई येणार नाहीयेत."

"किती तोडून वागत्येस?"

"मलाही खूप कामं आहेत." एवढं खसखशीत रुक्षपणे बोलून ती तिथून निघून गेली.

बोलताना परक्या माणसाकडे कोरड्या सहानुभूतीनं पाहावं, तशा नजरेनं ती त्याच्याकडे पाहत होती. तिची ती नजर बोचली त्याला आणि त्याच्या मनात आलं— हे फार होतंय. खरं तर दूरदर्शनला... वर्तमानपत्रात सगळीकडे संगणक

क्षेत्रातल्या पडझडीच्या बातम्या पसरल्यात. हिला या बदललेल्या परिस्थितीचं भान नक्कीच असणार. तरीही तिनं समजून घेऊ नये आपल्याला? आता मात्र त्याला तिचा राग आला. तोच डोक्यात घेऊन तो बेडरूममध्ये आला नि गादीवर आडवा झाला.

त्याचे डोळे मिटलेले होते, तरीही डोक्यात विचार चालूच होते. चीजचे प्रकार तरी किती आहेत... क्युबच्या आकारात मिळणारं चीज, कागदाच्या चौकोनी तुकड्यांसारखं पाच-सहा तुकड्यांचा मिळून एक बंच असं पॅकेट स्वरूपातलं चीज, शिवाय ब्रेड स्प्रेड आणि लो-कॅलरी डाएटवाल्यांसाठीच... आणि एनीवे, हे असे प्रकार आणि त्यांचं बाळंतपण करायचं... प्रोग्रामिंग करताना प्रत्येक टप्प्यावर त्याचं नीट टेस्टिंग करावं लागेल. त्यासाठी निवडून माणसं गोळा करायला हवीत. पलक आहेच तिच्या जोडीला; आणखी आयुष, विजय... बिग बॉसला सांगून या लोकांना उचलता येईल. शिवाय कॅंपस इंटरव्ह्यूमधून काही चांगली पोरं पण आपण वेचून ठेवल्यीत. हे सगळं जमायचं कसं? चार्ली लेका, भलतीच मेख मारून ठेवलीस रे बाबा! एवढ्या कमी पैशात पलक, आयुष येणार का आपल्याबरोबर? आणि नवी पोरं घेतली तर त्यांना पुरेसं ट्रेनिंग द्यायला वेळ कुठे आहे? एस्टिमेट तयार करायचं; पण किती गोष्टी या! अडथळ्यांची शर्यतच ही. आमिष लावलंय समोर, मोठ्ठा प्रॉजेक्ट येणार... वर्षभर मग कुणालाही डोक्यावर आता कोसळतंय का मग कोसळतंय छप्पर... मंजे हातून भाकरीच जायची भीतीच उरायची नाही. झोपेच्या आराधनेत असताना देखील त्याला त्या प्रॉजेक्टचे विचार सोडता येत नव्हते.

त्याची तंद्री भंग पावली ती पिलूनं त्याच्यावर केलेल्या हल्ल्यामुळे. त्याचे हात ओढत ती म्हणत होती, "ए ऽ बाबा, उठ ना! माझ्या बनीचा कान तुटलाय; दे ना तो जरा चिटकून. आई म्हणते, ती आता मुळीच मदत करणार नै... ए ऽ बाबा— आँ! उठ... उठ ऽऽ"

लेकीच्या गोड चिवचिवाटानं त्याचं मन ऑफिस अन् ते चीज आणि तो प्रॉजेक्ट या सगळ्यातून बाहेर आलं नि त्या क्षणी त्याला एकदम फ्रेश वाटलं. मोठ्या कौतुकानं तिला जवळ घेत तो म्हणाला, "चिटकून का चिकटवून— अं! सांग ना पिल्ल्या." तिच्याशी खूप खेळावं, अशी त्याला तीव्र इच्छा झाली होती. पट्कन तिची पप्पी घेत त्यानं म्हटलं, "तुझी आई रागावते सारखी सारखी. सॉऽ री! म्हटलं तरी ऐकत नाही. ती नाही ना तुला मदत करायला तयार? जाऊ दे, चल, तुपली-आपली एक पार्टी. काय! डन?"

"ओ.के." पिल्लू त्याच्या गळ्यात हात टाकत म्हणाली. पण मग लगेच दूर होतं ती ओरडली, "बाबा ऽ तुझी दाढी टोचली ना! जा ऽ आधी दाढी कर..."

त्यांचं असं काही चाललं असताना अनूनं पिलूला हाक मारली, पण पिलूला तिच्या बाबाजवळून मुळीच हालायचं नव्हतं. तिला त्याला शाळेतल्या किती गमती सांगायच्या होत्या, नवं शिकलेलं गाणं म्हणून दाखवायचं होतं; शिवाय तिला एक मोठ्ठाच प्रश्न पडलेला होता— बार्बी डॉलचे डोळे नेहमी असे रडके-रडके का दिसतात? नि नेहमी नेहमी बनीचाच कान का तुटतो?

पिलू तिच्या आईनं मारलेल्या हाकांना मुळीच दाद द्यायला तयार नव्हती आणि तेवढ्यात अनयचा मोबाईल वाजायला लागला तशी एका हातानं तिला बाजूला करत त्यानं मोबाईलवर बोलायला सुरुवात केली, "बोला सर!"

"पंधरा दिवस मिळतील म्हणाला चार्ली."

"व्हॉट? सर, काय मस्करी आहे की काय?"

"अनय, प्लीज ऽऽ लिसन..."

एवढं महत्त्वाचं बोलणं चाललेलं, पण अनयला नीट काहीच ऐकू येत नव्हतं; कारण त्यांचं बोलणं चालू असताना पिलूनं आपला ठेका सोडला नव्हता ती एकसारखी त्याला हाका मारत होती. त्याचे हात ओढत होती. शेवटी त्यानं अनूला हाक मारून म्हटलं, "हिला जरा ने तिकडे..."

अनूला यायला वेळ लागला तशी त्याचा आवाज चढला नि त्यानं पिलूला दूर सारलं. त्यामुळे पिलू कावरीबावरी झाली आणि तिनं मोठ्यांदा गळाच काढला.

एव्हाना अनू खोलीत आली होती. तिनं पिलूला बखोटीला धरून उचललं नि काखोटीला मारून तिथून जाताना ती जोरात म्हणाली, "एवढी मोठी घोडी झालीस, तरी अक्कल नाही काडीची! मघाशी हाका मारत होते, तेव्हाच शहाण्यासारखी आली असतीस तर... पण नाही, तुलाही हिडीस-फिडीस करून घ्यायलाच आवडतं! जाशील पुन्हा त्याच्याजवळ खेटरं खायला— आँ!" बोलता-बोलता तिनं डोळे वटारले नि ती तरातरा चालत स्वयंपाकघरात गेली.

एकीकडे अनय लक्ष देऊन बॉसचं बोलणं ऐकत होता... "या प्रॉजेक्टसाठी कोरियातून ग्लेन कॉम्प्युटरचे लोक टपून बसल्येत; हातातोंडाशी आलेला घास देखता डोळा या लोकांच्या घशात जायला नको. शिवाय, मी असाही विचार केलाय— आपण त्याच्याकडे प्रत्यक्ष कामाचे असे पंधरा दिवस मागू; मंजे

आपोआप जास्त दिवस मिळतील आपल्याला.''

''सर, तुम्ही बोला चार्लीशी पुन्हा एकदा.''

अनयनं आता मोबाईल सरळ ऑफच करून टाकला नि तो तडक स्वयंपाकघरात आला. अनूचा हात धरत तिला स्वत:समोर उभी करत तो रागानं म्हणाला, ''माझ्यावरचा राग तिच्यावर कशाला काढतेस? हा बघ, मी तुझ्यासमोर उभा आहे! काय बोलायचं, ते मला बोल आणि... आणि मी तुला पुन्हा एकदा सांगतो— माझं काल खरंच खूप चुकलं.''

ती पकडून ठेवल्यासारखी त्याच्यासमोर शांत उभी होती आणि पिलू विलक्षण कावरी-बावरी होऊन तिला बिलगली होती. अनू काहीच बोलत नाही, हे पाहून अनय तिच्या खांद्यावर हात ठेवत म्हणाला, ''आज मी घरूनच काम करीन म्हणतो. तास-दोन तासांत मोकळा होईन मी. मग आपण सगळी मिळून जाऊ बालगंधर्वला. मी तिथे दिवसभर राहीन तुझ्याबरोबर.''

ती फक्त हसली नि म्हणाली, ''चहा घेणार? तयार आहे.'' त्याला एकदम बरं वाटलं. चहा पिता-पिता त्याला भास झाला— घरात एकदम पूर्वीच हसरं खेळकर जग निर्माण झालंय. मग थोडा वेळ विश्रांती घ्यायची ठरवून तो बेडरूममध्ये आला नि गादीवर आडवा झाला.

पिलूचं खाणं नि दूध पिणं उरकता-उरकता अनूच्या डोक्यात चक्रं फिरायला लागली. आपला नवरा घरूनच काम करतो, तेव्हा नेमकं काय काय घडतं याचा तिला रग्गड अनुभव होता. अशा वेळी नवरा घरात असूनही घरात नाहीये, असंच समजायचं असतं आणि तरीही तो म्हणेल तेव्हा त्याला चहा-कॉफी आणि त्यासोबत काही तरी चटरपटर खायला पुरवत राहायचं असतं. आपण विचारलेल्या कुठल्याही प्रश्नाला उत्तर द्यायला तो बांधील नसतो, कारण त्यानं त्याचा संपूर्ण मेंदूच मुळी फक्त एकाच दिशेनं जुंपला असल्यामुळे आपण विचारलेलं त्याच्या मेंदूपर्यंत काही पोचतच नसतं. त्यामुळे तो उत्तर द्यायला असमर्थ असतो. म्हणून मग त्याचा मेंदू आजूबाजूचं काही स्वीकारायच्या स्थितीत येईपर्यंत आपण नुसतं पाहत बसायचं असतं. आज मात्र हे असलं काही सहन करण्याची तिची मुळीच तयारी नव्हती. आजचा दिवस तिच्यासाठी फार महत्त्वाचा होता. प्रदर्शनाला भेटी देणाऱ्या लोकांच्या प्रतिक्रिया ऐकणं, कुणी तिची पेंटिंग्ज विकत घ्यायला उत्सुक असेल तर ती विकणं— तिला जास्त महत्त्वाचं होतं.

अनय समोर जाऊन त्याला 'बाहेर जातेय' असं सांगायचं, म्हणजे त्यानं मोडता घालणं आलं. "तासा-दोन तासांत उरकतोय— थांब थोडी!" त्यानं त्याचा हेका सोडायचा नाही. या सगळ्यात आपला मूड जाणार. त्यापेक्षा सोप्पी गोष्ट करावी. तिनं निर्णय घेतला नि मग पिलूचं पट्कन आवरून ती घराबाहेर पडली. रिक्षा पकडून रस्त्याला लागल्यावर तिनं शांतपणे अनयच्या मोबाईलवर एस.एम.एस. केला, 'मलाही माझ्या कामाचं टेन्शन आहे, म्हणून जातेय!' आणि मग तिनं कसलीही कटकट नको म्हणून सरळ मोबाईल बंद करून टाकला. त्या क्षणी तिनं घर आणि नवरा या व्यापातून आपलं मन काही काळ तरी सोडवून घेतलं होतं. तिनं पिलूला तिला सांभाळणाऱ्या काकूंकडे सोडलं नि ती बालगंधर्वला आली.

अनयनं बंद करून ठेवलेला त्याचा मोबाईल पुन्हा सुरू करून उशाशी ठेवला नि तो बेडरूमधल्या मोठ्या पलंगावर लोळू लागला. खूप थकल्यावर विश्रांती घ्यायची त्याची ही खास पद्धत होती. थोडा वेळ शांततेत गेल्यावर त्याला आश्चर्य वाटायला लागलं. पिलू अजून धावत आत आली कशी नाही? एवढ्यात त्यानं दार उघडल्याचा आणि लगेच ते बंद झाल्याचाही आवाज ऐकला. त्याला वाटलं, कचरा घेऊन जायला सोसायटीचा माणूस आला असणार. त्यानं पिलूला हाक मारली; उत्तर आलं नाही. खोलीतल्या शांततेवर रेघोटी उठली ती मोबाईलवर मेसेज आल्याच्या आवाजानं. त्यानं मोबाईल उचलून अनूनं पाठवलेला एसएमएस वाचला, 'मलाही माझ्या कामाचं टेन्शन आहे, म्हणून जातेय!'

ही काय वागण्याची पद्धत? पिलूला घेऊन घरातून बाहेर पडताना हिनं बेडरूममध्ये येऊन हेच सांगितलं असतं तरी चाललं असतं; पण आपल्या नवऱ्याला 'जाते' एवढा एक शब्द सांगायची आवश्यकता आहे, असंसुद्धा तिला आता वाटत नाहीसं झालंय. इतकं साधंसुद्धा बोलण्याइतपत आपलं मोल तिला वाटत नाहीसं झालंय; दुसरं काय! एकूण झाल्या प्रकारानं त्याला वाटलं, काय हा आपला संसार! एकुलती एक पोर... आताआताच काय, रोजच राहते दहा-बारा तास कसल्या कोणत्या काकू, त्यांच्या घरात... बायको आणि तिची पेंटिंग्ज आणि आपण... हं! आपण पळतोय आमिषाच्या मागे. आयुष्याचा नकाशा असा कसा बदलत गेला? आणि जगण्याची चव इतकी मचूळ व्हावी? एका अत्यंत

निराश क्षणी त्यानं त्याची लॅपटॉपची बॅग उचलली नि तोही घराबाहेर पडला.

- - - -

घरी पळण्याआधीचं रिच्युअल असल्यासारखे अनय आणि पलक टपरीवर आले होते. प्लेटमधला वडा संपवत अनयला पलक म्हणाली, "चीजचा एवढासा प्रॉजेक्ट, पण किती किचकट काम नै? त्यातून गेल्या आठवड्यात बिग बॉसनं तुमच्या या प्रॉजेक्टवरून मला चक्क हायजॅकच केलंन् रे!"

"हं! तुझ्यासारखी जाडा जाडा पगार घेणारी माणसं परवडत नाही बाब्बा आम्हाला."

पलक हसली नि तिनं विचारलं, "पंधरा दिवसांत प्रॉजेक्ट संपायला हवा होता, तो अजून ऑन लाईन गेला नाही— त्यामुळे चार्ली चिडला असेल, नै?"

"शनिवार-रविवार आणि या सोमवारीसुद्धा त्यांच्याकडे सुट्टी आहे. त्यामुळे मंगळवारी त्याचं चिडणं आमच्यापर्यंत येऊन पोचेल. खरं तर सगळं सुरळीत चाललं होतं, पण मधेच मेन फंक्शन एकदम प्रॉब्लेम दाखवायला लागलं. त्यामुळे आता फाइल्सच ओपन होत नाहीयेत. अगदीच हात टेकले आम्ही, म्हणून मग बिग बॉसनं हा प्रॉब्लेम कळवलाय हेड ऑफिसला."

"हं! सस्त्यात माणसं मिळवायचा प्रयत्न अंगाशी आलाय; दुसरं काय? तुझ्या या प्रॉजेक्टवर चार-चार नवी पोरं... बाप रे! किती शिकवावं लागतं नै त्यांना? ...आणि तरीही किती उरकावं लागतं आपल्याला!"

"करता काय! परवा बिग बॉसनं इथे टपरीवरच वडा खाताना कसं बंबार्डिंग केलं, ऐकलंस ना? म्हणे आपण आता चिटुक-पिटुक आकाराचे सगळेच संगणकवाले गिऱ्हाइकांना खुणावत खिडकीत बसल्यासारखे आहोत. शेवटी हा खरेदीदारांचा बाजार आहे. आपण नाही टर्म्स डिक्टेट करू शकत तेव्हा..."

"तेव्हा मरा कामाच्या वझ्यानं..." हे वाक्य मात्र अनय आणि पलक एका सुरात म्हणाले.

प्लेटमधला वडा संपवून पलक जायला निघाली; पण मग मधेच थांबून तिनं अनयला म्हटलं, "तुला सांगायचं राहिलं. तुझ्या बायकोच्या पेंटिंग्जचं प्रदर्शन पाहिलं बालगंधर्वला. पेंटिंग्ज सगळी छानच आहेत. पण प्रत्येक फ्रेम एवढी उदास... एवढी एकाकी रंगवलीय तिनं की, काही खरेदी करायचा धीरच

झाला नाही रे. आपली एक दिवसेंदिवस यंत्रं होत चालल्यीत, पण तिच्यासारख्या आर्टिस्टचं पण तसंच...''

ती तिची गाडी काढायला पार्किंग लॉटकडे गेली आणि अत्यंत उदास हसत अनयही प्लॅनेट थ्री इमारतीच्या दिशेनं चालू लागला. आता अंधार गडद झाला होता. तो सेक्शनला आला, तेव्हा त्याला माहीत होतं— आता बिग बॉसनं प्रॉब्लेम हेड ऑफिसला कळवलाय, तेव्हा त्या प्रॉब्लेमवर ग्लोबल स्टार कॉम्प्युटर्सची जिथे जिथे ऑफिसेस आहेत, त्या प्रत्येक ठिकाणची माणसं डोकंफोड करणार. निदान तसा आव तरी आणणार आणि ते तसं करताना आपल्या वकुबानुसार प्रश्न विचारून रात्रभर आपला छळ करणार. अचानक त्याच्या तोंडून गेलं, ''ब्रेव्हो! ग्लोबलायझेशन!''

आता तो त्याच्या समोरच्या संगणकाच्या पडद्याकडे एकाग्रतेनं पाहू लागला. ग्लोबल स्टार कॉम्प्युटर्सच्या ॲमस्टरडॅममधल्या कामाच्या अड्ड्यावरची ॲस्था त्याला तिथे विचारत होती, ''सिस्टीम इज नॉट ॲक्सेप्टिंग कमांड्स! व्हॉट इज धिस नॉनसेन्स?''

''मॅडम, वुई हॅव टु वर्क ऑन धिस प्रॉब्लेम.''

''आय नो! बट धिस ब्लडी मार्केट इकॉनमी, आय ॲम टायर्ड ऑफ एव्हरिथिंग!''

आणि मग पडद्यावरून एकदम ती दिसेनाशीच झाली... आणि त्याच्या लक्षात आलं— इथे जे घडलं, तेच थोड्या फार फरकानं पॅरिसला आणि लंडनच्या ऑफिसमध्येसुद्धा घडणार, कारण शेवटी फुकटची डोकंफोड हवीय कुणाला? क्षणात त्यानं निर्णय घेतला नि सरळ बंगलोरच्या महादेवन सरांशी त्यानं संपर्क साधला. त्याला माहीत होतं— इतकी वर्षं या क्षेत्रात काढल्यावर इतर कुणाप्रमाणे त्यांचीही रात्री झोपायची सवय त्यांना सोडून गेली असणार.

मध्यरात्र उलटलेली. पहाटे तीनचा सुमार. सर जागेच होते. या सरांचं बोट धरून तो खूप काही शिकला होता. फोनवर त्याचा आवाज ऐकताच त्यांना खरोखर खूप आनंद झाला आणि ते इतके भरभरून बोलत राहिले की, अनयला समजेना; त्यांना कसं सांगायचं तो अडचणीत आलाय ते! पण मग त्यांनीच विचारलं त्याला. म्हणाले, ''बेटे, बोलो क्या प्रॉब्लेम है? परेशान लग रहे हो.''

त्यानं प्रॉब्लेम सांगताच ते हसले— अगदी गडगडाटी हसले. नव्यानं कामाला सुरुवात करणारीच फक्त नव्हे, तर अतिकामामुळे थकलेली अनुभवी माणसंसुद्धा कुठे कशी चुका करू शकतात, याची त्यांची जाण विलक्षण होती.

त्यांनी सांगायला सुरुवात केली.

एक वेगळं लॉजिक थेट प्रश्नाच्या मुळापर्यंत घेऊन जाणारं... ते सगळं नीट समजून घेतल्यावर त्यानं पॅरिसपर्यंत पोचलेला प्रॉब्लेम तिथेच थांबवला नि त्यावर स्वत: काम करायला सुरुवात केली. शोध घेता-घेता कोडिंगमधल्या कच्च्या दुव्यांची एक साखळीच त्याला सापडली नि काम फत्ते झालं.

एव्हाना सूर्य चांगलाच वर आला होता. महादेवन सर गाढ झोपले असणार. त्यांना आत्ता मुद्दाम उठवून काम फत्ते झाल्याचं सांगण्यात अर्थ नव्हता. बिग बॉसला मात्र त्यानं सविस्तर मेल टाकली नि लॅपटॉपची बॅग उचलून तो इमारतीतून बाहेर पडला. गाडी चालवता-चालवता आता एकच गोष्ट त्याचा ताबा घेऊन होती— ती म्हणजे, अगदी वेळेत हा प्रॉजेक्ट ऑन लाईन जाणार.

चीजचा प्रॉजेक्ट चार्लीच्या ताब्यात जाऊन आठवडा लोटला, तरी या भल्यामोठ्या प्रॉजेक्टचं पुढचं काम इकडे अजून आलं नव्हतं. अख्खी टीम आता हवालदिल झाली. हिंजवडीच्या या परिसरातलं वातावरणही दिवसेंदिवस असं होतं चाललं होतं की, इथे मोकळा श्वास घेणं कुणालाही जमू नये. एक अदृश्य भीती आजूबाजूला पसरलेली. कधी कुणाचा पत्ता कट होईल, काय माहीत! आज या परिसरात मानानं यायला मिळतंय... पण उद्या? माहीत नाही.

या बदलत चाललेल्या दुनियेत काहीही घडतं, हेच खरं. नाही तर बिग बॉस स्वत: अनयच्या सेक्शनला कधी तरी आला असता? तो खरोखर आला नि असं त्यानं आल्या- आल्या सांगून टाकलं, ''आपल्या लोकांनी खूप धडपड केली, तरीही प्रॉजेक्ट कोरियात ग्लेन कॉम्प्युटर्सकडे गेला. त्यांनी आपल्यापेक्षाही कमी बिलिंग करायचं कबूल केलंय!'' आणि खुर्चीत बसत बॉसनं हताशपणे म्हटलं, ''ग्लोबलायझेशन! ह्या तिसऱ्या जगात दळिंदर भरलंय नुसतं... म्हणून... म्हणून इथली तरुण चकचकीत पोरं नि पोरी जगायचं विसरून मरे-मरेतो काम करायला निघालीत.''

बिग बॉसच्या तोंडची ती भाषा ऐकून सगळ्यांनी तोंडं पाहण्यासारखी झाली. बॉस सेक्शनमधून बाहेर पडताच आज बऱ्याच दिवसांनी तिन्हीसांजेच्या सुमाराला घरी जाण्यासाठी म्हणून अनय हिंजवडीतून बाहेर पडला. हॉटेल सदानंदपाशी त्यानं रोजच्या सवयीनुसार गाडी कच्च्या रस्त्यावर घेतली. जेमतेम शंभर फूटसुद्धा तो गेला असेल-नसेल; त्याच्या लक्षात आलं— मेलबॉक्सला

दाबून मेल साचाव्यात तशी त्या छोट्याशा रस्त्यावर वाहनांची नि माणसांची गर्दी साचलेली. हातात हिरवे झेंडे पकडून घोषणा देत अनेक माणसे रस्त्यावर उतरलेली... ज्या रस्त्यानं तो रोज वीस मिनिटांत घरी पोचत असे, त्याच रस्त्यानं घरी पोचायला त्याला आज अडीच तास लागले. रस्त्यावर घनदाट अंधार पसरलेला... कारण दुपारपासूनच त्या परिसरातल्या विजेचा पुरवठा ठप्प होता. झुंडी-झुंडीनं येणारी माणसं लंडनला चाललेल्या 'जी ८' परिषदेचा निषेध करत श्रीमंत राष्ट्रांविरुद्ध घोषणा देत होती. या सगळ्यातून वाट काढत तो जेव्हा अंकुर अपार्टमेंट्सपाशी आला, तेव्हा त्याच्या लक्षात आलं— त्या इमारतीच्या लिफ्टचा जनरेटर बॅकपही काम करत नाहीये. आठ मजले चढून तो घरात पोचला, तेव्हा त्याला अक्षरशः एखाद्या लहान मुलासारखं भोकाड पसरून रडावंसं वाटत होतं. आज मात्र तो तडक बेडरूममध्ये आला नि गादीवर आडवा झाला. त्यानं पिलूसारखं उशीत डोकं खुपसलं होतं.

रात्र सरली. दिवस उजाडला. त्यानं गॅलरीचं दार उघडलं नि तो गॅलरीत जाऊन उभा राहिला. माणसं अजूनही रस्त्यावरून फिरत होती. वातावरणातला तणाव प्रत्येकाला जाणवावा, एवढा वाढलेला. या परिस्थितीत अनेक जण घरात अडकलेले होते.

नो-मॅन लँडमध्ये राहत असल्यासारखी गेले काही दिवस ती दोघं घरात वावरत असत, त्यामुळे एक भीषण शांतता घरात भरून राहिलेली असायची. आज परिस्थितीच अशी होती की, त्या दोघांनाही एकमेकांशी बोलल्याशिवाय चैन पडेना. हळूहळू पिलूशी खेळण्याच्या निमित्तानं त्या दोघांतला पीळ सैलावला आणि अचानक टाळ्या पिटत पिलू म्हणाली, "आई-बाबा, किती वेळ झाला, तुम्ही अजून भांडला नाहीत! मज्जा ना!"

त्या क्षणी दोघांनी एकमेकांकडे पाहिलं नि घरातलं वातावरण बदलून गेलं. लॅपटॉपला नि मोबाईलला स्पर्श केल्याशिवाय जागेपणीचा बराच वेळ त्या दोघांनीही काढला. गप्पा मारून-मारून किती मारणार? कामाव्यतिरिक्त इतरही बरंच जगण्यासारखं असतं, ही गोष्टच मुळी ते दोघं विसरून गेले होते. शेवटी आठ मजले उतरून ती तिघंही खालच्या मोकळ्या जागेत आली.

त्या इमारतीतली किती तरी माणसं तिथे क्रिकेट खेळत होती. कुणी गप्पा मारत होती, कुणी गाणी म्हणत होती. अनय क्रिकेट खेळण्यासाठी आतुर झाला होता. त्या मंडळींनी त्याला आपल्यात सामील करून घेतलं. अनयनं खूप काळानंतर चेंडूला स्पर्श केला होता. बॅटिंग करून त्यानं पंचवीस धावा जमवल्या,

तेव्हा त्यानं आनंदानं एकदम उडीच मारली. खेळ संपवून मंडळी गप्पा मारायला लागली, तेव्हा त्याच्या लक्षात आलं. 'संगणक' या विषयाशिवाय दुसऱ्या कुठल्याही विषयावर त्याला काही बोलताच येत नाहीये. अगदी राजकारणावरदेखील तो बोलू शकत नव्हता. कंटाळून तो त्यांच्यातून बाहेर पडला. अनुया आणि पिलू गाण्याच्या भेंड्या खेळणाऱ्या ग्रुपमध्ये सामील झाल्या होत्या. मधेच कुणी तरी शीळ वाजवायला नि त्यावर खूप जुनं प्रेमगीत म्हणायला सुरुवात केली, तेव्हा त्यानंदेखील शीळ वाजवली.

ती तिघं घरात आली; तेव्हा आनंदानं हसत होती, नाचत होती, गात होती. तुंबून नासायच्या पाळीला आलेलं त्यांचं जगणं या प्रसंगात खुलं झाल्यासारखं त्या दोघांनाही वाटायला लागलं. तिन्हीसांजा झाल्या, तरीही दिवे आले नव्हते. मेणबत्तीच्या प्रकाशात त्यांनी जेवणं उरकली. पिलूसकट बेडरूममध्ये झोपताना त्या दोघांनाही खूप शांत-तृप्त वाटत राहिलं. हे असलंच आयुष्य आपण कायमसाठी जगतोय... असली काही तरी स्वप्नं त्यांना त्या रात्री पडली.

पुढील चोवीस तासांत सरकारनं परिस्थितीवर मात केली. रस्त्यावर 'जी८' देशांची निंदा करत... त्यांच्या विरुद्ध निषेधाच्या घोषणा देत फिरणारी माणसं दिसेनाशी झाली. त्या परिसरातला विजेचा प्रवाह सुरू झाला. मोबाईल आणि लॅपटॉपच्या बॅटरीज रि-चार्ज करण्यात आल्या. फाईलमधला 'बग' निघून सगळं सुरळीत व्हावं, तशी रस्त्यावरून वाहनं पळायला लागली.

अनयचा मोबाईल वाजायला लागला तशी एक नि:श्वास टाकून त्यानं तो उचलला, तेव्हा त्याच्या लक्षात आलं— मार्केटिंगचा एक्झिक्युटिव्ह नायरचा फोन आहे. तो ऐकत राहिला. बेल्जियम... चेन ऑफ डिपार्टमेंटल स्टोअर्स...!

अनयनं मोबाईल बंद करून मागे पळणाऱ्या मनाची समजूत घातली. जसं जगावंसं वाटतंय, ते परवडणारं नाही म्हणून कामाच्या अड्ड्यावर जाऊन पुन्हा नव्यानं बोली लावायला हवी. आणि मग मुकाट्यानं लॅपटॉपची बॅग उचलून खांद्याला अडकवून, दाराबाहेर पाऊल टाकत अनूकडे बघून तो मोठ्यांदा म्हणाला, "ऑन युवर मार्च... गेट... सेट... गो!"

❑❑

१२. चोरी

मुंबईच्या फोर्ट विभागाची शान असलेली संपूर्ण काचेची तावदानं असलेली ती तेरा मजली इमारत पालम अँड ब्रोकोली इंटरनॅशनल कॉर्पोरेशनच्या मालकीची होती. इंडिया विंगची मुख्य कचेरी याच इमारतीत होती. या ठिकाणी काम करणाऱ्या चपराश्यापासून जनरल मॅनेजरपर्यंतच्या प्रत्येक माणसाला नेमक्या याच गोष्टीचा अभिमान वाटत असे.

पालम अँड ब्रोकोलीनं बाजारात किती तरी उत्पादनं आणली होती. पुरुषांसाठी दाढीचा साबण, तर बायकांसाठी अंग मुलायम राखणारं खास तेल घातलेला फेस वॉश! पण इथल्या बाजारपेठेत ते स्थिरावले ते त्यांनी बाजारात आणलेल्या 'हॅबिट' टूथपेस्टमुळे.

हजारो लोक रोज सकाळी उठून याच पेस्टनं आपले दात साफ करीत. एवढंच नव्हे, तर नुकते दुधाचे दात आलेल्या लुटुलुटु चालणाऱ्या, दाबून चॉकलेटं खाणाऱ्या आपल्या छबकड्या सोनुल्यांसाठीसुद्धा 'हॅबिट ज्युनिअर' वापरायला त्यांनी सुरुवात केली होती.

लोकांनी हॅबिट टूथपेस्टला दिलेल्या प्रथम क्रमांकाच्या पसंतीला कंपनीचं आक्रमक विक्री तंत्र कारणीभूत होतं. लोकांनी किरकोळ दुकानदाराकडे जाऊन नुसतं टूथपेस्ट म्हणायचा अवकाश... लगेच दुकानदारानं फक्त हॅबिट टूथपेस्टच यांना हवी असणार, हे ओळखून तीच फक्त काऊंटरला ठेवावी. त्यामुळे कंपनीचा सतत वाढता सेल... वाढता नफा आणि वाढती आर्थिक ताकदसुद्धा!

जयेश शहा आपल्या केबिनमध्ये बसून हे सगळं आठवत

होते. लोकांनी फक्त हॅबिट टूथपेस्ट वापरणं हा जणू आता इतिहास ठरणार, अशी लक्षणं अलीकडे दिसायला लागली होती. कारण ते बराच वेळ त्यांच्या समोरच्या कॉम्प्युटरच्या स्क्रीनकडे बघत होते. गेली तीन वर्ष सातत्यानं घसरणारा टुथपेस्टचा सेल त्यामुळे घसरणारा ग्राफ पण गेल्या तीन महिन्यांत टूथपेस्टचा सेल एकदम १० टक्क्यांनी घसरला होता, ही गोष्ट शॉकींग होती. तरीही जाहिरातींवर होणाऱ्या अफाट खर्चाला चुळकाभरही कात्री लावणं शक्य नव्हतं. दूरदर्शनवर अक्षरश: आलटून-पालटून कधी या वर्षीची मिस इंडिया आपल्या गोबऱ्या गालांना खळ्या पाडत हसून म्हणे, "हॅबिट टूथपेस्ट है, इसलिए ये मुस्कान इतनी खूबसुरत है!" नाही तर कार्टून फिल्मसमधल्या कॅरेक्टर्स बघिरा... बॉब द बिल्डर... बॉडी ऽ हातात हॅबिट टूथपेस्ट धरून सुंदर नाच करून दाखवत.

यातलं काहीही कमी करण्याचं धाडस ते करू शकत नव्हते. शिवाय मुलांच्या दातांसाठी ठोस काम करून हा उद्योग समुह दयाळू, सहृदय आहे ही जनमानसातली पालम अँड ब्रोकोलीची प्रतिमा टिकवणं या घडीला महत्त्वाचं असल्यामुळे तोही खर्च होताच. मुंबई... अहमदाबाद... भडोच... अशा निवडक ठिकाणच्या शाळांमधून मोफत दात तपासणीची शिबिरं घ्यायची, 'हॅबीट' पेस्टने दात घासण्याचं महत्त्व त्यांना आणि त्यांच्या पालकांनासुद्धा समजावून सांगायचं— या सगळ्या उपक्रमांना डेंटीस्टची मदत मिळवायची तर डेंटल असोसिएशनच्या मेंबर्सना काही ना काही निमित्तानं दर तीन-चार महिन्यांनी बोलावून सन अँड सँड किंवा ताज इंटरनॅशनलला दारूच्या पार्ट्या, खाणं, त्यांच्यासाठी छोट्या-छोट्या गिफ्ट्स... सगळं आलंच. सेल घसरत होता तरी हा खर्च कमी होण्यासारखा नव्हता.

जयेश शहा हे भारतातल्या पालम अँड ब्रोकोलीच्या इंडिया ब्रँचचे सर्वेसर्वा, त्यामुळे भारतातला हा असा हॅबिट टूथपेस्टचा घसरता सेल आणि त्यामुळे घसरता नफा हे त्यांच्या साम्राज्याला पडलेलं खिंडार आहे, या विचारानं ते अस्वस्थ झाले. लोकांच्या मनावर 'आयुर्वेदिक' या शब्दाची इतकी मोहिनी असावी की त्यांनी गेल्या पंचवीस वर्षांतली कंपनीची बाजारात असलेली प्रतिमा... आजवर केलेलं समाजकार्य... जाहिरातींवरचा खर्च... कशाचाच मुलाहिजा ठेवू नये आणि अलिबागसारख्या छोट्या गावात तयार होणाऱ्या, जेमतेम पाच वर्षापूर्वी फारसा गाजावाजासुद्धा न करता बाजारात आलेल्या 'मैत्री' टूथपेस्टला जवळ करावं?

आणि कमाल म्हणजे आयुर्वेदात सांगितल्याप्रमाणे हिरडा... बेहडा... लवंगतेल आणि काय काय घालून बनवलेली ही पेस्ट एकदातरी वापरून बघायलाच हवी. अशी बाजारात निर्माण झालेली हवा. खरं तर दूरदर्शनच्या कुठल्या तरी फडतूस कार्यक्रमात तळटीप या स्वरूपात या पेस्टची जाहिरात झळकत असे, एवढंच! एवढाच खर्च यांचा जाहिरातीवरचा तरीही हे असं?

लोक मात्र हॅबिटपेक्षा वेगळं काही तरी मिळालं म्हणून खूश होते. लोकलमधून प्रवास करताना, संध्याकाळी बाजारात भेटल्यावर ते सहज एकमेकांना सांगत, ''या 'मैत्री'नं दात घासल्यावर खरंच खूप छान स्वच्छ वाटतं. तोंडात 'हॅबिट'सारखी गोडसर चव रेंगाळत नाही.'' कुणी म्हणे, 'माझी दात दुखी थांबली तर कुणी सांगे गार खाल्ल्यावर दातातून येणाऱ्या कळा थांबल्या... एक ना दोन हे असंच 'मैत्री'चं नाव पसरवणारं बोललं जाई. आणि अभय परांजप्यांनी दिलेली मुलाखत... मार्केटमधला त्यांच्या टूथपेस्टचा वाढता खप... जयेश शहा आणि पर्यायानं त्यांच्या इंटरनॅशनल कार्पोरेशनचे यांनी बाजारातले कमी केलेले महत्त्व हे सगळेच अस्वस्थ करणारे. सामूहिक कट केल्यासारखं रोज वाढत्या संख्येनं लोकांनी 'मैत्री'ला गुड मॉर्निंग करून तोंडात कोंबावी, हे काही झालं तरी योग्य नव्हते. पालम अँड ब्रोकोलीचा बाजारातला एकूण आकार हा असा कुरतडला जातोय या सत्य परिस्थितीची जाणीव जेव्हा जेव्हा जयेश शहांना होई तेव्हा संतापाची एक लाट त्यांच्या मस्तकात भिंगरीसारखी फिरत जाई.

जयेश शहाना हे आठवलं. त्यांनी समोरच्या स्क्रीनवरून नजर काढून घेतली नि खुर्चीत मागे रेलून डोळे मिटले. एक्झिक्युटिव्हजसाठी आखलेल्या विशेष शिबिरात ताण कमी करण्याचं शिकलेलं तंत्र त्यांना आठवलं आणि त्यांनी लांब... लांब श्वास घ्यायला सुरुवात केली. मग हलकेच उठून टेप डेक सुरू केला. मंद, संथ गाण्याच्या सुरावटीनं त्यांची केबिन भरून गेली. त्यांचं चढलेलं डोकं आता उतरलं होतं. ते स्वत:शी हसले आणि म्हणाले, ''ये तो जंग की शुरुवात है, देखते है— आगे आगे होता है क्या!''

एव्हाना इंटरकॉम वाजायला लागला होता. त्यांनी बटण दाबलं तशी सेक्रेटरी शिरीनचा गोड आवाज त्यांच्या कानी पडला, ''सर, 'बिझनेस इंडिया'

के सिनिअर रिपोर्टर ललित पांडे आपसे मिलना चाहते है।''

''ओ के, सेंड हिम'' असं शिरीनला सांगून त्यांनी इंटरकॉम बंद केला आणि स्वत:ला बजावलं, हॅबिटका शेअर लायन शेअर है, उसके सामने... वो नये पेस्ट मैत्री कुछ भी नहीं! यही इम्प्रेशन उस रिपोर्टरको मिलना चाहिये. मग चेहरा हसरा करत गुलाबपाण्यासारखी तोंडावर खुशी शिंपडत त्यांनी केबिनमधे शिरणाऱ्या ललित पांडेंचं स्वागत केलं.

अलिबागजवळच्या नायगावच्या सुरूच्या दाट वनात उभी असलेली 'आरोग्य फर्म'ची इमारत भारतातल्या अनेक मासिकांमधून चर्चेच्या रूपात, किंवा तर माहितीच्या स्वरूपात आजकाल अधून-मधून दिसे. खरं तर 'आरोग्य' या घरात राहून परांजप्यांच्या कित्येक पिढ्यांनी वैद्यकीचा व्यवसाय केलेला. मिळविलेल्या आयुर्वेदाच्या ज्ञानावर अनेक औषधं तयार करून लोकांना दिलेली पण परांजपे कुळातल्या तरुण मुलानं— अभयनं आजाऱ्यांना दहा-पाच रुपड्यांवर औषधं देणं बंद केलं नि नवी जागा घेऊन या इमारतीत आयुर्वेदाच्या माहितीचा वापर करून टूथपेस्ट बनवायला सुरुवात केली.

तयार मालाचा पुरवठा घाऊक व्यापाऱ्यांना केला जाई. ज्यांना अभय कौतुकानं 'आमचे डीलर्स' म्हणत असे आणि मग तिथून किरकोळ दुकानदारांकडे हे डीलर्स माल पोचवत. तिथून थेट लोकांकडे पेस्ट जाई. या पद्धतीत जाहिरातीवर किरकोळ खर्च होई आणि मालाच्या विक्रीसाठी मुद्दाम वेगळ्या विक्रेत्यांची नेमणूक नसल्यामुळे डीलर्स आणि किरकोळ विक्रेत्यांना जास्त कमिशन देणं शक्य होई. अशा तऱ्हेची विक्री व्यवस्था आजवर कुणी अमलात आणू धजलं नव्हतं.

आपल्या प्रॉडक्टची अफाट जाहिरात करायची, लोकांच्या मेंदूवर अक्षरश: ते प्रॉडक्ट बिंबलं पाहिजे म्हणजे मग लोक त्या प्रॉडक्टला मागणी करतील— हेच गणित प्रत्येक उद्योजकाने पक्क केलेलं. त्यामुळे त्यांचे विक्रेते सकाळी... दुपारी वाट्टेल त्या वेळी लोकांच्या दारावरच्या घंटा दाबत आणि प्रॉडक्ट विकायचा प्रयत्न करीत. नेमकं हेच गणित परांजप्यांनी धुडकावून लावलं. ते नेहमी म्हणत, ''ग्राहक राजा शहाणा आहे, यावर माझा विश्वास आहे. शिवाय उत्तम वस्तू स्वत:च स्वत:साठी जाहिरात करत असते. तिला पैसा खर्चून वेगळी प्रशस्ती जोडण्याची, मुद्दाम तिची जाहिरात करण्याचा अट्टहास करण्याची गरज नसते.''

'आरोग्य'ची मैत्री... एम. ए. आय. टी. आर. डबल ई अशी अक्षरं

छापलेली ही पेस्ट बाजारात आली, ती स्वत:बद्दल बोलत. त्यामुळे बाजारपेठेचा एक वेगळाच इतिहास घडायला सुरुवात झाली होती. ''दाम मे कम, चीज है उत्तम।'' लोक स्वत:च तिच्याबद्दल बोलत. मैत्री टूथपेस्टचा सेल सतत वाढायला लागलेला; त्यामुळे 'बिझनेस इंडिया'सारख्या वजनदार मासिकानं ललित पांडेसारख्या सिनिअर रिपोर्टरला परांजप्यांची मुलाखत घेण्यासाठी पाठवणं, यातच या उत्पादनाचं बाजारातलं महत्त्व अधोरेखित झालं होतं.

ललित पांडे आरोग्याच्या इमारतीत शिरले, तेव्हा दिवस पालथा पडायला आला होता. ते स्वत: मुंबईचे असूनही नायगावच्या सुरूच्या दाट झाडीची किनार असलेला तो समुद्र त्यांना अस्वस्थ करून गेला. तो अवसेचा दिवस होता नि समुद्र विलक्षण वेगानं पाणी आत-आत खेचत होता. तो समुद्र त्यांना मुंबईच्या समुद्रापेक्षा खूप वेगळा, विलक्षण ताकदीचा वाटला. त्यांनी बाहेर पडताना अभय परांजप्यांशी हस्तांदोलन केलं, तेव्हा या कोकणी माणसात चांगलाच दम असल्याची त्यांना जाणीव झाली.

- - - -

पालम अँड ब्रोकोलीचे दक्षिण आशियाई देशांसाठी नेमलेले चीफ एक्झिक्युटिव्ह ऑफिसर मिस्टर माईक ब्राईट अचानक मुंबईत हेड ऑफिसला आले. एरवी ते भारतात यायचे असले की, केवढा गाजावाजा केला जाई! त्यांच्या स्वागतासाठी वर्तमानपत्रातून डीलर्स मार्फत मोठमोठ्या जाहिराती टाकल्या जात. या खेपेला त्यातलं काहीही घडलं नाही.

विमानतळावरून उतरून मिस्टर ब्राईट थेट ऑफिसला आले. नेहमीसारखे त्यांनी विक्रीचे रिपोर्ट्स वाचले नाहीत, की कंपनीच्या भविष्यकालीन योजनांवर चर्चा केली नाही. त्यांनी म्हणे, फक्त एकदा— तोदेखील संध्याकाळी ६-३२ च्या दादर-ठाणे फास्ट लोकलनं अर्धी चड्डी घालून प्रवास केला आणि आपल्या मोडक्या-तोडक्या हिंदीतून ते अनेक अनोळखी माणसांशी बोलले. त्यांनी म्हणे मैत्री टूथपेस्ट स्वत: खरेदी केली आणि आपल्या रिमलेस काचांच्या चष्म्यातून दुकानदाराकडे बघत थेट त्यांनी विचारलं, ''ये पेस्ट अच्छी है क्या?'' तर दुकानदारानं त्यांना खुशाल सांगितलं. ''हाँ साब, बहुत अच्छी है और लोगोंको पसंद भी है. अगर यही सिलसिला रहा, तो हॅबिट की छुट्टी समझो.''

मिस्टर ब्राईट त्यावर म्हणे फक्त हसले. इथून जाण्यापूर्वी कसलाही गाजावाजा न करता त्यांनी एका नव्या फर्मला जन्म दिला— 'फिटनेस इंडिया!'

या अपत्याच्या देखभालीसाठी पाच माणसांचा नवा स्टाफ आणि कांबळे नावाचा नवा मॅनेजर— जो थेट त्यांनाच रिपोर्ट करणार होता— एवढीच मांडामांड या फर्मची होती.

या सगळ्या प्रकारात नाही म्हटलं तरी जयेश शहांचं महत्त्व कमी झालं होतं, त्यामुळे ते चांगलेच चिडले आणि स्वत:च्या केबिनमध्ये पाठी हात बांधून फेऱ्या मारताना त्यांच्या तोंडून निघून गेलं, ‘‘इतने सालोंसे हम यहाँ क्या झक् मार रहे है कि यहाँ कांबळे की भगोडी टीम खडी कर दी! बेवकूफ साला!

‘‘ये खुद हॅबिट टूथपेस्ट युज नहीं करता और यहाँ के बच्चों के लिये स्वीट पेस्ट कॅल्शियमवाली ज्युनियर हॅबीट माय फूट! ऐसा क्यूँ?... क्यूँ कि हम गधे है!’’

अनावर झालेल्या संतापानं त्यांना स्वत:शीसुद्धा बोलता येईना. त्या क्षणी शिबिरात शिकलेल्या रागावर नियंत्रण ठेवण्यासाठीच्या खास तंत्रांचादेखील त्यांना राग आला आणि ते जोरात म्हणाले, ‘‘ये सब कुछ हंबग है, हमारी पेस्ट जैसा केमिकलसे भरा हुआ युसलेस प्रॉडक्ट!’’ त्या क्षणी त्यांना जाणीव झाली— जी परिस्थिती आपल्याला आपल्या मनाविरुद्ध वाकवते, त्या परिस्थितीबद्दल अन् ती निर्माण करणाऱ्या माणसांबद्दल संताप येणारच! न राहवून ते मोठ्यांदा ओरडले, ‘‘आय कांट हेल्प इट! मिस्टर ब्राईट, यू कान्ट फूल देम एनी मोअर!’’

त्यांची केबिन साऊंडप्रूफ होती, म्हणून बरं; नाही तर हे सगळं ऐकून केबिनबाहेर बसणारा स्टाफ हादरलाच असता.

भर दुपारी दोन वाजताच जयेश शहा केबिनमधून बाहेर पडले तेव्हा त्यांचा एरवी गुलाबपाणी फवारल्यासारखा दिसणारा टवटवीत चेहरा एकदम वेडावाकडा दिसायला लागल्याची कुजबुज त्यांच्या केबिनबाहेर बसणाऱ्या स्टाफमधे झाली.

अभय परांजपे ‘आरोग्य’च्या मुख्य गेटपाशी उभे होते. समोरच्या उसळत्या, फेसाळत्या समुद्रात सूर्य बुडायच्या समेला आला होता. अंधारात बुडत चाललेल्या त्या परिसराकडे बघता-बघता त्यांच्या मनात आलं— या वाढत्या अंधाराला शह देण्यासाठी आता जागोजागी दिवे लावले जातील, तरीही वाढता अंधार रोखण्याची ताकद कुणापाशीही नाही. पालम ॲन ब्रोकोलीच्या हॅबट टूथपेस्टचं बाजारातून संपणं हा आता फक्त काही काळाचाच प्रश्न आहे, हा विचार मनात आला नि

ते सुखावले.

सूर्य पूर्णपणे क्षितिजापार गेल्यानंतर त्यांनी आपली ओपेल कार बाहेर काढली. मैत्री टूथपेस्टचा एक डझनाचा बॉक्स बरोबर घेतलेला आहे, याची खात्री करून घेतली नि मगच ते घराच्या रस्त्याला लागले. आपण शिरीषला या क्षणी तरी घाबरलो. जर आजसुद्धा तिला 'बॉक्स आणायला विसरलो' असं उत्तर दिलं असतं, तर तिनं आपल्याशी भांडायला कमी केलं नसतं— या विचारानं त्यांना हसू आलं.

शिरीष... त्यांची लाडकी धाकटी मेहुणी. हट्टानं लग्न न करता राहिलेली एक नंबरची भांडकुदळ! म्हणूनच की काय, एक नंबरची फर्डा वकील झाली. बया एकदा का पदर खोचून कोर्टात अर्ग्युमेंट करायला उभी राहिली की, न्यायाधीशसुद्धा तोंड उघडं टाकून हिचं बोलणं ऐकत राहतात म्हणे! या शिरीषचं परांजप्यांना भलतं कौतुक, म्हणूनच तिच्यासाठी आठवणीनं त्यांनी बॉक्स बरोबर घेतला.

घरी येताच त्यांनी शिरीषच्या हातात बॉक्स ठेवला नि ते कपडे बदलायला आत वळले. शिरीषनं बॉक्स उघडून पेस्ट हातात घेत जरा जोरात म्हटलं, "या बॅचच्या टूथपेस्टचं कव्हर कुणी तपासलेलं दिसत नाही. कव्हरवर स्पेलिंग मिस्टेक आहे. आमच्या नगरच्या दुकानात जी पेस्ट चार महिन्यांपूर्वी मिळायची, त्या पेस्टच्या कव्हरवर एम ए आय टी आर आय असं मैत्रीचं स्पेलिंग वाचल्याचं मला आठवतंय; पण या पेस्टच्या कव्हरवर तर एम ए आय टी आर डबलई?"

एव्हाना परांजपे कपडे बदलून बाहेर आले होते. त्यांनी म्हटलं, "मैत्री हा शब्द आम्ही पहिल्यापासून तसाच स्पेल आऊट करतो— एम ए आय टी आर डबल ई!"

शिरीष एकदम चमकली. कारण त्यांच्याकडे मैत्री टूथपेस्टची बॉक्स मागणं हे केवळ निमित्त होतं. तिला या निमित्तानं त्यांना जाब विचारायचा होता. गेली पाच वर्ष हळू हळू तुम्ही त्यांना 'मैत्री' टूथपेस्टची सवय लावलीत आणि लोकांनी तुमचं उत्पादन खरेदी करायला उत्साहानं सुरुवात केली, म्हणून लगेच संधी मिळाल्यासारखं तुम्ही आयुर्वेदाच्या नावावर पुन्हा केमिकल्सच तयार करायला लागलात? शिवाय मालाचा तुटवडा इतका की, नाइलाजानं लोकांना पुन्हा फक्त हॅबिटच खरेदी करायची वेळ यावी आणि दूरदर्शनला पालम अँड ब्रोकोलीची टाकलेली नवी जाहिरात 'हॅबिट अँड ओन्ली हॅबिट फॉर यू!' मुकाट्यानं पाहावी लागावी... हे असं तुम्ही फक्त पैशासाठी करताय? पण तुम्हाला लोकांचा असा

विश्वासघात करायचा अधिकार कुणी दिला?

पण मग तिच्या लक्षात आलं— हे काही तरी वेगळंच आहे. त्या वेगळ्या घटनेच्या शंकेनंसुद्धा ती अस्वस्थ झाली. कारण तिच्यातला शंकेखोर 'वकिल' आता जागा झाला होता. जरा वेळानं ती म्हणाली, "दाजी, बोलल्याशिवाय राहवत नाही म्हणून बोलते. तुम्ही मार्केटवर लक्ष ठेवायला कमी पडला आहात? याचा फायदा तुमचा प्रतिस्पर्धी घेतोय? एक तर या उत्पादनाला मिळालेल्या लोकाधाराचा फायदा घेत तुमच्या उत्पादनाचं नाव वापरून तो चार पैसे कमवू बघतोय किंवा... लोकांच्या मनात 'मैत्री' या टूथपेस्टसाठी जे प्रेम निर्माण झालंय, ते नष्ट करण्यासाठी याच नावाचं उत्पादन बाजारात आणायचं; पण ते उत्पादन जाणून-बुजून कमी प्रतीचंच असलं पाहिजे, याची काळजी घ्यायची— म्हणजे मग एकदा का लोकांची या उत्पादनाला असणारी पसंती संपली की, मग ते पुन्हा बाजारात हातपाय पसरायला मोकळे! असं काही घडतय का? फक्त कायद्याच्या कचाट्यातून सुटण्यासाठी मैत्रीचं केलेलं ते तसं स्पेलिंग आहे कि कसं ते लगेच नाही ठरवता यायचं पण काहीतरी घडतंय. कारण माझ्या भर बाजारात राहणाऱ्या मैत्रिणीला पुन्हा हॅबिटच वापरण्याची वेळ आली, तेव्हा वैतागून तिनं मला तुम्हाला सांगायला एक निरोप दिला होता, मैत्री टूथपेस्टची ही टंचाई लवकर संपवा"

ते सगळ ऐकून परांजपे जरी काळजीत पडले, तरी थोडे सुखावलेसुद्धा. आपण तयार करत असलेलं उत्पादन लोकांना इतकं आवडावं की, तीन-तीन शिफ्टमधे लोक काम करूनही मालाचा तुटवडा पडावा... कुणाला तरी या परिस्थितीचा फायदा घेऊन चार पैसे कमवावेत, असं वाटावं? ब्राव्हो! टूथपेस्ट बाजारात विकायला सुरुवात करून जेमतेम पाच वर्ष झाले नाहीत तोच एवढा हंगामा व्हावा! नागपूर... अहमदाबाद... बडोदा... कोल्हापूर... नगर... सगळीकडून सतत वाढती मागणी! या महिन्यात नगरला तर दुप्पट माल पाठवला तरी शिरीष असं कसं म्हणाली, गेल्या चार महिन्यांत तिच्या मैत्रिणीला बाजारात ही पेस्ट मिळालीच नाही, म्हणून? शिवाय हे स्पेलिंग मिस्टेक प्रकरण जरा लक्ष देऊन तपासायलाच हवं. हे काहीतरी विचित्र आहे! त्यांच्या मनानं घेतलं म्हणून मग अंगातले कपडेदेखील न बदलता ते ऑफीसला जायला निघाले... पण बाहेर पडण्यापूर्वी त्यांनी शिरीषला म्हटलं, "या आठवड्यातसुद्धा तुझ्या मैत्रिणीला आरोग्यची टूथपेस्ट बाजारात मिळाली नाही, याची तुला खात्री आहे?"

ती हसून म्हणाली, "गेले चार महिने ही टूथपेस्ट बाजारात कुणालाही

मिळालेली नाही. 'मैत्री' मधला 'त्रि' ऱ्हस्व असं दाखवणारं स्पेलिंग असलेली पेस्टसुद्धा बाजारातून गायब आहे. मी तुम्हाला इंटरनेट चॅटवर, ऑफ लाईन किती मेसेज सोडले. अर्थात टूथपेस्ट मिळत नाहीये, असं स्पष्टपणे मी कधी लिहिलं नाही; पण दर वेळी सुचवत राहिले, आमचे दात काळे-पिवळे पडायला लागल्येत, काही तरी करा. वगैरे---वगैरे!''

"थॅंक्यू शिरीष!'' ते घाईनं म्हणाले नि घराबाहेर पडले.

रात्र दाट झाली होती. 'आरोग्य'च्या इमारतीत दुसऱ्या पाळीची माणसं कामाला भिडली होती. केमिस्ट पळसुल्यांना परांजपे असे अचानक ऑफिसला परत आल्याचं मुळीच आश्चर्य वाटलं नाही. विशेषत: अधिक मोठा प्लँट टाकण्याच्या योजना आकार घेत असताना ते असे येत असत, हे सगळ्यांना माहीत होतं.

आल्या-आल्या परांजपे आपल्या केबिनमधे गेले. कॉम्प्युटर सुरू करून वेगवेगळ्या गावांतल्या डीलर्सना कन्साइनमेंट्स कधी आणि किती पाठवल्या याची माहिती ते तपासू लागले. नगरच्या हिरालाल मेहतांना माल पाठवून खरोखर फक्त आठ दिवस झाले होते आणि एवढ्या थोड्या वेळात बाजारपेठेत टूथपेस्ट मिळू नये, ही काळजी करायला लावणारी तसंच आश्चर्याची गोष्ट होती. परिस्थिती प्रत्यक्ष जाऊन खरोखर बघूनच यायला हवी... ते स्वत:शीच म्हणाले नि मग बाकी सारी कामं बाजूला सारून शिरीषला घेऊन ते नगरला आले.

नगरमध्ये आल्यावर ते हिरालाल मेहतांना भेटायला गेले नाहीत; पण नगरच्या बाजारपेठेत गल्ली-बोळांतल्या दुकानांमधून ते फिरत राहिले. प्रत्येक दुकानात कमी-अधिक फरकानं हाच संवाद चाले— दुकानात शिरताच ते म्हणत, "मैत्री, टूथपेस्ट द्या.'' आणि मालक म्हणे, "उपलब्ध नाही. हवी तर पालम ब्रोकोलीची 'हॅबिट' आहे; ती दाखवू?''

"नको. 'मैत्री' टूथपेस्ट तुमच्या दुकानात नक्की मिळेल असं ऐकलं, म्हणून आलोय. 'आरोग्य'ची 'मैत्री' टूथपेस्ट हवी होती.''

"हे नाव गेल्या चार महिन्यांत आम्ही ऐकलंसुद्धा नाही. ती कंपनी बहुधा

बंद पडली. 'फिटनेस' फर्मनं 'मैत्रि' याच नावाची टूथपेस्ट बाजारात आणली होती; पण तीसुद्धा आता मिळत नाही.''

'' 'फिटनेस' फर्म कोणाची आहे, काही माहिती आहे तुम्हाला?''

''नाय, बाँ!''

ही टूथपेस्ट आरोग्यच्या मैत्रीच्या टूथपेस्टच्या जिवावर काही दिवस चालली बाजारात. तीदेखील केवळ 'आरोग्य'च्या मैत्री टूथपेस्टचं प्रचंड शॉर्टेज झालं, म्हणून. गिऱ्हाईक 'मैत्री' टूथपेस्ट मागे; आम्ही 'फिटनेस' फर्मची टूथपेस्ट विकू लागलो. लोक हळूहळू तक्रार करायला लागले, म्हणून मग बहुधा ती फर्म बंदच पडली फक्त आता पूर्वीसारखी हॅबिट टूथपेस्ट बाजारात आहे.''

एवढं सगळं कळूनही परांजपे रेटून विचारत, ''दूरदर्शनला... वर्तमानपत्रात... मासिकातून आरोग्यची छोटी जाहिरात असते; ती तुम्ही कधी पाहिली नाहीत? ही फर्म बंद पडली असेलसं तुम्हाला वाटलंच कसं?''

''साहेब, लोकांनी हॅबिट वापरायला सुरुवात केलीच होती; मग पुन्हा 'आरोग्य'ची चौकशी आम्ही कशाला करायची? शिवाय पालम-ब्रोकोलीनं आमचं कमिशन वाढवलंय. वाढत्या विक्रीवर त्यांच्या किती आकर्षक योजना आहेत. खूप मोठ्या किमतीची बक्षिसं... सोन्याचा हार... कार...'' आणि मग सरळ त्यांच्याकडे दुर्लक्ष करून दुकानदार दुसऱ्या गिऱ्हाइकाकडे वळे. परांजपे काही तरी सटरफटर खरेदी करून दुकानातून बाहेर पडत. या सगळ्या पायपिटीत शिरीष त्यांच्याबरोबर होती. फिटनेस फर्म कोणाची एकच प्रश्न त्याना छळू लागला. त्यांचा उतरलेला चेहरा तिला बघवेना.

'' 'आरोग्य'ची टूथपेस्ट लोकांपर्यंत गेल्या चार महिन्यांत पोचलीसुद्धा नाही आणि इथे वाढत्या सेलबद्दल आम्ही मूर्ख खूश!'' बोलताना त्यांच्या डोळ्यांत पाणी उभं राहिलं.

शिरीषनं त्यांचा हात घट्ट पकडला नि ती म्हणाली, या दुष्ट लोकांनी तुम्हाला बाजारातून संपवण्यासाठी हा घाट घातला, तुम्हाला मार्केटमधून उखडून कुणाचा फायदा होणार आहे? दाजी, तुम्ही बोला. तुमच्या प्रॉडक्टचा मार्केट शेअर वाढल्यामुळे तुमचा स्पर्धक चवताळला नसेल ना?''

शिरीष त्याना प्रश्न विचारत राहिली. तिच्या प्रश्नाना उत्तरं देता देता त्यांना एकदम बिझनेस इंडियाच्या ललित पांडेची आठवण झाली. अलिबागला त्यांची मुलाखत घेण्यासाठी आले असताना बोलता बोलता ते म्हणाले होते, ''आपका मार्केट शेअर बहुत तेजीसे बढ रहा है, बी केअर फूल! धीस इनज्युअर्ड

बीस्ट मे ट्राय टू क्रश यू.''

ते ऐकल्यावर त्यांनी उत्तर दिलं होतं, ''मैत्री टूथपेस्ट मार्केट मधून संपवायची म्हणजे हजारो... लाखो भारतीयांच्या पसंतीचा... त्यांच्या इच्छेचा मान राखायचा नाही. त्या इनज्युर्अड बीस्टन हे पाप केलं तर... तर त्यांना ते महागात पडेल.''

आत्ता परांजप्याना ते सगळं आठवलं तसे ते संतापून ओरडले, ''जयेश शहा आणि तुझा तो मिस्टर ब्राईट. तुम्ही दोघं जर यात खरोखर सापडला असलात तर आय स्वेअर मी तुम्हाला तुमच्या प्रॉडक्टसकट देशाबाहेर हाकलून काढीन.''

संतापलेल्या परांजप्यांना शांत करत शिरीषनं विचारलं, ''जयेश शहा म्हणजे पालम ॲन्ड ब्रोकोली इंटरनॅशनल कार्पोरेशनचे सर्वेसर्वा नि मिस्टर ब्राईट त्यांचे ही बॉस ना!

इतकी वर्ष क्रिमिनल केसेस चालवून चांगलं तरबेज झालेलं तिचं डोकं आता सुपरफास्ट स्पीडनं कामाला लागलं होतं. तिनं ही शक्यता मान्य केली कारण महिनोंमहिने लाखो रुपयांची टूथपेस्ट डीलर्सना खूष राखत त्यांच्याकडून गुपचूप उचलायची आणि सरळ तशीच्यातशी कुठेतरी टाकून द्यायची हे येऱ्यागबाळाचं काम नव्हतंच म्हणून मग परांजप्यांचा हात पकडत ती त्यांना म्हणाली, ''इतक्या प्रचंड प्रमाणात त्यांनी विकत घेतलेली टूथपेस्ट ते कधीही बाजारात विक्रीला आणणार नव्हते, कारण त्यांना तुम्हाला संपवायचंय. आता प्रश्न एवढाच आहे की, ही पेस्ट त्यांनी कुठे नेऊन टाकली असेल?... जमिनीच्या पोटात किंवा नद्या... नाले... खाड्या... कुठे टाकलं नेऊन हे सगळं त्यांनी?

ते समजणं जरुरीचं आहे. तो पुरावा वापरून फिटनेस फर्म पर्यंत पोचता येईल शिवाय त्यांच्यावर खटला भरता येईल! कारण दाजी, त्यांनी पद्धतशीरपणे तुमच्या उत्पादनासाठीचे संभाव्य ग्राहक तोडल्येत तुमच्यापासून. युद्धात सैन्याची रसद तोडून सैन्य दुबळं करतात, तशी खरं तर तुमच्या ग्राहकांची चोरीच केलीय या दुष्ट माणसांनी!''

समोर उभ्या ठाकलेल्या परिस्थितीच्या जाणिवेनं धिप्पाड देहाचे परांजपे एकदम केविलवाणे दिसायला लागले. त्यांच्या डोळ्यांसमोर नुकतंच घेतलेलं भलं मोठं कर्ज आणि ॲडव्हान्स भरून मागवलेली यंत्रसामग्री दिसायला लागली.... ते चित्र त्यांना खरोखर बाजारातून पूर्णपणे कायमचं उखडून टाकणारं होतं. त्यांना ते सहन होईना. ते उभे थरथरायला लागले. त्यांना घाम फुटला होता.

एक कर्तबगार, प्रामाणिक माणूस असा मोडताना पाहून शिरीष व्याकूळ झाली. तिनं त्यांना चक्क मिठीत घेतलं नि ती म्हणाली, "उपाय सापडेल यावर काही तरी... आपण अलिबागला लगेच जाऊ."

तिनं तिच्या कोर्टाच्या कामांची व्यवस्था केली नि ती परांजप्यांबरोबर अलिबागला आली.

थकून बायकोच्या मांडीवर डोळे मिटून पडलेल्या परांजप्यांचा मेंदू तब्बल चोवीस तासांनंतर कामाला लागला होता. त्यांना एकेक आठवायला लागलं. 'बिझनेस इंडिया'च्या अंकात त्यांची आणि पालम अँड ब्रोकोलीच्या जयेश शहांची छापून आलेली मुलाखत. ललित पांडेंना मुलाखत देताना ते म्हणाले होते, "वुई हॅव लायन्स शेअर इन द मार्केट, स्टिल आय अॅडमिट वुई शल नॉट टॉलरेट कॉम्पिटिशन विथ अस." मुलाखतीच्या शेवटी ललित पांडेंनी म्हटलं होतं... "पालम ब्राकोली इंटरनॅशनल कॉर्पोरेशन खुदही मार्केट शेअर के लिए पेटू है. या ये आदमी जयेश शहा? मोस्ट अॅम्बिशस पर्सन इन धिस फील्ड. इट्स डेंजरस!"

परांजप्यांना खात्रीच पटली— या बलाढ्य संस्थेनं आपल्यासारख्या चिमूटभर संस्थेला गिळून टाकायचा प्रयत्न केलाय. हा प्रयत्न हाणून पाडलाच पाहिजे. निदान नेमकं काय घडलंय, ते लोकांपर्यंत पोचलंच पाहिजे. त्या विचारासरशी ताड्कन ते उठले. त्यांनी गॅरेजमधून ओपेल काढली, तेव्हा त्यांच्या हालचालींमधे आत्मविश्वास होता. एक प्रकारची आक्रमकता होती.

'बिझनेस इंडिया'च्या ऑफिसमध्ये ललित पांडेंना हे सगळं समजलं, तेव्हा त्यांना आधी धक्का बसला; पण मग ते चवताळून उठले. आपल्याच बाजारपेठेत आपल्याच उद्योजकाला उखडून टाकायचं, म्हणजे काय? पैशाचा... मनी-पॉवरचा एवढा माज? त्यांनी मग 'मनी-पॉवर रुइन्स द कॉंपिटिशन इन द मार्केट' या शीर्षकाचा लेख 'बिझनेस इंडिया'च्या नव्या अंकात छापूनच आणला. त्या लेखात पालम-ब्रोकोलीचं नाव न घेता, पण सगळं लोकांच्या लक्षात येईल अशा तऱ्हेनं या बलाढ्य उद्योगाच्या नावानं शिमगाच केला.

परांजप्यांनी स्वत:च जुन्या डीलर्सकडचा सर्व माल परत मागवला आणि लढाईला उघडपणे सुरुवात केली. आत मैत्री टूथपेस्टच्या विक्रीची नवी व्यवस्था त्यांनी अमलात आणली होती. ती म्हणजे ग्राहकांच्या दारात जाणे. त्यांनी सरळ

मक्तेदारी नियंत्रण कायद्याचा आधार घेत कोर्टात न्याय मागितला. शिरीष त्यांची वकील होती.

या खटल्याला अमाप प्रसिद्धी मिळेल अशीही व्यवस्था त्यांनी केली.. शिरीष सतत चार वर्ष तारीख-वारासकट पालम-ब्रोकोलीनं खेळलेला डाव त्यांच्यावर उलटवण्याचा अटोकाट प्रयत्न करत होती. कांबळे तिच्या उलटतपासणीत टिकले नाहीत. ते बोलून-चालून तसे कुंपणावरचेच होते. जयेश शहाइतकी या उद्योगाशी त्यांची बांधिलकी कधीच नव्हती. त्यांनी भर कोर्टात सांगून टाकलं, ''आम्ही बाजारात डीलर्सकडून परस्पर माल खरेदी करीत होतो; पण या साठ्याचं पुढे काय होत असे, ते मला माहीत नाही.''

पुराव्यातले कच्चे दुवे जोडले जात होते. समुद्रात बुडवलेली पेस्ट देखील यांनी बाहेर काढली. आम जनता पिसाळलीच होती. जयेश शहांना घराबाहेर पडण्याचीसुद्धा भीती वाटायला लागली. पालम- ब्रोकोलीचा आजवर रुबाबात वावरलेला शेअर... त्याला दोन रुपयांनादेखील कुणी हात लावेना. निकाल लागण्यापूर्वीच मिस्टर ब्राईटना राजीनामा द्यावा लागला. जयेश शहांना सस्पेंड करून घरी बसवण्यात आलं होतं. वावटळीत धूळ उडून जावी तसे कांबळे आणि त्यांची टीम मुंबई सोडून दूर गेली.

न्यायाधीशांनी अखेर निकालपत्र वाचलं, ''पालम-ब्रोकोलीसारख्या बलाढ्य उद्योगसंस्थेनं 'आरोग्य'ला बाजारात अडथळा आणून आपली मक्तेदारी टिकवण्याचा प्रयत्न केला, म्हणून हे न्यायालय त्यांना शंभर कोटी रुपये दंड ठोठावत आहे.''

याचा अर्थ 'एकटा राहीन, सगळं खाईन' हे यापुढे इथे कुठल्याही उद्योगसंस्थेला झेपणे शक्य नाही, एवढी चोख व्यवस्था न्यायाधीशांनी केलेली.

पालम-ब्रोकोली कॉर्पोरेशननं सुप्रीम कोर्टातही हार खाल्ल्या नंतर आपली फोर्टमधली तेरा मजली इमारत विकायला काढली आणि मुख्य कार्यालय मुंबईबाहेर हालवलं.

'आरोग्य'च्या इमारतीत पक्की मांड ठोकलेले अभय परांजपे नव्या उद्योजकाला आवर्जून सांगत, ''ग्राहकांशी प्रत्यक्ष संपर्क कधीही तुटू देऊ नका, म्हणजे मग कशाचीही चोरी होण्याची भीती नाही. आणि तुम्हाला एखादी मेहुणी असेल— विशेषत: धाकटी— तर तुम्ही कुणाशीही टक्कर घेऊ शकता, हे महत्त्वाचं!''

❐❐

१३. वेग

क्वीन्स गार्डन, गल्ली क्रमांक चार. सकाळी ९ च्या सुमाराला भलीमोठी बाबागाडी ढकलत बँकर दलीप तायाल या गल्लीतून जवळ-जवळ रोज फिरायला जाताना दिसत. याच वेळी टिपून घ्यावं असं अतीव मार्दव त्यांच्या दगडी चेहऱ्यावर दिसतं, असं अनेक लोक म्हणत. तसंच ते बाबागाडी ढकलताना बाबागाडीत निजलेल्या आपल्या लेकीशी विलक्षण मायाळू आवाजात बोलत असतात, असा दावादेखील अनेकजण करीत. नेमक्या या अर्ध्या-पाऊण तासातच जी-जी माणसं त्यांना भेटत, त्या प्रत्येकाला नमस्कार करून ते त्यांची जवळिकीनं विचारपूस करतात, असा अनेकांचा अनुभव होता. म्हणून मग सकाळच्या त्या प्रहरी त्या भागात नोकऱ्या-व्यवसाय हरवलेल्या अनेक माणसांची जत्रा भरे. बाबागाडी ढकलत येताना ते दिसले की, या धडधाकट माणसांच्या आशा पालवत. या माणसाच्या पायाशी आपल्या गरिबीचं... बेकार...निष्फळ होत चाललेल्या आयुष्याचं गाऱ्हाणं घालून त्यांच्यापुढे अशी माणसं लीनतेनं हात जोडून उभी राहत. त्या गर्दीतल्या कित्येक जणांना पूर्वी पाठीला कणा होता... ती बँकेत, दुकानात आणि कुठे कुठे कामं करून आपल्या धडधाकट मुलाबाळांना चार घास खाऊ घालणारी माणसं होती.

पण गेल्या काही काळात भाकरीचा वेग वाढला होता, त्याला कोण काय करणार! दलीप तायाल त्या माणसांशी सौजन्यानं वागत आणि मग काही जणांच्या पदरात काही तरी पडेसुद्धा. काही दिवसांपूर्वी त्यांच्यापैकी एकाच्या बायकोला बेबीच्या आयाची

नोकरी मिळाली होती, तर कुणाला ग्लोबल एक्स्प्रेस बँकेच्या बूथवर रखवालदाराचं काम मिळालं होतं... शिकलेल्या, काही अनुभव असलेल्या धडधाकट माणसांनी ही कामं करायची?... तरीही पाठीचा कणाच संपत चाललेली ती माणसं— पोटाची सोय झाली म्हणून अत्यानंदात असत.

त्या दिवशीही असंच थोडं फार घडून दलीप तायाल घरी परतले. नवीनच कामाला ठेवलेल्या आयाच्या मदतीनं त्यांनी हळुवारपणे आपल्या नऊ वर्षांच्या मुलीला बाबागाडीतून बाहेर काढलं, तेव्हा त्यांचा डावा खांदा तिच्या गळणाऱ्या लाळेनं पार भिजून गेला होता. त्या मंदबुद्धी मुलीने जेव्हा आपल्या आयाकडे जायला नापसंती दर्शवली, तेव्हा त्यांना वाईट वाटलं आणि नकळत ते बोलून गेले, "हिच्यासारखीलासुद्धा समजतंय, तिचं हित कशात आहे ते; पण शहाणी माणसं— त्यांना मात्र फक्त पैसा समजतो! त्याचा छुनऽ छुन आवाज समजतो." महाराष्ट्रात आल्यापासून मुद्दाम शिकलेलं मराठी ते असं कधी तरी बोलत. त्यांनी तिची मग कशी तरी समजूत घातली आणि मग ते तिथून डोळे पुसत दूर गेले. आता त्यांच्यात जागा झाला होता तो बँकर.

- - - -

ग्लोबल एक्स्प्रेस बँकेच्या हेड ऑफिसमध्ये ते रोजच्यासारखे वेळच्या वेळी पोचले. ते जेव्हा त्यांच्या केबिनकडे जाऊ लागले, तेव्हा त्यांच्या पर्सनल सेक्रेटरीनं त्यांना उभं राहून 'गुड मॉर्निंग सर!' म्हटलं. खरं तर नेहमी ते तिच्याकडे बघून गोड हसून 'मॉर्निंग'... असं काहीसं पुटपुटत, दोन-चार शब्दांत तिची थोडीशी विचारपूस करत आणि मगच ते आपल्या केबिनमध्ये पाऊल टाकत. परंतु, त्या दिवशी मात्र ते तिच्याजवळ थांबले नि रोजच्यासारखं काहीच न बोलता ते तिला म्हणाले, "मैने कल बताया था आपको, कॉर्पोरेशनकी वो फाईल और उसके साथ और भी डॉक्युमेंट्स है— सब ले कर आप अंदर आईये."

"यस सर!" मिस उषा तत्परतेनं म्हणाली.

ती जेव्हा त्यांच्या केबिनमध्ये शिरली, तेव्हा सोल्युशन लावून स्टिफ केलेल्या आपल्या मिश्यांवर ते हात फिरवत होते. त्यांना तशा अवस्थेत बघताच तिच्या लक्षात आलं— आपल्या बॉसच्या मनात बरंच काही शिजतंय... डचमळतंय... आकार घेतंय! शेवटी गेले काही महिने ती त्यांची पर्सनल सेक्रेटरी असल्यामुळे तिला आता त्यांना नुसतं बघूनसुद्धा काही काही गोष्टी समजायला लागल्या होत्या.

तिनं आणलेल्या फाईलमध्ये बँकेत इस्टेट मॅनेजरच्या पोस्टवर काम करणाऱ्या मिस्टर गुप्तांनी कॉर्पोरेशनच्या सिटी सर्व्हेअरच्या ऑफिसमधून पैसा चारून मिळवलेले दोन नकाशे आणि इतर पेपर्स असलेली फाईल होती. ते सगळं तिनं त्यांच्यासमोर ठेवलं आणि मग त्यांनी सांगितलं म्हणून दोन्ही नकाशे तिनं त्या भल्यामोठ्या टेबलावर पसरले.

खरं तर मिस उषा तशी सिव्हिल इंजिनिअरिंगचा डिप्लोमा बाळगून होती; पण आजकाल डिग्रीवालेसुद्धा पैशाला पासरी मिळायला लागल्यामुळे डिप्लोमावाल्यांना विचारतो कोण?... म्हणून मग तिनं सोप्पा, सहा महिन्यांचा सेक्रेटरीचा एक कोर्स केला तसं तिला इथे चिकटता आलं. एवढ्या सगळ्या प्रवासात तिला खंत वाटत असे ती फक्त एकाच गोष्टीची. ती म्हणजे, शेवटी पोट भरण्यासाठी कामी आलं ते तिनं कमावलेलं ज्ञान नव्हे, तर तिचं सुंदर मुलगीपण! त्याला इलाज नव्हता.

सिव्हिल इंजिनिअरिंगचा अभ्यास करताना तिनं कॉप्या मारून परीक्षा दिली नव्हती. त्यामुळे टेबलावर पसरलेल्या त्या नकाशांकडे तिनं पाहिलं, तेव्हा तिला धक्काच बसला. कारण... ते दोन नकाशे म्हणजे त्या शहरातला जमिनीचा प्रत्येक तुकडा आपला इतिहास, मालकी... आणि बरंच काही सांगत होता.

दहा हजार कोटी रुपयांपेक्षा जास्त भागभांडवल असलेल्या, आपल्या या बँकेच्या कराची, ढाका, काठमांडू, पेकिंग, हाँगकाँग, टोकियो... अशा आशिया खंडातल्या अनेक महानगरांमध्ये शाखा पसरलेल्या... या शाखांमधून अख्ख्या आशियात पसरलेल्या अनेक उद्योगधंद्यांना चारापाणी म्हणजे कर्ज आणि इतर सेवा पुरवीत असत. अशा या महाबलाढ्य बँकेचे सर्वेसर्वा असणाऱ्या दलीप तायालयांनी हे नकाशे मिळवण्यासाठी पैसा ओतावा, मुद्दाम वेळ खर्चून त्या नकाशांकडे पाहावं, त्यांचा अभ्यास करावा— हे अजबच होतं. त्यांनी जेव्हा नकाशावरच्या नेमक्या महानगरपालिकेच्या मालकीच्या बखळी नि मुद्दाम आरक्षित म्हणून घोषणा झालेले जमिनीचे तुकडे यांच्यावर खुणा केल्या, तेव्हा हा इसम आता बांधकाम व्यवसायात तर पडणार नाही ना, अशी तिला शंका आली.

त्यांना काही विचारण्यासाठी तिनं तोंड उघडलंसुद्धा... पण त्यांनी जेव्हा तिच्याकडे कपाळाला आठ्या घालून पाहिलं, तेव्हा आपण इतका वेळ तिथे उभं राहिलेलं त्यांना आवडलेलं नाही, हे तिनं ओळखलं नि 'सॉरी सर!' असं पुटपुटत ती घाईनं तिथून बाहेर आली.

पुढचा सगळा दिवस आता नेहमीसारखा उलगडत जायला सुरुवात

झाली होती. एक तासानंतर साहेबांनी तिला त्यांच्या भेटीसाठी खोळंबून राहिलेल्या माणसांना आत पाठवायला हरकत नाही, असं सांगितल्यानंतर ती मंडळींना आत पाठवू लागली. प्रत्येकाच्या महत्त्वानुसार कधी नुसता चहा, तर कधी स्पेशल ड्रिंक्स, तर कधी कोल्ड्रिंक्स ती आत पाठवत राहिली. फोन्स खणखणत राहिले, कॉम्प्युटरवर लेटर्स तयार होऊ लागली... एक ना दोन! दिवसाच्या सावल्या कधी झुकल्या, ते तिला समजलंही नाही. आजूबाजूची टेबलं आवरली जात असताना साहेबांनी तिला आत बोलावलं. मग मुद्दाम आपल्याबरोबर कॉफी घ्यायला लावली नि मग ते म्हणाले, ''मिस उषा, आज आपको थोडा रुकना पडेगा तो आप माइंड नहीं करेगी, राईट?''

''सर! शुअरली आय कॅन वेट!''

''थँक्यू! क्या है कि... मेरी बेटीका अगले हप्ते बर्थडे है, इसलिए पार्टी रखना चाहता हूं— आपकी थोडीसी मदद चाहिये.''

मिस उषाला आपल्या साहेबाची अशा प्रसंगी नेहमीच गंमत वाटे. एवढा मोठा बँकर, पण बोलण्यात उत्तर हिंदुस्थानी तेहजीब अजूनही कायम. आत्ताही त्यांच्या आवाजात सॉलिड अजीजी होती. खरं तर त्यांनी थांब म्हटल्यावर नाही म्हणण्याची तिची टाप नव्हती. ती हसून म्हणाली, ''सर, आप बताईये क्या करना है?''

''ज्यादा कुछ नहीं, ये लिस्ट लिजीये— इसमे इनव्हइटीजके फोन नंबर्स और ई-मेल ॲड्रेसेस भी है. इन सब लोगोंको इनव्हिटेशन्स पहलेही भेजी गयी है, आप सिर्फ सबको मेरी तरफसे सिर्फ इनव्हिटेशनकी याद दिजीए... ये देखना है कि सबके सब गेस्ट आए!''

पार्टीच्या दिवशी स्वर्गातून उतरलेल्या परीसारखी बेबी दिसत होती. तिचा वारंवार बिघडणारा मेकअप नीट करण्यासाठी आणि तिच्या तोंडातून अधूनमधून गळणारी लाळ हलक्या हातानं टिपून घेण्यासाठी आज आणखी एक आया तिच्याजवळ उभी होती. बेबी खुशीत हसत होती. फुलांच्या बुकेंनी तिच्या आजूबाजूची जागा इतकी भरून गेली होती की, तिची सजवलेली बाबागाडी हाच एक बुके आहे— असं बघणाराला वाटावं! लॉनच्या एका बाजूला हे असं; तर दुसरीकडे अनेक प्रकारच्या खाण्याच्या पदार्थांच्या स्टॉल्सनी जागा व्यापून टाकलेली... शिवाय किती प्रकारची ड्रिंक्स... आइस्क्रीम... म्युझिक... वाढत्या प्रहराबरोबर

गर्दी वाढत होती. येणाऱ्या प्रत्येक पाहुण्याशी दोन शब्द तरी आवर्जून बोलण्यासाठी साहेब एकसारखे इकडून तिकडे फिरत होते. त्यांच्या आर्जवी गोड बोलण्यामुळे तिथे येणाऱ्या प्रत्येक व्यक्तीला आपण कुणी तरी विशेष महत्त्वाची व्यक्ती आहोत, असं वाटत राही.

मिस उषा हे सगळं मनात साठवत राहिली. किती वेगवेगळ्या क्षेत्रांतली माणसं हे निमित्त साधून गोळा केली होती साहेबांनी! जर्नालिस्ट... बॉलिवुडमधले मोठे स्टार... अनेक बँकर्स... चित्रकार... युनिव्हर्सिटीतल्या किती तरी डिपार्टमेंट्सचे डीन आणि बरेच इतरसुद्धा. क्षणभर तिला तिच्या साहेबाचा अभिमान वाटला. ती त्याच मूडमधे असताना तिला आश्चर्याचा धक्का बसला. कारण एरवी कधीही कुणी फारशी दखलही घेत नसे, असे कडेपठार सहकारी बँकेचे चेअरमन भगवंतराव आले, तेव्हा साहेबानं त्यांना मिठीच मारली. खरं तर ती बँक ऐतिहासिक म्हणावी एवढी जुनी होती, तरीही इतक्या चिमुकल्या बँकेचं महत्त्व ते काय असणार! तरीही भगवंतरावांचं इतकं जोरदार स्वागत? हे तर काहीच नव्हे, असं पुढे घडलं. साहेबांनी त्यांचा हात हातात घेत घोकंपट्टी करून ठेवल्यासारखे खाड्दिशी म्हटलं, ''आपल्यासारख्या त्यागी, निरीच्छ माणसाचं पंचारतीनंच स्वागत करायला हवं...'' आणि मग ते पुढे आणखी कुणाशी तरी बोलायला निघून गेले... पण त्यांचं ते बोलणं ऐकून भगवंतराव एवढे खूश झाले की त्यांच्याशेजारी उभ्या असलेल्या इंडियन एक्स्प्रेसच्या वार्ताहराला त्याच्याशी काहीच ओळख नसतानासुद्धा म्हटलं, ''बघितलंत? परक्यांना माझं मोल पटलंय पण... स्वकीय? त्यांना अजून माझ्या त्यागाचं काहीच महत्त्व पटलेलं नाही. काल बाजारात पाऊल टाकलेला हा बँकर दलीप तायाल— त्याला वाटलं माझ्याबद्दल...'' आणि मग घरी पोचेपर्यंत भेटलेल्या प्रत्येक माणसाजवळ ते दलीप तायालची स्तुती करत राहिले.

पण जेव्हा भर बाजारपेठेत कडेपठार को-ऑपरेटिव्ह बँकेच्या पाठीला पाठ लावून उभ्या असलेल्या बलाढ्य गायत्री बँकेचे संचालक दिगंबर आरोळे आले, तेव्हा साहेब त्यांच्याशी बोलायला फारसे उत्सुक नव्हते. त्यांच्याशी हस्तांदोलन करत ते फक्त त्यांना 'एन्जॉय युवरसेल्फ' एवढंच म्हणाले नि चट्कन पुढे चालू लागले.

पार्टी ऐन रंगात आली होती. पार्टीत आरोळे अगदी एकटे पडले होते. मिस उषा त्यांच्याशी बोलायला म्हणून त्यांच्याकडे जाऊ लागली, त्या वेळी नेमके ते शब्द तिनं ऐकले. तिचे साहेब टाइम्सच्या चीफ एडिटर जोशींना म्हणत

होते, तेदेखील आरोळ्यांकडे हात करून, "ऑलवेज आय रिमाइंड मायसेल्फ, बीवेअर ऑफ धिस व्हेरी खतरनाक कॉंपिटिटर! भाई, फ्री मार्केट इकॉनॉमी है, कुछ भी हो सकता है!"

ते ऐकून मिस्टर जोशी हसले. त्यांचं ते हसणं केवळ सवयीमुळे होतं, पण दलीप तायालच्या त्या तसल्या बोलण्यामुळे त्यांच्यातल्या मुरलेल्या पत्रकाराला दुसराच वास यायला लागला. त्यांना सिनिअर पत्रकार मधू पाटीलही कुठे दिसेनात... इतका वेळ इथेच कुठे तरी उभे होते, दलीप तायालनं मुद्दाम तोंडात भरवलेला गुलाबजामून खात! त्यांना आता त्या पार्टीत करमेना. ते गुपचूप तिथून सटकले.

गाडी चालवताना एकसारखं त्यांच्या मनात यायला लागलं— दलीपच्या डोळ्यांत गायत्री बँक एवढी का खुपतेय? आणि त्याचवेळी कडेपठारवाल्यांचं मात्र कौतुक! लक्षणं बरी नाहीत, एवढं खरं.

दिगंबर आरोळेदेखील पार्टी सोडून गेले म्हणताना मिस उषा मागे फिरली नि बेबीजवळ जाऊन उभी राहिली.

माणसांच्या गर्दीला आता बेबी कंटाळली होती. थकून ती झोपी गेली. आयानं मग तिची बाबागाडी तिथून हलवली. आता लॉनमधला तो कोपरा भलताच ओकाबोका दिसायला लागला होता. मिस उषाही मग तिथून हलली.

आकाशात शुक्राची चांदणी उगवेपर्यंत पार्टी चालली, पण मग एकेक करत मंडळी निघून जाऊ लागली. मिस उषा जायला निघाली, तेव्हा साहेबांनी तिचा हात हातात घेत मुलायम आवाजात म्हटलं, "मैं बिलकुल अकेला महसूस कर रहा हूँ... आप रुकीये मेरे साथ— प्लीऽज!"

मोटारीचे ताफे... एक इंजिनवालं छोटं विमान आणि लंडन, दुबई, सिंगापूर अशा ठिकाणी निवासस्थानं असणारा तो माणूस! तरीही त्याच्या डोळ्यांत विलक्षण आर्जव होतं. ती नाही म्हणूच शकली नाही.

दुसऱ्या दिवशी सकाळी अकरा वाजता ती तिच्या घरी पोचली, तेव्हा तिच्या पर्समध्ये एवढे पैसे होते की, तिच्या वडिलांना त्यांच्या ऐन उमेदीच्या काळातसुद्धा त्यांच्या बँकेतल्या नोकरीत एवढा पगार कधी मिळाला नव्हता... त्यादिवशी तिला स्वत:ची शरम वाटली पण नंतर स्वत:ला विकून घेण्याची चटक लागली कारण पुढे दलिप तायालच्या एकटेपणावरचा अक्सिर इलाज करण्यासाठी ती त्यांच्या घरी वारंवार जाऊ लागली आणि आता तर... तिनं स्वत:ला त्रास करून घ्यायचा नाही असं ठरवल्यामुळे मनाचा तो कप्पाच बंद

करून टाकला. बेबीचा वाढदिवस होऊन दोन महिने उलटून गेले होते. दलिप तायालच्या एकटेपणावर अक्सिर इलाज करून ती सकाळी जरा उशीराच घरी परत आली आणि मग घरातली पोशिंदी म्हणून हक्कानं त्या दिवशी ती आतल्या खोलीत जाऊन पलंगावर पडून राहिली. गात्र न् गात्र सैलावलं, तेव्हा तिनं उठून तिच्या नव्या कोऱ्या मोबाईल वरून फोन करून मशरूम टॉपिंग असलेला पिझ्झा ऑर्डर केला. ती हे सगळं करत असताना अचानक तिचे वडील घराबाहेर निघून गेले आणि तिची आई तिला कशाबद्दलही न विचारता मुकाट्यानं घरातली असलेली-नसलेली कामं उकरून काढत राहिली; तेव्हा परिस्थितीतली अगतिकता तिला झोंबली. कुरकुरीत पिझ्झा... कोका-कोला सगळं मनासारखं समोर होतं, पण तिला आता त्याची चव नकोशी वाटली.

मन स्थिर करण्यासाठी म्हणून मग तिनं मुद्दाम विकत आणवलेला टाइम्स वाचायला सुरुवात केली. खरंच त्यांच्या घरात टाइम्स कधीच येत नसे. यायचं ते फुकटातलं एक स्थानिक पत्रक. तिनं पहिलं पान उघडलं... मग दुसरं... मग तिसरं... तिनं त्या बातमीचं शीर्षक वाचलं, 'यांना आपण जाब विचारणार का?' तिची उत्सुकता वाढली. तिनं वाचायला सुरुवात केली. मधू पाटलांनी कडेपठार को-ऑपरेटिव्ह बँकेच्या कारभाराची चौकशी करावी, अशी त्या लेखात मागणी केली होती.

मधू पाटलांना तिनं पार्टीत पाहिलं होतं, त्यांना घरी सोडायला साहेबांनी कार दिल्याचंही तिनं पाहिलं होतं. आपल्या साहेबांचं डोकं इतकं विलक्षण गुंतागुंतीचं असेल? ती थक्क झाली आणि मग मुकाट्यानं उठून बँकेत जायच्या तयारीला लागली.

कडेपठार को-ऑपरेटिव्ह बँक चिमुकली असली म्हणून काय झालं; तिचं स्थान-माहात्म्य मोठं होतं. भर बाजारपेठेत जिथे आता हात उचलून ढेकूण मारायलासुद्धा फट सापडू नये तिथे गेली पाच दशकं ही बँक तीन हजार चौरस फुटांच्या गाळ्यात पाय रोवून उभी होती. तिथला पैशांचा व्यवहार कधी थंडावत नसे. पोटासाठी धावता-धावता छोटी-मोठी माणसं इथे येत. मग त्यात कधी भाजी मार्केटमध्ये भाजी विकणारा संभाजी सकपाळसारखा माणूस असे; तर कधी फुलांचे हार, गजरे विकणारी गंगूबाई असे. बँक त्यांनादेखील उभं राहण्यासाठी हात देई. तसंच तिथे कुणी खावटीसाठी कर्ज मागत, तर कुणी धंद्यातल्या

उन्हाळ्या-पावसाळ्यांसाठी हात-उचल मागत. चार-सहा घंट्यांसाठी जरी रक्कम उचलली असली, तरी बँक त्यांच्याकडून व्याजाची मोठी धार वसूल करी.

हे दिवस वेगानं मागे पडले आणि अर्थव्यवस्था मुक्त झाली म्हणता-म्हणता आता धंद्यातली धाडसी गुंतवणूक वाढायला लागली. पैशांचा बाजार आता रंडीबाजारासारखा झाला. खूप स्पर्धा— गिऱ्हाइकांना भुलवण्यासाठी जणू चढाओढ सुरू! किती नवीन बँका, खासगी सावकार आणि इतर संस्थासुद्धा कर्ज द्यायला उत्सुक असलेल्या. धंद्यातली रिस्क वाढत चालली होती, हे खरं; पण बँक तशी सुखी होती.

कारण तिचं स्थान-माहात्म्य! इथून जवळच असलेल्या सोनार गल्लीत वाढत्या महागाईबरोबर वाढता राबता चोरांचा, सावांचा आणि बायाबापड्यांचा सुद्धा. नवं घडवणं, जुनं तुडवणं, चोरीचं विकणं... खरेदी करणं... सगळं कसं तिन्ही त्रिकाळ जोरकस चालू असे. साहजिकच पायाखालची वाट सहज चालत तिथला पैसा— माणसांशी नाती घट्ट बांधलेली असल्यामुळे इकडे-तिकडे न जाता पायाखालची वाट असल्यासारखा नेमका इथेच येऊन पडे आणि मग सोनारांच्या... पोलिसांच्या आणि कुणाकुणाच्या खात्यावरचं बाळसं वाढे आणि बँकेला धंद्याला जोर मिळे. तरीही आजकाल कुठे तरी बँकेचा चिरा ढासळत चालल्यासारखं प्रत्येकालाच वाटत राही.

परिस्थिती वेगानं बदलत होती. एखादा बडा खातेदार त्याच्या खात्याला ठणठण गोपाळ असताना खुशाल दुसऱ्या पार्टीला मोठा चेक देऊन मोकळा होई नि मग हळूच सिनिअर ऑफिसर मांढरेबाई किंवा मॅनेजरसाहेबांना फोन करून सांगे, तेव्हा सगळे नियम बासनात गुंडाळून हातातला बिझनेस बँकेला सांभाळावा लागे. चालायचंच! नाही तरी आजकालच्या या धावण्याच्या शर्यतीत कोण धुतल्या तांदळासारखं ऱ्हायलंय?

खरं तर आजवर सगळं कसं आनंदी-आनंद चाललेलं. बँकेचा विस्तार व्हावा, दहा-पाच शाखा वेगवेगळ्या ठिकाणी उघडल्या जाव्यात— अशी महत्त्वाकांक्षाच नाही संचालकांत. कसलीही स्वप्नं नसलेले भगवंतराव आणि त्यांचं पॅनेल या बदलत्या जगात सूटेबल नाही, असं अनेकांना वाटायला लागलेलं. मिळणाऱ्या भाकरीवर एक भगवंतराव तृप्त होते तरी त्यांची मुलं त्यांच्यासारखी नव्हती. त्यांना वेगवेगळे डोहाळे लागत. मोठ्याला सिनेमा काढायचा असे, तर धाकटीला वाईनरी चालू करावीशी वाटे. मग बँकेचं निवडून आलेलं पॅनेल त्यांचंच असल्यामुळे भगवंतरावांना मुलांच्या स्वप्नांना पैशांची चाकं बसवावी

लागत असत. अलीकडे हे प्रकार फारच वाढल्येत, अशी बोलवा होती.

ग्लोबल एक्स्प्रेस बँकेच्या दलीप तायालची पार्टी अटेंड करून आल्यापासून खरं तर ते अक्षरश: 'सातवे आसमान पे' असताना त्यांना त्यांच्या सेक्रेटरीनं 'टाइम्स'ला आलेला तो लेख दाखवला, तेव्हा त्यांना वाटलं, ही कुणाची तरी किरकोळ पोटदुखी आहे आणि मग त्यांनी त्या लेखाकडे साफ दुर्लक्ष केलं. सुरुवातीला दिसलेला हा धूर... त्याच्या पोटात एवढा ज्वालामुखी असेल, याची कुणाला कल्पना आली नाही. पण काही महिन्यांतच पनवती मागे लागावी तसं एकेक घडायला लागलं. आधी वर्तमानपत्र, मग दूरदर्शनवर चर्चा झडायला लागली. ते सगळं थांबवणं भगवंतरावांना अशक्य होऊन बसलं. सामान्य खातेदार पार बावरून गेले होते. अचानक बटव्याला कात्री लागून तो फाटावा, तसं झालं. ठेवी भराभर काढल्या गेल्या. भगवंतराव आणि त्यांचं संचालक मंडळ तोंडाला फेस येईपर्यंत सांगत राहिलं— हा बनाव आहे; आमच्यावर विश्वास ठेवा. पत्रकं प्रसिद्ध करण्यात आली. पण परिस्थिती हाताबाहेर गेलीच. रिझर्व्ह बँकेनं हस्तक्षेप करावा, अशी मागणी जोर धरत होती. अतोनात थकलेल्या भगवंतरावांना समजत नव्हतं— यामागचा कर्ता-करविता कोण?... ती पार्टी आणि घडत गेलेल्या घटनांचा ताळमेळ जमवा-जमवता ते पार संपूनच गेले.

रिझर्व्ह बँकेनं ऑडिट बसवलं नि बँकेची उरली-सुरली अब्रू चव्हाट्यावर आली. कारण तारण ठेवलेलं सोनं आणि दिलेलं कर्ज यांचा मेळ बसत नव्हता, ज्या शेअर्सवर कर्जं दिली होती नेमक्या त्याच शेअर्सचे भाव गडगडले होते आणि भगवंतरावांच्या मुलांना दिलेली कर्जं तर विनातारण मंजूर झालेली! इतकी खमंग बातमी कोण सोडणार? दूरदर्शनला ती खास चमचमीत करून चघळली जाऊ लागली आणि भगवंतरावांना दवाखान्यात पोचवणं भागच पडलं.

गायत्री बँकेचे दिगंबर आरोळे यांच्याही कानांवर आणि डोळ्यांवर बरंच काही आदळत असल्यामुळे ते भयंकर अस्वस्थ झाले होते. अस्वस्थ झाले होते म्हणण्यापेक्षा त्यांच्यातला बँकर अस्वस्थ झाला होता, असं म्हणणं अधिक योग्य. फेऱ्या मारता-मारता मधेच ते थांबले आणि त्यांनी 'पैसा-पैसा' या व्यापारउद्योगाला वाहिलेल्या चॅनेलच्या रात्री ९ च्या विशेष बातम्या ऐकायला सुरुवात केली. निवेदिका सांगत होती, "आजच्या ठळक बातम्या... मुंबई शेअर बाजार आज ४०० पॉइंटनी गडगडला... महाराष्ट्रात कोकणपट्टीत मॉन्सूनचे

आगमन... कडेपठार को-ऑपरेटिव्ह बँकेला १०० कोटी रुपयांचा तोटा जाहीर, रिझर्व्ह बँक आपला प्रतिनिधी तिथे पाठवणाच्या तयारीत...''

भर बाजारपेठेत पाठीलापाठ लावून उभ्या असल्यासारख्या या दोन बँका... बळवंतरावांना खरं तर हे सगळं केव्हाच समजलं होतं; परंतु आज दूरदर्शनवरच्या या बातमीमुळे त्याचा ढिंडोरा पिटला गेला, म्हणून ते कष्टी झाले होते. त्यांना पुढचं भविष्य दिसत होतं. घाबरून जाऊन त्यांच्याही बँकेतल्या खातेदारांनी ठेवी परत घ्यायला सुरुवात केली होती. हे वादळ थांबायलाच हवं होतं. बातम्या कधी संपल्या आणि जाहिराती कधी सुरू झाल्या, याचा त्यांना पत्ताच नव्हता. सहज मान वर करून त्यांनी जेव्हा दूरदर्शनच्या पडद्याकडे पाहिलं, तेव्हा तिथे ग्लोबल एक्स्प्रेस बँकेची जाहिरात सुरू होती. कंठशोष करून मंडळी सांगत होती, ''विश्वास ठेवण्याजोगी बँक— ग्लोबल एक्स्प्रेस बँकऽऽ''

ते सगळं बघून त्यांच्या डोक्यात एकदम तिडीकच गेली. ते मोठमोठ्यांदा बोलायला लागले, ''काल नाही भारतात पाऊल ठेवलं, तोच अगदी प्राईम टाइमला ढोलताशे वाजवण्याइतकी ताकद आलीय यांच्यात?... आणि आम्ही वर्षानुवर्षं धंदा करूनसुद्धा...'' ते एकदम गप्प बसले. या टायमाला रोज जाहिरात करायची, म्हणजे दर सेकंदाला पैसा ओतायला हवा... काय गरज आहे त्याची? पण आता कदाचित या स्पर्धेत गरज भासेलही... त्यांच्या मनात केवढी वादळं उठत होती.

त्यांनी पुन्हा दूरदर्शनच्या पडद्याकडे पाहिलं, तेव्हा तिथं कडेपठारच्या अपयशाचं पोर्टमार्टेम सुरू झालं होतं. बँकिंग क्षेत्रातले विशेषतज्ञ म्हणून खास टिप्पणी करण्यासाठी बोलावण्यात आलं होतं दलीप तायालना.

त्यांना समोर बघताच बळवंतरावांचं ब्लडप्रेशर भयंकर वाढलं आणि दलीप तायाल जेव्हा म्हणाले, ''पुरा बँकिंग सेक्टर केवळ 'विश्वास' के बलबूते पर ही खडा है। इस एरियामें अगर हम आ जाए तो ये त्रुटी दूर होगी... बिझनेसको अच्छा बूस्ट मिलेगा...'' याचा अर्थ आम्ही विश्वासपात्र नाही? आता तर ते थरथर कापायला लागले. कडेपठारच्यामागे हे सगळं शुक्लकाष्ठ याच माणसानं लावलं, याची त्यांना आता तर शंभर टक्के खात्रीच पटली. शिवाय, एक गोष्ट त्यांना स्पष्ट दिसली. भर बाजारपेठेतली ३ हजार स्केअर फुटांच्या जागेतली ती बँक आता हा माणूस खाणार आहे आणि गायत्री बँकेचा स्पर्धक म्हणून आपल्या छाताडावर उभा राहणार आहे. बँकेची ती मोक्याची जागा म्हणजे नुसता बेअरर चेक्सचा गठ्ठा आहे. शिवाय तिथे पार्किंगची अडचण नाही,

कारण गेली कित्येक वर्ष कॉर्पोरेशनची मालकी असलेली ती बखळ वहिवाटीचा हक्क असल्यासारखी चार दिडक्या भाडं भरून बँक ती वापरते आहे, ती बखळ म्हणजे देखील मोठा ॲसेटच आहे त्यांच्याजवळ.

खरं तर सोन्याचं दान पडलं होतं भगवंतरावांच्या हातावर, पण... जाऊ दे! एक गोष्ट खरी— ज्याची १०० कोटींचा तोटा सोसायची ऐपत असेल, त्याच्या नावानं ती जागा कुंकू लावेल. दलीप जबडा पसरून बसलाय... त्याला हा घास गिळू देता कामा नये; नाही तर भर बाजारपेठेत त्याच्याशी स्पर्धा करता-करता आपल्याला दम लागेल! दलीप तायालशी टक्कर घ्यायलाच हवी.

रात्र बरीच गडद झाली, तेव्हा ते दोन-चार गोळ्या रोजच्यापेक्षा जास्तच खाऊन त्यांच्या बेडरूममध्ये गेले. त्यांची गोरी गुबगुबीत बायको डाराडूर झोपली होती. त्यांना क्षणभर तिचा हेवा वाटला. ते मऊ गादीवर तिच्याशेजारी जाऊन झोपले, तरी त्यांची अस्वस्थता संपली नाही. राहून राहून त्यांच्या मनात यायला लागलं... १०० कोटींचा तोटा सोसायचा, तर त्यासाठी अवधी हवा. मग एखादा आय.पी.ओ. काढून शेअर मार्केटमधून शेअर्स विकून लोकांकडून पैसा गोळा करता येईल; झालंच तर खुद्द रिझर्व्ह बँकेकडून उचल घेता येईल... पण त्यासाठी अवधी हवा. किंवा जर इथे प्रशासक म्हणून दामोदरन आला, तर हे सगळं टळेलसुद्धा. तो बँकेची येणी वसूल करून तिला जीवदान देण्याचा आटोकाट प्रयत्न करील; कारण या बँकेची स्थिती सुधारू शकते, हे सगळ्यांना माहीत आहे. भगवंतरावांची तेवढी पत अजून शिल्लक आहे. ते नक्की दामोदरनलाच इथे आणतील, म्हणजे मग सुंठीवाचून खोकला जाईल. त्या विचारासरशी त्यांनी दामोदरनच कडेपठारामधे यावा म्हणून मनोमन प्रार्थना केली, तेव्हा कुठे त्यांचा पहाटे डोळा लागला.

भारतातल्या पैशांच्या बाजारात आपला तंबू ठोकण्यापूर्वीच दलीपनं इथल्या बँकिंग क्षेत्राचा— शेतकरी पेरणी करण्यापूर्वी जमिनीची जशी बारकाईनं, मेहनतीनं मशागत करतो तसा— आढावा घेतला होता. कोण माणसं कशी आहेत, ते त्याला चांगलं ठाऊक होतं आणि म्हणूनच एकदा कडेपठार बँक बंद पडल्यानंतर त्यानं एक क्षणही वाया घालवला नाही. बुद्धिबळाच्या पटावर एकेक प्यादं तो न दमता, न कंटाळता हलवत राहिला. शेतकरी शेताला पाणी देतो तसा त्यानं पैसा ओतून रस्ता एवढा गुळगुळीत केला की, नवल घडलं. फक्त काही

आठवड्यांत रक्ताची चटक लागलेल्या जनावरासारखा पैशाची चटक लागलेला मन्सूर दुराणी हा माणूस प्रशासक म्हणून कडेपठार बँकेत आला आणि त्यानं त्या बँकेचं श्राद्ध घालायला सुरुवात केली, तेव्हाच दलीप स्वस्थ झोपला.

दिवस-महिन्यांच्या हिशोबात फारच छोट्या, पण घडलेल्या घटनांच्या हिशोबानं खूपच मोठ्या कालखंडाची साक्षीदार होती मिस उषा. आपल्या साहेबाचा ताण दूर करण्यासाठी ती जेव्हा त्याला कधी कॉफी, तर कधी त्यांचं आवडतं कॉकटेल फिक्स करून देत असे तेव्हा किंवा कधी तरी कॉम्प्युटरला फाईलमध्ये साठवलेली माहिती मिळवून देत असे; तेव्हा किती तरी वेळा त्याच्या चिंताग्रस्त तोंडातून घरंगळलेली ती वाक्यं तिनं ऐकली होती, 'मनी इज पॉवर, धिस पॉवर करप्ट्स अेनीबडी अॅन्ड रूल्स एनीथिंग!' आणि मग तीदेखील अनेक वेळा हसून 'यू आर राईट सर!' असं पुटपुटली होती.

तिला आपल्या साहेबाची, मनापासून भीती वाटायला लागली ती वेगळ्याच एका कारणानं. त्याचं असं झालं की, कडेपठार बँक मिळवण्यासाठी काही बँकर्स धावपळ करू लागले; तेव्हा मात्र दलीपनं बोटसुद्धा उचललं नाही आणि जेव्हा गायत्री बँकेची पाटी त्या जागेवर लागली, त्या दिवशी मोठ्या खुशीत तिनं त्याला हसताना पाहिलं नि ती खरंच घाबरली.

त्यांच्या केबिनमधून बाहेर पडताना तिनं कित्येक महिन्यांनी त्याना प्रेमानं आपल्या मिशा कुरवाळताना पाहिलं, तेव्हा त्यांचं तिच्याकडे लक्षही नव्हतं. खरंच त्या दिवशी ते भयंकर खूश होते. बँकर म्हणून जगतानाचं त्यांचं आवडतं तत्त्वज्ञान होतं— तोट्यातली बँक काय, कुणीही खाईल; पण खरं कौशल्य लागतं ते फायद्यात चालणाऱ्या बँकेला— तेदेखील चिमुकल्या बँकेला नव्हे तर बऱ्यापैकी आकार असलेल्या बँकेला येन केन प्रकारेण भिकेला लावून ती मातीमोल किमतीत लाटण्यात! ती खरी पॉवर गेम!

आत्तापर्यंत त्यांना भारतातल्या माणसांची— मग तो माणूस लहान असो की मोठा, त्याची— दुखरी नस माहीत झाली होती... वस्तूंसारख्या माणसांच्या किमती देखील पाठ झाल्या होत्या, त्यामुळेच त्यांची प्रत्येक खेळी यशस्वी ठरल्याची तृप्ती ते आत्ता अनुभवत होते.

गायत्री बँकेच्या आरोळ्यांना बेअरर चेक्सचा गठ्ठाच असं वाटत असलेली तीन हजार स्केअर फुटांची ती कडेपठार बँकेच्या मालकीची जागा त्याना मिळाली खरी; पण त्यांना महानगरपालिकेच्या मालकीची असलेली पार्किंगची जागा मात्र मिळाली नाही.

काय घडलं, कसं घडलं; कुणालाही कळलं नाही... पण त्या जागेत जेव्हा केवळ चार महिन्यांत ग्लोबल एक्स्प्रेस बँकेची टोलेजंग इमारत आपल्या पायात आजूबाजूच्या अजून चार चिल्ल्यापिल्ल्या इमारती गिळून उभी राहिली, तेव्हा न्यायालयात हा खटला कसा उभा करता येईल याचा खल करण्यात गुंतलेल्या बळवंतराव आरोळ्यांना तीव्रतेनं जाणवलं, हा वेग अचाट आहे! आपल्याला त्यांच्याशी आता स्पर्धा करावी लागणार आहे.

या सगळ्याची जाणीव त्या टोलेजंग इमारतीतल्या सगळ्यात वरच्या मजल्यावर आपल्या आलिशान केबिनमध्ये बसलेल्या दलीप तायालना होती. त्यांची बँक आता पुरत्या ताकदीनिशी आखाड्यात उतरली. अनेक ठिकाणी त्यांनी आपल्या बँकेतर्फे 'एनी टाइम मनी!' अशी घोषणा देत ए.टी.एम.ची मशिन्स बसवली. बँकेत काऊंटरला तरण्याबांड, शिवाय अगदी उत्तम ट्रेनिंग असलेल्या अनेक मुली आणि मुलं बसवली. ती सगळी फाडऽफाड इंग्लिश आणि हिंदी बोलण्यात पटाईत होती. अनेकांना त्या पॉश बँकेत आपलं खातं असावं, असं तीव्रतेनं वाटू लागलं. 'संगणकावर किती पटापट कामं होतात, नै!' माणसं एकमेकांना सांगत राहिली, तेव्हा बँकेची प्रसिद्धी जोमात सुरू होतीच. क्रेडिट कार्ड्स... डेबिट कार्ड्स अनेक जण मोठ्या तत्परतेनं वापरू लागले. 'घरबसल्या तुम्ही तुमच्या संगणकावर बँकिंग सेवा मिळवू शकता'... दलीपनं जागोजागी तशा अर्थाच्या पाट्याच लावल्या होत्या.

या धावपळीत बेबीचे तीन वाढदिवस मोठी पार्टी न होताच निघून गेले.

त्या बँकेची जागा ताब्यात आल्यापासून इतक्या काळात गायत्री बँकेच्या आरोळ्यांची स्थिती मात्र दलीप तायाल देत असलेला मार खाऊन-खाऊन पाठ टेकायला आलेल्या पैलवानासारखी झाली होती. त्यांनी हात-पाय मारायचा प्रयत्न केला नाही, असं नाही; पण शंभर कोटींचा गळ्यात आलेला कडेपठाराचा तोटा त्यांना जास्त हालचाल करू देत नव्हता. त्यांना वेळ हवा होता; थोडा दम खायला आणि ताकद गोळा करायला. आपल्या खातेदारांनासुद्धा तत्पर सेवा

मिळावी, म्हणून अनेक योजना त्यांच्यापाशी होत्या. विश्वासू माणसं होती. कर्ज मिळवण्यासाठी ते धडपडत होते. त्यांनादेखील त्यांची बँक झकपक करायची होती... बँकेत संपूर्ण संगणकीकरण करायचं होतं... स्टाफला ट्रेनिंग द्यायला सुरुवातही झाली होती. त्यांच्याही जाहिराती झळकत असत— 'मराठी माणसं! आपली माणसं, आपली बँक'... वगैरे वगैरे.

बळवंतराव आरोळे जे करण्याच्या तयारीत होते, ते दलीपजवळ अगोदरच होतं. इतकी वर्षं जीव लावून, नियम बाजूला सारून जपलेल्या पार्टीजसुद्धा ग्लोबल एक्स्प्रेस बँकेत खाती उघडून त्यांना धंदा देऊ लागल्या, तेव्हा त्यांना एक गोष्ट पटली— पैशाचा बाजार रंडीबाजारासारखा! तसाच रोखठोक... निर्मम... निलाजरा! जिथे ग्राहकांची गरज उत्तम भागवली जाईल तिथे ते जाणार! मग तिथे माया-ममतेचा सवालच पैदा होता कामा नये.

विचार करता-करता त्यांच्या आणखी एक गोष्ट लक्षात आली होती. दलीपनं कडेपठार को-ऑपरेटिव्ह बँकेचं आमिष लावलं... हाकारे घातले... रान उठवलं... खरं तर आपण जागचं हालायला नको होतं; पण आपण त्या आमिषामागे गायत्री बँकेला ढकललं आणि... आणि नको तो विचार. अशा खड्ड्यात पडणाऱ्या माणसांना या क्षेत्रात क्षमा नसते.

बेबीचा १५ वा वाढदिवस दलीप तायाल यांनी घेतलेल्या नव्या लाँचवर साजरा झाला. तिथे नवी सेक्रेटरी जातीनं गेली होती. ते भारताबाहेर असतानाच गायत्री बँकेवर शेवटचा घाव बसला, तो वाढत्या न वसूल होणाऱ्या कर्जांमुळे. गायत्री बँकेचं आयुष्य भरल्याची ही स्पष्ट खूण होती. रिझर्व्ह बँकेला हयगय करणं पसंत नव्हतंच. प्रशासक म्हणून इथे आला तो पुन्हा मन्सूर दुराणी! हिशोबतपासणी सुरू झाली होती...

बँकेचं भागभांडवल... स्थावर मालमत्ता... खातेदारांची संख्या... दिलेली कर्ज... बुडीत कर्ज... ठेवी... आणि शेवटी चार महिन्यांत त्या तीन हजार फुटांच्या भर बाजारपेठेतल्या जागेवरची गायत्री बँकेची पाटी उतरून तिथे ग्लोबल एक्स्प्रेस बँकेची पाटी लागली; तेव्हा दलीप तायाल तिथे जातीनं हजर होते.

शेवटच्या दिवशी बँकेतून घरी जाताना पोटचं पोर मरावं नि बाई रडावी, तसे बळवंतराव आरोळे रडले. बँकेतल्या स्टाफचं पुढचं भविष्य त्यांना स्पष्ट दिसत होतं. त्यांचाही नाइलाजच होता. ते आपल्या मनाशी म्हणत राहिले,

‘भाई, फ्री मार्केट इकॉनॉमी है! शिवाय पॉवर गेम चाललाय, तेव्हा यात चिरडल्या जाणाऱ्या सामान्यांची तमा... त्याचं मोल कोण करणार?’

बेबीचा सोळावा वाढदिवस मोठ्या शहरात साजरा झाला. त्या पार्टीत दलीप तायाल यांनी नैरोबीला बँक नवी शाखा उघडत असल्याचं टाळ्यांच्या गजरात जाहीर केलं. आता ते इथे थोडेच दिवस राहणार होते, तरीही त्यांनी आपला दिनक्रम तोच ठेवला होता. फरक झाला होता तो फक्त बेबीला आता बाबागाडीत न ठेवता ते तिला उघड्या रेसर कारमध्ये ठेवत. ड्रायव्हर वरातीत गाडी चालवल्यासारखी सावकाश चालवी आणि ते हात जोडलेल्या अवस्थेत त्यांच्या वाटेवर उभ्या असणाऱ्या माणसांची अतिमार्दवानं चौकशी करत. जमेल तशी मदतसुद्धा करत. कुणाला त्यांच्या कुत्र्यांना फिरवून आणण्याचं काम मिळालं होतं, तर कुणाला त्यांच्या घरच्या गाड्या पुसून चकचकीत ठेवण्याचं काम मिळालं होतं.

नैरोबीत कंपालाला जाण्याच्या आदल्या दिवशी प्रसन्न सकाळी ते बेबीसकट फिरायला आले असताना मिस उषा त्यांना मुद्दाम भेटायला आली नि म्हणाली, “नाऊ आय अंडरस्टुड फुल्ली ॲन्ड परफेक्टली दॅट, पॉवर गेम इज रूथलेस! इट वूड बी स्प्रेड एनीव्हेअर ॲन्ड कॅन करप्ट एनीबडी.”

तिच्या साहेबानं तिच्याकडे चमकून पाहिलं; पण शांतपणे ते मृदू आवाजात म्हणाले, “भाई, फ्री मार्केट इकॉनॉमी है, कुछ भी हो सकता है!” या वेळी ते कदाचित खूप काळ पुन्हा भेटणारसुद्धा नाहीत, या विचारानं निदान आत्ता तरी त्यांची कृपादृष्टी आपल्यावर पडावी म्हणून नोकरी-धंदा हरवलेली गरीब माणसं अधिक संख्येनं हात जोडून उभी होती. त्यांच्यातल्या काही जणांनी बरंच काही ऐकलं होतं. त्यांच्यापैकी कुणीसं विचारलं, “यालाच फ्री मार्केट इकॉनॉमी म्हणतात का?”

या प्रश्नाचं उत्तर वाढत्या संख्येनं आलेल्या त्या माणसांना कुणीही दिलं नाही.

□□

१४. चिमूटभर

या पुरातन शहराला नटवं रूप बहाल करणारा मॉल शहराच्या मध्य वस्तीत आहे. या ना त्या कारणानं इथे माणसांची झिम्मड सतत लागलेली असते. कसले कसले सेल... स्पर्धा आणि काय नि काय इथं चालू असतं. थोडक्यात सांगायचं, तर ग्राहकांना आपलंसं करण्याची एकही संधी बहुराष्ट्रीय उद्योगांचे इथले प्रतिनिधी सोडत नाहीत. एकूणच जगप्रसिद्ध ब्रँडसच्या अनेकविध वस्तू आणि सेवांचा मारा ग्राहकांवर सतत होत असतो. ज्यांचे खिसे गरम आहेत, ते मोठ्या हौसेनं इथे येतात नि वारेमाप खर्च करून खूश होतात आणि असं होताना एकमेकांना सांगत राहतात, ''केवळ ग्लोबलायझेशनमुळे इतकं सगळं बघायला... ल्यायला... खायला... प्यायला मिळतंय, बरं का! तेदेखील देशाबाहेर पाऊल न टाकता!''

या मॉलच्या अनेक मजली इमारतींच्या पसाऱ्याला जोडलंय सरकत्या जिन्यांनी नि एकसारख्या खाली-वर जाणाऱ्या लिफ्ट्सनी. या सरकत्या जिन्यांवरून आणि लिफ्ट्समधून अनेक हौशी मंडळी सतत फिरत असतात. आम्हीही त्यांतलेच. काचेच्या तावदानांपलीकडच्या वस्तू मिटक्या मारत नुसतं बघत कित्येक तास फिरत राहण्यात बडा मजा येतो. त्यामुळे आणखीही एक होतं— डोक्यावर छप्पर नसलेल्या आमच्यासारख्यांची तीही गरज बऱ्यापैकी, बऱ्याच तासांसाठी भागते. शिवाय मिटक्या मारत असं फिरताना पोटाची रिकामी खळगी... त्यातली ती काऽव काऽव मागे पडते. फक्त हे सगळं उपभोगण्यासाठी

भक्कम तंगड्या... अंगावर बऱ्यापैकी कपडा नि कमरेत किंचित वाकून, तोंडात मधून मधून 'थँक्यू! ओह सॉऽरी!' असं म्हणायचा सराव हवा. एवढं सगळं जमून गेलं असेल, तर इथेच अधून-मधून सेल्स प्रमोशनची कामंदेखील मिळून जातात नि मग पोटाचा प्रश्न तात्पुरता तरी सुटतो, असं अर्थातच आमचं मत आहे.

या भल्यामोठ्या मॉलमध्ये फूड मॉलशेजारी (इथे वाट्टेल ते खायला-प्यायला लोकांची झुंबड गर्दी असते) भारतीय संस्कृती जतन विभाग आहे. तो इथेच का, असला प्रश्न तुम्हाला सुचतोच कसा?... तर या विभागात डोंबारणीचा खेळ आहे, माकडवाला... गारुडी आहे; झालंच तर भूत-भविष्य बघणारा जोशी (हा माणूस म्हणे हात बघून भविष्य सांगतो) आणि मग त्याच ओळीत अगदी टोकाला शब्दविक्याचंही दुकान आहे. त्याचा हा पिढीजात व्यवसाय असल्यामुळे जवळ बरीच साठवण आहे.

शब्दविक्याचे पूर्वज गावोगाव... देशोदेशी फिरणारे... त्यांच्याजवळ आपोआपच नवे शब्द... नव्या संकल्पना... नवी मिथकं आणि अशाच अनेक गोष्टींचा साठा जमलेला. तोच विकून ते आजवर आपली गुजराण करत आलेले आहेत. शिवाय त्यांचं आणखी एक वैशिष्ट्य असं की, ते श्रोत्यांना वर्तमानकाळातून उचलून अचानक इतिहासकाळात घेऊन जातात आणि पुन्हा वर्तमानकाळ अन् इतिहास यांमधल्या धूसर पट्ट्यातल्या अनेक गोष्टी, ज्या कुणी आजवर फारशा ऐकलेल्या-पाहिलेल्या नाहीत, त्यांचंही ते दर्शन घडवून आणतात. त्यामुळे शब्दविक्यानं दुकान सुरू केलं की माणसं त्याच्याभोवती गोळा होतात.

तो गावोगाव फिरत असल्यामुळे असेल, तो इतका काटकुळा आहे की त्याची खरी उंची जेमतेम पाच फुटाच्या आत बाहेर असली तरी तो दिसतो भलताच उंच. त्याच्या डोईवर झगझगीत दिसणारा उंच मंदील तो बांधत असल्यामुळे देखील तो जरा जास्तच उंच दिसतो. या त्याच्या एकूण रुपड्यात भर पडते ती, त्यानं अंगात झालरी वगैरे लावलेला लांब डगला नि तंग विजार घालण्यामुळे. शिवाय त्याच्या या कलंदर व्यक्तिमत्वात भर पडते ती त्याच्या भरदार मिश्यांमुळे.

एकदा का त्यानं आपले काळेभोर डोळे मोठ्ठे करून बोलायला सुरुवात केली की त्यांच्याभोवती जमलेली मंडळी मंत्र टाकल्यासारखी त्याच्या डोळ्यात बघत रहातात आणि त्याच्या तोंडून बाहेर पडणारा प्रत्येक शब्द महाउत्सुक होऊन ऐकत रहातात.

शब्दविक्याचं दुकान हे लोकांच्या आकर्षणाचं महत्त्वाचं केंद्र असल्यामुळे त्यानं कुठेही दुकान लावायचा अवकाश लोकं त्याच्याभोवती गोळा होतातच.

मॉलमध्येसुद्धा त्या दिवशी तेच झालं. शब्दविक्यानं दुकान उघडताच मंडळी धावली, आम्हीही धावलो. माणसं गोळा झालेली बघताच त्यानं समोर सतरंजी पसरली. खरं तर पूर्वीच्या काळी आठवडे बाजारात किंवा एखाद्या प्रसिद्ध मंडीतल्या चौकात याचे पूर्वज दुकान लावत, तेव्हा पैसा गोळा करण्यासाठी अशी सतरंजी पसरत. जे लोक शब्द वगैरे त्याच्याकडून विकत घेत नसत, ते त्यानं सांगितलेल्या कथा ऐकल्याबद्दल पसरलेल्या सतरंजीवर पैसे टाकत. काळ इतका पुढे गेला असूनही प्रवेश-फी वगैरे न घेता शब्दविक्या अजूनही सतरंजीच पसरून कामाला सुरुवात करतो.

सतरंजी पसरता-पसरताच तो मोठ्यांदा म्हणाला, ''ग्लोबलायझेशन... ग्लोबलायझेशन काय म्हणताय...? मी काय सांगतो, ते ऐका जरा! आता मी जे सांगेन— त्यात सत्य घटना, खऱ्या व्यक्ती, कल्पनाविलास या सगळ्यांतलं चिमूट... चिमूट टाकलेलं असेल. याशिवाय या कथनात नियती किंवा काळ हे जे काही माणसांच्या नियंत्रणापलीकडचं असतं, त्याचाही हात आहे. त्या अज्ञातानंही कधी कळत, तर कधी नकळत आपली चिमूट सोडलेली आहे. तर सांगायचं असं की, बहुराष्ट्रीय उद्योगांनी जगाचा आणि आपल्या देशाचा चेहरा-मोहरा त्यांना जेव्हा जेव्हा संधी मिळाली, तेव्हा तेव्हा बदलला. एक लक्षात घ्या— इतिहास रूपं बदलत समोर येत राहतो; पण तो वाचवण्यासाठी आपल्याजवळ थोडी तरी प्रतिभा हवी.

''मंडळी, आता कान देऊन ऐका... घोड्यांच्या टापा आणि हरऽ हरऽ महादेवऽऽ ऐकू यायला लागलं ना! हं, आता थोडं पुढे झुकून शिवाजीमहाराजांचा राज्याभिषेक सोहळा पाहा—

''महाराज असे सिंहासनावर बसलेले आहेत. त्यांना टोपीकर म्हणजे इंग्रज आणि इतर फिरंगी व्यापारी नजराणे देतायत. इथे उपस्थित असलेल्या या डच, फ्रेंच, पोर्तुगीज आणि टोपीकरांनासुद्धा त्यांच्या इथल्या व्यापारी वखारींच्या रक्षणासाठी सैन्य बाळगण्याची परवानगी हवीय. त्यांना त्यांच्या वखारींची संख्याही वाढवायचीय. राजा भविष्यात दूरवर बघणारा. त्यानं या व्यापाऱ्यांचे नजराणे... भेटवस्तू स्वीकारल्या, पण... पण त्यानं या व्यापाऱ्यांना त्यांच्या पदरी सैन्य बाळगायला परवानगी दिली नाही. चोरा-चिलटांचं फारऽ फार भय वाटतं, अशी

बडबड करत फिरंगी व्यापार करू लागले. इथल्या मालदारमंडळींना देशाबाहेर न जातासुद्धा परदेशातल्या अप्राप्त वस्तू मिळू लागल्या आणि फिरंगी व्यापारी मसाल्याचे पदार्थ... रेशीम असं संपत्तीचा स्रोत असलेलं तिकडे नेऊ लागले. चिमूट सोडण्यासाठी काळ पुढे सरसावला; परिणामी राज्यकर्त्यांची दृष्टी मंदावली. नानासाहेब पेशव्याला दूरचं दिसेना. दरम्यानच्या काळात या व्यापाऱ्यांनी बहुराष्ट्रीय उद्योग उभे केले होते. लंडनला टोपीकरांनी ईस्ट इंडिया कंपनी स्थापन केली होती. एव्हाना या बहुराष्ट्रीय उद्योगाला संपत्ती कमावण्याचे इतरही मार्ग माहीत झाले होते. नानासाहेबानं हाक मारताच आता पदरी फौजफाटा बाळगून असलेला टोपीकर पुढे सरसावला नि त्यानं कोकणात दर्यासरखेल आंग्र्यांना बदडून काढलं. त्यामुळे एक अक्कडबाज नेटिव्ह साफ झाला. पेशवा खूष झाला. टोपीकरानं ताबडतोब त्याच्याशी मैत्री वाढवली आणि आता तो पेशव्यांच्या बैठकीत मानानं बसू लागला.

"मंडळी, आलं का लक्षात? काळ सोकावतो तेव्हा, परकीयांचे खरे मनसुबे शासनकर्ता समजू शकत नाही तेव्हा... इतिहासानं कूस बदलून नवं पान लिहायला घेतलेलं असतं.

"पटत नाहीये तुम्हाला?... हं! मग आता त्या काळातून या बाहेर नि डोकवा या धूसर प्रदेशात. कसा हिरवागार प्रदेश आहे; पाहिलात? जागजागी धबधबे... नद्या... नाले... किती प्रकारच्या वनस्पती नि केळीची बनं तरी किती मोठमोठी विस्तारलेली! वाऽऽ वाऽऽ किती संपन्न देश हा!"

शब्दविक्या ऐन रंगात आला असताना गर्दीतल्या कुणी तरी त्याला मधेच थांबवत विचारलं, "अरेच्चा, पण मग केळीच्या बागांमधले ते लोक इतके गरीब कसे? त्यांची पोटं खपाटीला गेलेली... डोळ्यांत असहायता..."

शब्दविक्या पट्‌कन म्हणाला, "च्... च्! तुम्ही नीट बघा, हे लोक मालक आहेत जमिनींचे. म्हणजे मूळचे मालक. अलीकडेच त्यांनी त्यांच्या जमिनी देशोदेशीच्या केळ्यांच्या बागा विकत घेणाऱ्या एका बहुराष्ट्रीय उद्योगाला विकल्या आहेत. ते आता त्यांच्याच जमिनींवर नोकर म्हणून काम करतायत... नियमित पगार... राहण्यासाठी घर— असं सगळं हा उद्योग त्यांना यापुढे पुरवणार आहे. त्यामुळे त्यांच्या तब्येती हळूहळू सुधारतील आणि चेहऱ्यावर हसूदेखील फुलेल. अशा तऱ्हेनं गरिबांच्या चरितार्थाचा प्रश्न सुटलेला आहे. शिकल्या-सवरलेल्यांना फक्त चरितार्थाची सोय देऊन भागत नाही, हे या उद्योगाला माहीत आहे. या मंडळींना जादा बकवास करण्याचीही सवय असते.

त्यामुळे त्यांना जास्त चांगली नोकरी... भारीपैकी गाड्या, घरं... भक्कम पगार पुरवला जातो. इथेही तसंच घडलंय. त्यामुळे उद्योगांविरुद्ध आवाज करण्याची त्यांची टापच नसते. इतर ठिकाणांप्रमाणे इथे घुसलेला बहुराष्ट्रीय उद्योग म्हणजेच ती कंपनी इथलंही सगळं व्यवस्थित 'मॅनेज' करतेय. इथेही निवडणूक झाली आणि सरकार सत्तेवर आलं. हे आम जनतेनं निवडून दिलेलं सरकार आहे. मानवंदना घेणारा देशाचा ध्वजही तोच आहे. फक्त इथली निर्णय घेणारी डोकी वेगळीच आहेत.''

''अहो, पण याला अस्मिता जिवंत असणारं राष्ट्र म्हणायचं का?'' आम्ही गर्दीत उभे होतो, तरी हा प्रश्न उपस्थित केलाच.

''खुळा प्रश्न!'' शब्दविक्या आमच्या दिशेला मान वळवून उत्तरला. तेव्हा आम्हाला सात्त्विक संताप आला आणि मघापेक्षाही आम्ही अधिक रागानं म्हणालो, ''पण यामुळे इतर प्रश्न निर्माण झालेत, त्याचं काय? इथली जवळजवळ सगळी प्रजाच सांगकामी बनत चाललीय. संपत्तीचा मूळ स्रोत कंपनीच्या घशात चाललाय. अशा वेळी जनतेचं सरकार काय गप्प बसेल?''

''कुणाविरुद्ध आणि कुणी लढायचं... शत्रू स्पष्ट कुठे दिसतोय? या कंपनीत स्थानिक व्यापाऱ्यांची भागीदारी आहे; दिसतंय ना तुम्हाला? इथे मंडळी, हे दृश्य बघितलंत; त्याचा बोध लक्षात घ्या. चंगळ करता-करता सगळीच नादावली, तर स्वत:ची आणि पर्यायानं समाजाचीही अस्मिता नष्ट होत चालल्याची खंत वेगानं बोथट होत जाते आणि मग कुणालाच कशाचंही काही वाटत नाहीसं होतं.''

एवढं बोलून शब्दविक्या केवढ्यांदा तरी हसायला लागला. तशी त्याच्याभोवती गोळा झालेली अनेक माणसं म्हणायला लागली, ''आम्हाला फार त्रास होतोय; आम्हाला नाही बघायचं या धूसर प्रदेशातलं काही. पुण्यात आलेल्या नानासाहेब पेशव्यांशी दोस्ती असलेल्या टोपीकरांचं पुढे काय झालं, ते सांगा. ईस्ट इंडिया कंपनीही इथे आता रोवून उभी असलेली बघितली आम्ही.''

त्या क्षणी शब्दविक्या एकदम गंभीर झाला नि टाळी वाजवून म्हणाला, ''इतिहासातल्या या पानावर थोडं पुढे झुकून बघा. घोड्यावरून पुण्याकडे दौडत येणारा हा तरुण इंग्रज नीट पाहा. आहे अगदीच पाप्याचं पितर! पण त्याचा रुबाब केवढा! त्याची ती डोक्यावरची उंच काळी टोपी... अंगातला लाल रंगाचा दोन्ही बाजूंना निमुळती टोकं काढलेला आखूड कोट... पायांत घट्ट बसणारी पांढरी पाटलोण आणि साहेबी जोडा. भलताच रुबाब आहे त्याच्या पोशाखात!

बोला, ओळखलंत याला?''

"नाही.''

"नाही? असं कसं विसरलात याला? हा तर लॉर्ड माऊंट स्ट्युअर्ट एल्फिन्स्टन, दि लिक्विडेटर ऑफ मराठा एम्पायर! त्याची हीच मोहोर उठलीय इतिहासाच्या या पानावर. इंग्रजांशी पेशव्यांची दोस्ती होतीच. दुसऱ्या बाजीरावाचं सिंहासन निसटलं त्याच्या हातून; तेव्हा त्यानं आपल्या या दोस्ताला हाक मारली मदतीला. तेव्हा याच एल्फिन्स्टननं ते निसटलेलं सिंहासन दुसऱ्या बाजीरावाला परत मिळवून दिलं नि मग ईस्ट इंडिया कंपनीचा पेशव्यांच्या दरबारातला प्रतिनिधी म्हणून मोठ्या इतमामानं तो मुळा-मुठेच्या संगमावरच्या बत्तीस खोल्यांच्या हवेलीत राहू लागला.''

शब्दविक्याला मधेच थांबवत गर्दीतलं कुणी तरी पट्कन म्हणालं, "अरे, हा समोर उजळून आलाय तो तर शनवारवाडा! त्या पटांगणातल्या नव्या खांबाला बांधलेला नवा कोरा जरीपटका काय डौलात फडकतोय! आणि हा तोफांचा आवाज...? एकऽ दोनऽ... तीन... एकोणीस... एकवीसऽऽ भांबुर्ड्याच्या तोफखान्यातून सलामीच्या तोफा? कसली मोहीम फत्ते करून श्रीमंत राजधानीत परत आल्येत?''

एकदम गंभीर होत शब्दविक्यानं उत्तर दिलं, "कसली कर्माची मोहीम! वर्षप्रतिपदेच्या मुहूर्तावर मराठ्यांच्या राजधानीत वसंतोत्सवाला सुरुवात झाल्याची ही खूण आहे. इथे हा असा रंगांचा उत्सव सुरू झालेला... पण त्याच वेळी व्यूहरचना करण्यात एल्फिन्स्टन रंगून गेलेला. हीच ती नियतीनं एल्फिन्स्टन सारख्याला इथल्या पटावर आणून सोडलेली चिमूट. दौलत धोक्यात आलीय. या परिस्थितीत नेटिव्हांनी मात्र आपल्या बुद्धीवर आणि मनावर कसल्या प्रकारचा कंडोम एवढा टाईट बसवून घेतलाय, देव जाणे! एखादीसुद्धा रांगडी मसलत जन्माला येत नाहीये त्यांच्याकडून.

"एल्फिन्स्टन मात्र जाम खूष आहे. नानासाहेब पेशव्यांनी वसवलेल्या पेठा कसब्यांमधल्या दगडी रस्त्यांवरून फिरतोय तो. घोड्यावरून किंवा पालखीतून असा फेरफटका मारताना आपल्या कावेबाज, घारोळ्या डोळ्यांनी किती गोष्टी टिपल्या त्यानं! गोरगरीब अन्नाला मोताद असताना पेशवाईत सहस्त्र भोजनं यथासांग चालू आहेत. ओंकारेश्वराला अभिषेक... पर्वतीवर आणि इतरत्रही पूजा-अर्चा... ब्राह्मणांना दानं... जेवणावळी चालू आहेत. गरीब रयत आणि शासनकर्ते यांच्यात दरी निर्माण झालीय. शासनकर्त्यांची राज्यावरची पकड ढिली

पडल्याचीच ही खूण. एल्फिन्स्टननं ते सगळं व्यवस्थित जोखलं नि मगच खेळ सुरू केला.

"इतिहासातल्या काही खुणा कालातीत असतात. ज्यावेळी राज्यकर्ते आणि गरीब जनता यांच्यात दरी निर्माण होते, त्या वेळी जर समाजातला मध्यमवर्ग... नवश्रीमंत आणि बुद्धिजीवी वर्ग 'मला काय त्याचं!' असं म्हणत चैनीत जगत राहिला; मनोरंजनाच्या निरनिराळ्या वाटांनी स्वत:ला सुखवत राहिला, तर त्या समाजाचे संपत्तीचे मूल-स्रोत ताब्यात घ्यायला निघालेल्यांचं फावतं. इतिहास साक्ष आहे या सगळ्याला.

"इंग्रज दबा धरून बसला असताना पुण्यातल्या बावनखाणीत जाणारं कोण नाही, हेच कळत नाहीसं झालेलं. सावकार... सरदारांच्या घरी नायकिणींच्या खासगी बैठकांना ऊत आलेला. तरण्याताठ्या पोरी पायांत चाळ बांधून पठ्ठे बापूरावाच्या... होनाजी बाळाच्या आणि कुणाकुणाच्या लावण्यांवर इष्काचे रंग उधळू लागलेल्या...

इष्काची चटक लागली
जिवा चांगली, वृत्ति रंगली
आमची तुज पाशी
नकोऽ रेऽऽ बोलू मशी ।
छबीदार सुरत साजिशी
दिसे गोजिरी
आवडलीस माझ्या मना...।

अशांसारख्या लावण्या रसिकांचं रंजन करत असलेल्या. पूर्वेला शुक्राची चांदणी उगवल्याचं कुणाच्याही लक्षात येऊ नये, अशा वातावरणात शत्रूला लढाईत खडे चारणाऱ्या शूरांना ढोलकीवर पडलेली थाप कानी पडताच मोगरीच्या फुलांचे नि रसिल्या विड्याच्या तबकाचे वेध लागत यात कसलं नवल! एल्फिन्स्टनही संगमावरच्या त्याच्या हवेलीत नायकिणींना बोलवी तेव्हा प्रतिष्ठित नागरिक... सावकार... सरदार... त्यांचे कारभारी तिथे मोठ्या हौसेनं हजेरी लावत. या मुहूर्तावरच तो त्याच्या व्यूहरचनेनुसार एकेक प्यादं पुढे सरकवत राहिला."

"एकजात सगळेच्या सगळे एवढे वाहवत गेले? आश्चर्य म्हणायचं!" गर्दी बोलली. एव्हाना गर्दीत उभ्या असलेल्या आमच्यासारख्या अनेकांच्या डोळ्यांसमोर ढोलकीच्या तालावर बारबाला नाचायला लागलेल्या आणि ज्या महाभागांना आम्ही दूरदर्शनच्या पडद्यावर अनेकदा बघायचो, ते महापुरुष तिथे

बसलेले! एकाएकी पोटाच्या भुकेची तीव्र जाणीव झाली, तरीही पोट आवळून आम्ही तिथेच उभे राहिलो; कारण पुढचं ऐकायची उत्सुकता जाम वाढली होती.

शब्दविक्या सांगायला लागला, "मंडळी, एक लक्षात ठेवायचं— संपत्ती गोळा करायला आलेल्या कुणाही परक्याला नेटिव्हांच्या लोककलांचं फार कौतुक असतं; पण त्यामुळे जर नेटिव्हांची अस्मिता जागी होऊ लागली, तर मात्र ते ही गोष्ट मुळीसुद्धा खपवून घेत नाहीत. आता हेच पाहा ना, होनाजीच्या कवनांवर खूश होऊन खुद्द दुसऱ्या बाजीरावानं त्याला मंदिल बांधला, या गोष्टीचा होनाजीला विलक्षण अभिमान वाटे. या पार्श्वभूमीवर लक्षात घ्या काय घडलं ते. एकदा एलफिन्स्टन हजर असताना एका बैठकीत होनाजीच्या कवनांवर खूश होऊन बाळाजीपंत नातूंनी जेव्हा त्याला बिदागी म्हणून ताटभरून चांदीचे रुपये दिले, तेव्हा टोपीकराचे पाय चाटणाऱ्या बाळाजीपंतांना त्यानं याच विशेषणानं सुनावलं, 'असला मेलेला पैका मला नको!' या गोष्टीचा बभ्रा झाला असता, तर कित्येकांच्या बुद्धीवर बसलेले 'कंडोम' निघाले असते कदाचित. म्हणून मग ही घटना म्हणजे धादांत खोटी गोष्ट आहे, अशी हूल उठवण्यात आली. टोपीकर पक्का जाणून होता की, आपला खेळ यशस्वी करायचा तर अशी माणसं कुणाच्या आठवणीतसुद्धा राहता कामा नयेत.

"परक्याचं आणखीही एक तत्त्व असतं", असं म्हणत शब्दविक्यानं स्तब्ध उभ्या राहिलेल्या जमावावरून नजर फिरवली नि त्याच्या सवयीनुसार पुढची हकिगत सांगण्याआधी एक विचार हवेत सोडला, "बहुराष्ट्रीय उद्योगाचे मुखंड कुठल्याही देशातल्या संपत्तीचा मूलस्रोत ताब्यात घ्यायचा डाव रचतात, तेव्हा ते त्या-त्या देशातल्या नेटिव्हांचा स्वाभिमान कुठल्याही कारणास्तव डिवचला जाता कामा नये, याची दरोबस्त काळजी घेतात आणि त्याच वेळी नेटिव्हांचा वृथा अहंकार उत्तम तऱ्हेनं जोपासत राहतात. तेवढ्यासाठी मग ते त्या त्या देशातल्या इतिहासाची मोडतोड करून त्यातले सोइस्कर दाखले देण्यासाठी तो राबवतात."

हा विचार मांडल्यावर तो पुढे म्हणाला, "एल्फिन्स्टन संगमावर त्याच्या हवेलीत येणाऱ्या सरदार... सावकार आणि इतर प्रतिष्ठितांची चांगली ऊठ-बस करी. त्यांच्यासमोर श्रीमंताचा अपमान होईल असं तो चुकूनही बोलत नसे; पण त्याच वेळी तो तिथे जमलेल्या मंडळींच्या पराक्रमाच्या आणि हुशारीच्या ऐकलेल्या... रचलेल्या गोष्टींची वारेमाप स्तुती करी. एकसारखं म्हणत राही,'तुम्ही इतके हुशार... इतके पराक्रमी... या दौलतीसाठी आयुष्य वेचलंत तुम्ही. आम्ही परके,

तरीही आम्हाला तुमच्या या गुणांचं कौतुक फार... पण हाऽय! तुमच्या या गुणांची कदर करणारं तुमच्याकडं असं कुणी नाही.'

आपलीच माणसं आपलाच काळ ठरतात, हे विसरायचं नाही कधी. दुसऱ्या बाजीरावानं कारणाकारणानं त्याच्या सरदारांना दुखावलं होतंच. ही अगदी आतली माहिती बाळाजीपंत नातू दहा-पाच दिडक्यांसाठी साहेबाला पुरवत राहिले. खरं तर त्या माहितीचं मोल त्या चार दिडक्यांपेक्षा दौलतीच्या दृष्टीनं किती तरी अधिक होतं. त्या माहितीचा वापर करूनच टोपीकरानं श्रीमंतांपासून त्यांची माणसं तोडली. त्यांच्यात जबर फांदेबाजी केली आणि तो स्वत: संपत्तीचा महास्त्रोत ताब्यात घेण्याच्या दिशेनं एक पाऊल पुढे सरकला.''

पुढे काय घडलं, ते सगळ्यांना माहीत होतं... टोपीकराशी लढाई नि मग दुसऱ्या बाजीरावाचं दौलतीला पोरकं करून पळून जाणं! तरीही ते सगळं शब्दविक्याच्या तोंडून ऐकायला मंडळी उत्सुक झाली होती. त्यांची उत्सुकता बऱ्यापैकी ताणली गेलेली पाहून शब्दविक्या एकूणच विक्रीसंस्कृतीला जागत म्हणाला, ''आता आधी माझ्याजवळचे शब्द... संकल्पना... विचार... मिथकं— जे जे खरेदी करायचं असेल ते खरेदी करा; मगच पुढचं.''

ज्यांची ऐपत होती, त्यांनी पुढे होऊन मग 'मसलत', 'मुखंड', 'दरोबस्त'... वगैरे शब्द खरेदी केले. एकानं तर शब्दविक्यानं हवेत सोडलेले दोन विचारसुद्धा खरेदी केले. आम्हालाही काही शब्द खरेदी करायचा अनावर मोह झाला. खिशात नेहमीप्रमाणेच दिडकी नव्हती, तरीही तसंच विचारलं शब्दविक्याला, ''नेटिव्ह, बहुराष्ट्रीय उद्योग, परका हे शब्द अर्थासकट विकत घ्यायचेत; तर किती पैसे पडतील?'' तर त्यानं आमच्याकडे आपादमस्तक पाहिलं नि तोंडातल्या तोंडात तो पुटपुटला, ''चिरगुट... चिलटं साले..., म्हणे इतके भारी शब्द विकत घ्यायचेत! हे काय ब्रँडेड माल विकत घेण्याएवढं स्वस्त आहे?'' त्यानं मग आमच्याकडे लक्षच दिलं नाही. आम्हाला राग यायला लागला होता. ग्राहकाचा इतका अपमान! आम्ही म्हटलं, म्हणजे जस्ट पुटपुटलो, ''भाकरीपेक्षाही आम्हाला या शब्दांचं मोल जास्त वाटतंय. आम्हाला कर्ज द्या; आम्ही ते हळूहळू फेडू. आम्हाला आमचं भविष्य समजण्याइतके महत्त्वाचे ते शब्द आहेत.'' विक्रेत्यानं आमच्याकडे ढुंकूनही पाहिलं नाही; तेव्हा मात्र आम्ही हमरी-तुमरीवर आलो. मोठ्यांदा म्हटलं, ''वस्तू विकत घ्यायला कर्ज मिळतं; तर शब्द, संकल्पना आणि काय... काय ते विकत घ्यायला सुद्धा कर्ज मिळालं पायज्येच.''

मालदारमंडळी दुकानदाराकडून घासाघीस करून सौदा जमवून अख्खी

प्रेमपत्रं, तहनामे आणि तसंच काही विकत घेत होती. आम्ही नेहमीसारखे इथेही टुकत बसलो. शब्दविक्या पुढचं कथानक कधी सांगतोयसं झालेलं; पण आता कावळ्यांची कावऽ कावऽऽ एवढ्या मोठ्यांदा सुरू झाली होती की, लोकांची खरेदी संपल्याचं पाहून त्यानं पुढे सांगायला सुरुवात केली खरी; पण त्याला थांबावं लागलं. मॉलमधले इतर स्टॉल्सही बंद व्हायला लागलेले; शिवाय आता अधिक उशीर झाला, तर माणसांना घरी पोचायला वाहनं मिळण्याची पंचाईत झाली असती. गर्दी वेगानं हटू लागली; परंतु शब्दविक्यानं कथानक पुरं केलेलं नाही, या सबबीवर अनेक जणांनी त्यानं पसरलेल्या सतरंजीवर एकही पैसा टाकला नाही. शब्दविक्या निश्चितपणे दुसऱ्या दिवशीही याच मॉलमध्ये दुकान लावणार, याची आमची खात्री पटल्यामुळे आम्हीही तिथून बाहेर पडलो.

दुसऱ्या दिवशी खरोखरच शब्दविक्यानं त्याचं दुकान लावलेलं आम्ही बघितलं. तिथे जमा झालेल्या हौशा-नवश्यांना तो शब्द विकू लागला होता. कुणाला फ्रेंच भाषेतला 'प्रेमिका'साठीचा शब्द हवा होता, तर कुणाला चिनी भाषेतला 'लोकशाही'साठी असणारा शब्द हवा होता. आज आम्ही गडबडीत होतो; कारण पुरुषांना गोरं बनवणाऱ्या क्रीमचं आणि त्यांच्या पौरुषाची जादू पसरवणाऱ्या सेंटचं प्रमोशन करण्याचं काम आम्हाला मिळालं होतं. तसंच विटाळ गेलेल्या म्हाताऱ्यांना सुद्धा तरुण आणि सुंदर त्वचा... नव्या नव्हाळीच्या षोडशेची त्वचा केवळ ७ दिवसांत मिळू शकते, असं काही तरी विकण्याचं काम आमच्या मैत्रिणी करत होत्या. अर्थात अशा गोष्टी विकायला त्रास नाहीच पडत. झटपट विक्री झाली. उत्तम कमिशन मिळालं. काही दिवसांसाठी तरी भाकरीचा प्रश्न सुटला होता. तरीही थोडे जास्त पैसे खुळखुळत होतेच. कालचं त्या शब्दांचं गारुड अजून डोक्यात गच्च होतं, म्हणून मग आम्ही शब्दविक्याच्या दुकानापाशी पोचलो... तर तिथे काल हजर असलेली एकूण एक माणसं आधीच आलेली होती नि त्याला आग्रह करू लागली होती. लोकांच्या विनंतीला मान देऊन मग त्यानं समोर सतरंजी पसरली नि सांगायला सुरुवात केली. "टोपीकरांशी दोन हात करण्याच्या इराद्यानं त्यांच्याविरुद्ध लढाई करणाऱ्या दुसऱ्या बाजीरावाचा पराभव झाला. युद्धात त्याला फारशी मदत मिळू नये, म्हणून एल्फिन्स्टननं त्याच्या माणसांत आधीच फाटाफूट केलेली. परिणामी, एकांडा बाजीराव लढाई हरला; तशी टोपीकरानं त्याला इतकं दूर पिटाळलं की, बिचारा पार तिकडे

ब्रह्मावर्ताला जाऊन गरीबपणे स्नान-संध्या करीत बसला.''

असंच घडलं हे आधीही माहीत होतं तरीही शब्दविक्याच्या तोंडून ते ऐकल्यावर गर्दीतले काही जण पेटलेच. संतापून, ओरडून त्यांनी विचारलं, ''त्या पाताळयंत्री, कावेबाज टोपीकराचा कोथळा बाहेर काढण्यासाठी आता तरी रयत पेटून उठली की नाही?''

''अहो, असं कसं होईल?'' शब्दविक्यानं चिडलेल्या त्या लोकांकडे शांतपणे पाहिलं नि तो पुढे म्हणाला, ''सामान्य माणसांनी पेटून उठून तसं काही केलं असतं; तर ते लगेच रानटी, असंस्कृत ठरवले गेले असते. 'पराभव कसा खिलाडूपणे स्वीकारायचा; त्यातच तुमची सुसंस्कृतता दिसून येते.' असले विचार टोपीकरानं पेरलेले इथल्या बुद्धिवंत समाजधुरिणांच्या मनात. शिवाय एल्‌फिन्स्टननं दुसऱ्या बाजीरावाचं चारित्र्यहननसुद्धा अतिपद्धतशीरपणे केलं आणि ते करताना या समाजाची कुठलीही चौकट मोडणार नाही, याची पुरेपूर काळजी घेतली.

आम्हाला ना पैशाचा मोह, ना सत्तेचा! रयतेचे हाल पाहवेनात म्हणून... म्हणून केवळ ते करावं लागलं— असं ईस्ट इंडिया कंपनीचा इथला हा मुखंड म्हणत राहिला. नेटिव्हांचं मन राखण्यासाठीच मग तत्परतेनं त्यानं शाहूमहाराजांचा मुलगा प्रतापराव याला गादीवर बसवलं, मुजरा केला आणि खेळ सुरू झाला. राजा तुमचा, हुकमत आमची!

नेटिव्हांच्या मदतीशिवाय बहुराष्ट्रीय उद्योगांना संपत्तीचे स्रोत काबीज करणं शक्य नसतं, म्हणून मग नेटिव्हांची मनं राखण्याचा तसंच आपण त्यांच्या भल्यासाठीच झटतो आहोत, हे त्यांच्या मनावर बिंबवण्याचा प्रयत्न ही मंडळी आवर्जून करतात, हे त्रिकालाबाधित सत्य आहे.

एल्‌फिन्स्टननंही असाच प्रयत्न केला. नेटिव्हांच्या पोटात शिरण्यासाठी तो हिंदुस्थानी भाषा शिकला. इथला आग ओकणारा उन्हाळा सोसवत नव्हता, तरी तो इथे तग धरून राहिला आणि त्यानं इथला धोऽ धोऽऽ पडणारा पाऊसही झेलला. हा देश त्यानं स्वतःच्या पायांनी हिंडून पाहिला; त्यामुळे रयत कशी जगते... केव्हा रडते नि केव्हा हसते, हे त्याला उमजलं आणि रीतीभातींना धरून जगणाऱ्या सामान्य माणसाचा चेहरा त्याला सापडला. त्या वेळी त्याच्या लक्षात आलं, या पापभीरू माणसांची मनं सांभाळूनच आपल्याला आपली हुकमत सुरू करता येईल. ही माणसं खरंच अतिशय बुद्धिमान आणि फार मानी आहेत. ती कधीही एकत्र येता कामा नयेत. जर ती एकत्र आलीच तर... त्या विचारानंसुद्धा एकट्या त्यालाच नव्हे, तर लंडनमध्ये ईस्ट इंडिया कंपनीच्या तिथल्या कचेरीत

बसलेल्या बड्या धेंडांनासुद्धा घाम फुटे. परिणामी, माणसं एकत्र येऊ नयेत याची काळजी तेव्हा घेतली गेली आणि तशी ती सदैव घेतली जाते.

संधिकाळात असं नेहमीच घडतं. नव्या तंत्रज्ञानाचा धनी नेहमी जिंकतो. नेटिव्हांना गोंजारता-गोंजारता आपली जरब बसवायला एल्फिन्स्टन विसरला नाही. बाजीरावाच्या बाजूनं प्राणपणानं जे लढले, त्यांची नामोनिशाणी त्यानं शिल्लक ठेवली नाही. बाजीरावाचा शुक्रवारातला वाडासुद्धा त्यानं जाळून टाकला. न जाणो, त्या वाड्याला पाहून कुणाला तरी चुकून स्वामिभक्तीची उबळ यायची! टोपीकरांना शिव्याशाप देत भर रस्त्यातून गेलेल्या मूठभर ब्राह्मणांची त्यानं मुळीच गय केली नाही. त्यानं त्यांना ताबडतोब तोफेच्या तोंडी दिलं आणि बाळाजीपंत नातूंनाही तोफेच्याच तोंडी दिलं. शिवाय तसं करताना, 'असली कीड खपवून घेतली जाणार नाही' असंही इतरांना बजावून सांगितलं. हे सगळं त्यानं केलं ते केवळ सामान्यातल्या सामान्य माणसावर आपली जरब बसावी, म्हणून.

श्रीमंतांच्या कारभाराची चौकट टिकवत सत्तेवरची आपली मांड मजबूत करताना मोठ्या हुशारीनं त्यानं सामान्य माणसाला हे पटवून दिलं की, त्याचं हित फक्त टोपीकराच्याच हाती सुरक्षित आहे; हा परकाच खरोखर आपल्या कल्याणासाठी झटतोय.

आणि अशा तऱ्हेनं या बहुराष्ट्रीय उद्योगानं इथला संपत्तीचा महास्रोत काबीज केला. या सगळ्याचं फलित म्हणजे एल्फिन्स्टनचा लंडनमध्ये अगदी उदो-उदो झाला. मुंबई इलाख्याचा गव्हर्नर म्हणून त्याला बढती मिळाली. फक्त पंधरा वर्षांत या पठ्ठ्यानं या भूमीचा नकाशा बदलून टाकला. आता त्याला आकाश ठेंगणं वाटायला हवं होतं... पण तसं झालं नाही, याचं कारण कावळे!

त्याच्या हवेलीच्या आसपास खूप कावळे जमत. जे संगमावरच्या हवेलीत घडत असे, तेच मुंबईतही घडू लागलं. कावळे त्याच्या आसपास वावरत आणि खूप कावऽ कावऽऽ करीत. अशा वेळी त्याला फार एकाकी वाटे. जिवाच्या आकांतानं तो त्यांना हाकलत राही. त्यांचा राग-राग करी, मोठ्यांदा बडबडेसुद्धा, 'यू ब्लॅकीज... शट अपऽ!'

"आपली प्रतिमा सावरण्याचा त्यानं मग चंगच बांधला. पेशव्यांचा दक्षिणा फंड कंपनीच्या घशात न सारता त्यानं त्यातून संस्कृत कॉलेज उभं केलं, तेच पुढे डेक्कन कॉलेज म्हणून सगळ्यांना माहीत झालं. त्यानं मग एतद्देशीयांच्या भाषेत

बरीच पुस्तकं छापून घेतली. त्यात इथल्या भाषेसाठीचं व्याकरणाचं पुस्तकही होतं. एवढं करूनही कावळे त्याचा पिच्छा सोडीनात. मग स्वत:चा जीव रमवण्यासाठी तो मोठमोठ्या पार्ट्या देई. घरात राहण्यासाठी इंग्लंडहून पाहुणे बोलवी. गोऱ्या मडमांमध्ये बसून पत्ते कुटत राही. तरीही त्याची बेचैनी सरत नसे; कारण कावळे आपल्या काक दृष्टीनं आपल्याकडे सतत पाहत असतात, असे त्याला भास होत. मग त्याची नोकरी संपायच्या आधीच त्यानं या देशातून पळ काढला. इंग्लंडला स्वत:च्या घरात तरी आपल्याला आराम पडेल, असा त्याचा होरा होता... पण हाऽय! तिथेसुद्धा कावळे आलेच. त्यांनी आपल्या काक दृष्टीनं आपण संपत्तीचा महास्रोत कसा काबीज केला ते पाहिलंय, म्हणूनच ते आपली पाठ सोडत नाहीत, याबद्दल त्याची दिवसेंदिवस खात्रीच पटत चालली. उतार वयात त्याला ते सोसत नसे. त्याच्या अंतापर्यंत कावळ्यांनी म्हणे त्याला सोडलं नाही.

"...आणि अशी बोलवा आहे की, त्या कावळ्यांचे वंशज इथे आहेत. काही जणांना त्यांनी झपाटलंयसुद्धा..." आत्ता कावळे कुठेच दिसत नव्हते. त्यांचा आवाजही ऐकू येत नव्हता. सारी गर्दीच अवाक् झाली होती. शब्दविक्यानंच मग म्हटलं, "आज कथन पूर्ण केलंय तेव्हा आता..." त्याला वाक्य पूर्ण करण्याची गरज पडली नाही. गर्दीतल्या जवळजवळ प्रत्येकानं सतरंजीवर पैसे टाकले नि गर्दी पांगू लागली. शब्दविक्याही आपलं दुकान हलवण्याच्या तयारीला लागला, तशी आम्ही पुढे सरसावलो. 'आम्ही' या शब्दात मावणाऱ्यांची संख्या तिथे खूपच जास्त होती. मग आम्ही शब्दविक्याला म्हटलं, "आता नाही म्हणू नकोस, ते तिन्ही शब्द देऊन टाक आम्हाला. नाही तर..."

तो बहुधा चिरगुट... चिलटांना घाबरत असावा. म्हणून मग तो म्हणाला, "ठीक आहे, दिले ते शब्द तुम्हाला. आता त्या शब्दांबद्दल नीट ऐका. नेटिव्ह नेटिव्ह म्हणजे भूमिपुत्र— ज्याची नेहमीच झट्कन वाट लावली जाते, तो! बहुराष्ट्रीय उद्योग म्हणजे नैतिकता हा शब्दच ज्यांना माहीत नसतो, असे महाभाग एकत्र येतात आणि एक संस्था सुरू करतात ती संस्था म्हणजे बहुराष्ट्रीय उद्योग मग अशा संस्थे कुठल्याही देशाचं सरकार सहज वश होऊ शकते. कारण काहीही मॅनेज करण्याची त्यांची ताकद अफाट असते आणि आता शेवटचा शब्द परका! परका म्हणजे फक्त बाहेरून आलेला नव्हे; तर ज्याची सामान्यांच्या जगण्याशी नाळ तुटलीय, असा कुणीही. हे तिन्ही शब्द मी तुम्हाला दिले समजा; आता ते मी वापरणार नाही."

ते तिन्ही शब्द विकत घेतले खरे, पण त्यांचं ते रूप ऐकल्यावर आम्हाला विलक्षण बेचैनी आली. शब्दविक्याला थांबवत आम्ही म्हटलं, "हे... हे जर असं आहे, तर मग एल्फिस्टनचं तरी नक्की काय?"

तर शब्दविक्या आमच्याकडे वळून हसून म्हणाला, "मी अगदी सुरुवातीलाच सांगितलंय— कथनात सगळंच चिमूट-चिमूट टाकलेलं आहे, तेव्हा आता खाजवा डोकं... लढवा बुद्धी— बघा काय हाती लागतं ते."

एव्हाना सरकत्या जिन्यावरून खाली जात तो मॉलच्या दाराशी पोचलासुद्धा होता; पण आम्ही मात्र या ग्लोबलायझेशनच्या काळात दररोज दुपारी पोटात ओरडणाऱ्या कावळ्यांचा प्रश्न कायमचा कोण नि कधी सोडवेल, या विवंचनेत बुडून गेलो.

❏❏